२००९-१०

महाराष्ट्र राज्यनिर्मिती सुवर्णमहोत्सवानिमित्त
डायमंड पब्लिकेशन्सचा वैविध्यपूर्ण पुस्तकांचा प्रकल्प

प्रकल्प संपादक : मा. प्राचार्य शिवाजीराव भोसले

महाराष्ट्रातील आदिवासी

डॉ. शौनक श्रीनिवास कुलकर्णी

डायमंड पब्लिकेशन्स

महाराष्ट्रातील आदिवासी
डॉ. शौनक श्रीनिवास कुलकर्णी

Maharashtratil Aadivasi
Dr. Shounak Shreenivas Kulkarni

प्रथम आवृत्ती : ऑक्टोबर २००९
पुनर्मुद्रण : २०११

ISBN : 978-81-8483-191-7

© डायमंड पब्लिकेशन्स, पुणे

अक्षरजुळणी
डायमंड पब्लिकेशन्स, पुणे

मुखपृष्ठ
शाम भालेकर

प्रकाशक
डायमंड पब्लिकेशन्स
२६४/३ शनिवार पेठ, ३०२ अनुग्रह अपार्टमेंट
ओंकारेश्वर मंदिराजवळ, पुणे-४११ ०३०
☎ ०२०-२४४५२३८७, २४४६६६४२
info@diamondbookspune.com

ऑनलाईन पुस्तक खरेदीसाठी भेट द्या
www.diamondbookspune.com

प्रमुख वितरक
डायमंड बुक डेपो
६६१ नारायण पेठ, अप्पा बळवंत चौक
पुणे-४११ ०३० ☎ ०२०-२४४८०६७७

मानवशास्त्र विषयाचे प्राध्यापक
डॉ. व्ही. एस. कुलकर्णी यांच्या
स्मृतीस अर्पण...

मनोगत

महाराष्ट्र राज्यनिर्मिती सुवर्ण महोत्सवानिमित्त डायमंड पब्लिकेन्सतर्फे जी पन्नास पुस्तके प्रकाशित होत आहेत, त्यातील 'महाराष्ट्रातील आदिवासी' या पुस्तकाच्या लेखनाची जबाबदारी श्री. दत्तात्रेय पाष्टे यांनी माझ्याकडे सोपवली याचा मला अत्यंत आनंद होत आहे आणि त्याबद्दल मी त्यांचा आभारी आहे.

'महाराष्ट्रातील आदिवासी' या पुस्तकातून आदिवासी कोण? आदिवासी जीवन आणि संस्कृती दाखविण्याचा प्रयत्न केला आहे. गेली वीस वर्षे मानवशास्त्राचा अभ्यासक म्हणून महाराष्ट्रातील आणि महाराष्ट्राबाहेरील आदिवासी भागात जाऊन राहण्याची, त्यांचे जीवन जवळून पाहण्याची, अभ्यासण्याची संधी पुणे विद्यापीठाच्या मानवशास्त्र विभागामुळे मिळाली. मानवशास्त्रातील क्षेत्रीय कार्य परंपरेचा (Fieldwork Tradition) पुरेपूर उपयोग मला झाला.

विभागातील बहुतेक सर्वच शिक्षक आणि सहकाऱ्यांबरोबर क्षेत्रीय कार्य केले. त्यातही प्रा. म. बा. मांडके आणि कै. प्रा. व्ही. एस. कुलकर्णी यांच्याबरोबर सर्वाधिक आणि आणि प्रदीर्घ क्षेत्र कामाचा अनुभव मला मिळाला. महाराष्ट्र मानव विज्ञान परिषदेचे त्रैमासिक नियतकालिक 'हाकारा'साठी काम करण्याची संधी प्रा. मुटाटकरांमुळे मिळाली आणि त्यातून आदिवासींविषयक लेखन सुरू झाले. हाकारातील आदिवासींविषयक साहित्याचा या पुस्तकासाठी संदर्भ म्हणून उपयोग झाला.

आदिवासी भागात जाऊन अभ्यास करण्यासाठी शाश्वत, निर्मिती, मेळघाट मित्र, वनवासी कल्याण आश्रम अशा विविध संस्थांकडून वेळोवेळी सहकार्य मिळाले. त्यामुळे महादेवकोळी, ठाकर, कातकरी, कोरकू, वारली अशा विविध आदिवासी समाजात जाऊन अभ्यास करणे शक्य झाले. या पार्श्वभूमीवर आदिवासी जीवनाची आणि संस्कृतीची ओळख सर्वांना व्हावी, हा या पुस्तकाचा हेतू आहे. काळाच्या ओघात कित्येक सांस्कृतिक परंपरा बदलणार आहेत, त्यामध्ये फरक होणार आहे, त्याची नोंद होणे आवश्यक आहे.

आदिवासी जीवनाविषयी संस्कृतीची आपल्या मनात उत्सुकता असते; परंतु

त्याची माहिती नसते. योग्य माहितीऐवजी गैरसमजांचे स्वरूप असते. निसर्गाधिष्ठित प्राथमिक स्वरूपाचे ते जीवन असते. त्याविषयीचे वर्णन या ठिकाणी दिलेले आहे. मानवशास्त्रीय अभ्यास परंपरेत क्षेत्रीय कार्यासाठी प्रत्येक जमातीमध्ये जाऊन समाजाची सर्वांगीण माहिती मिळविली जाते. माझ्या २० वर्षांतील विविध क्षेत्रीय कार्यातून मिळालेली माहिती येथे संकलित केली आहे. शिवाय विविध मानवशास्त्रीय साहित्याचाही संदर्भ घेतला आहे. या पुस्तकातून आदिवासींचे जीवन, प्रथा, पद्धती लोकांपर्यंत पोहोचाव्यात असा दृष्टिकोन आहे. अशिक्षितपणा, अंधश्रद्धा या दृष्टीने त्यांच्या जीवनपद्धतीकडे पाहू नये, तर एका सकारात्मक दृष्टीने त्याची कारणे आणि स्वरूप समजून घेणे अगत्याचे आहे.

हा विषयक इतका विस्तृत आहे की, कोणकोणत्या जमातीविषयी काय काय लिहावे हा प्रश्न होता. त्या अनुषंगाने आदिवासी कोण येथपासून जीवनातील विविध क्षेत्रांची अथवा अंगांची माहिती दिली आहे; परंतु आदिवासी विकास, सरकारी योजना याविषयी मुद्दाम लिहिलेले नाही. कारण त्या बदलणाऱ्या, नवनवीन घटक अंतर्भूत होणाऱ्या गोष्टी आहेत. ज्यातून संस्कृतीचे, दैनंदिन जीवनाचे स्वरूप समजते त्या गोष्टी मुद्दाम लिहिलेल्या आहेत.

या पुस्तकातील काही छायाचित्रे मी प्रत्यक्ष क्षेत्रीय कार्याचे वेळी काढलेली आहेत, तर काही छायाचित्रे माझे मित्र श्री. करंजकर यांनी काढली आहेत. मानवशास्त्र विभागाच्या संग्रहालयातील काही वस्तूंची छायाचित्रे काढण्यासाठी म्युझियम क्युरेटर डॉ. नरेंद्र बोखारे यांनी परवानगी दिली. तसेच या कामासाठी विभागप्रमुख प्रा. डॉ. सुभाष वाळिंबे यांचे सहकार्य लाभले. या सर्वांचा मी आभारी आहे.

मेळघाट मित्रचे काही कार्यकर्ते आणि मानवशास्त्र विषयाच्या काही विद्यार्थ्यांनी आपल्या कामाच्या अनुभवाचे कथन किंवा आपली मते म्हणून काही लेखन केले असून त्याचा अंतर्भाव परिशिष्ट म्हणून केलेला आहे. याशिवाय आदिवासी समाजाच्या माहिती संकलनाच्या कामात माझी विद्यार्थिनी चारूलता नांद्रे हिने विशेष सहकार्य केले. पुस्तकाचे प्रुफ तपासण्यासाठी माझी पत्नी डॉ. शाल्मली कुलकर्णी हिची मदत झाली. तसेच सौ. प्रीती प्रभुणे, श्री. शेरकर यांचीही मदत पुस्तक पूर्ण करण्यामध्ये झाली. या सर्वांचा मी आभारी आहे.

शिवाय आजवर ज्या ज्या आदिवासी बांधवांमध्ये जाऊन राहण्याची, अभ्यास करण्याची संधी मला मिळाली. त्या सर्वच लहान, थोर आदिवासी मित्रांमुळे या पुस्तकाचा मार्ग सुकर झाला. त्यांच्या या ऋणामुळेच हे पुस्तक पूर्ण होत आहे.

डॉ. शौनक श्रीनिवास कुलकर्णी

प्रस्तावना

'आदिवासी' या शब्दाभोवती भारतात अद्यापही एक कुतूहलाचे, जिज्ञासेचे वलय आहे. या वलयात वेगवेगळ्या रंगछटाही आहेत. त्यामुळे कोणाला या आदिवासींविषयी सहानुभूती वाटते; कोणाला करुणा, तर कोणाला त्यांच्याजवळ जायला भय वाटते, तर कोणाला त्यांच्याबद्दल तुच्छता! काहींना ती निसर्गाची भोळीभाबडी लेकरे वाटतात, तर कोणाला अंधश्रद्धांचे बळी. कोणासाठी ते पळून गेलेल्या नायक-नायिकांचे आश्रयस्थान वाटतात. त्या अनुषंगाने लोकनृत्य, लोकसंगीतामुळे होणाऱ्या मनोरंजनाचे ते हुकमी एक्का ठरत. एके काळी या समूहाला एक वेगळा व अलग समाज मानण्याची प्रवृत्ती होती. त्यामुळे ते देशाच्या मुख्य प्रवाहापासून दूर होते. महाभारत, कौटिलिय अर्थशास्त्र अशा प्राचीन ग्रंथांमधून वन्यजातींच्या समूहांचे उल्लेख आढळतात. मात्र, त्याचा अभ्यास करावा, त्यांना मुख्य प्रवाहाशी जोडून घ्यावे असे कोणाला वाटल्याचे दिसत नाही. भारतात ब्रिटिश अंमल प्रस्थापित झाल्यानंतर ब्रिटिश सत्ताधारी आणि अभ्यासकांचे लक्ष त्यांच्याकडे गेले. ब्रिटिशांना जशी जिज्ञासा होती त्याप्रमाणे राज्यकर्ते या नात्याने एतद्देशीयांवर सत्ता गाजवण्यासाठी त्यांना जाणून घेण्यातही त्यांचा स्वार्थ होताच. याच काळात ख्रिश्चन मिशनऱ्यांचेही लक्ष त्यांच्याकडे गेले. या मिशनऱ्यांत सेवाभावी वृत्ती होती, हे नाकारायचे काहीच कारण नाही; परंतु त्याचबरोबर धर्मांतराची प्रेरणाही कार्यरत होती. त्यामुळे इतकी वर्षे आदिवासींबरोबर अलिप्ततेने वागणाऱ्या हिंदूंनाही जाग आली आणि मग अगदी शब्दांचेही राजकारण होऊ लागले. 'आदिवासी' शब्दाऐवजी 'वनवासी' हा पर्याय पुढे आला. इकडे खुद्द काही आदिवासींनाही आपल्या स्थानाचे महत्त्व समजून हक्कांची जाणीव होऊ लागल्याने मूळनिवासीपणाचे दावे करण्यात येऊ लागले.

अशा परिस्थितीत शास्त्रीय दृष्टिकोन आणि मानवतावादाची बैठक असलेल्या अभ्यासकांचे स्थान आणि कार्य आपोआपच अधोरेखित होते. डॉ. शौनक कुलकर्णी यांचे प्रस्तुत पुस्तक या प्रकारचे असल्यामुळे त्यांचे मी मनापासून स्वागत करतो.

डॉ. शौनक कुलकर्णी पुणे विद्यापीठाच्या मानवशास्त्र विभागात प्रपाठक असून, त्यांच्या आदिवासींच्या अभ्यासाला क्षेत्रीय अध्ययनाची बळकट बैठकही आहे. शास्त्रीय अभ्यासाला आवश्यक असलेली तटस्थता त्यांच्याकडे आहे; सामाजिक विज्ञानात तटस्थतेचा अर्थ अभ्यासविषयाबद्दलची अलिप्त उदासीनता किंवा आस्थेचा अभाव असा होत नसतो. सामाजिक विज्ञानाचा विषय मनुष्य हाच असल्यामुळे व अभ्यासकही

मनुष्यच असल्यामुळे दोघांत असलेली सजातीयता काही प्रश्न व काही अडचणी उपस्थित करू शकते. एका बाजूला ही सजातीयता तटस्थतेला बाधा आणू शकते, तर दुसऱ्या बाजूला ती प्रेरक ठरू शकते. अभ्यासकाला प्रोत्साहित करू शकते. सजातीय असलेल्या अभ्यास विषयाच्या समस्या अभ्यासक स्वाभाविकपणे समजू शकतो. थोडक्यात, सामाजिक वा मनुष्यविषयक अभ्यासांमधील तटस्थता ही स्वाभाविक नसून आहार्य वा कृतक असते. नैसर्गिक अथवा निसर्गविषयक विज्ञानातील तटस्थता निसर्ग व मानव वेगवेगळे असल्यामुळे आपोआप उद्‌भवणारी गोष्ट आहे. सामाजिक विज्ञानाची 'वैज्ञानिकता' जपण्यासाठी तटस्थता आवश्यक आहे; पण ती अस्वाभाविक असल्यामुळे कमवावी लागते आणि त्याचबरोबर तिने अभ्यासकाच्या डोक्यावर बसून त्याची संवेदनशीलता अवरुद्ध करू नये याची खबरदारी घ्यावी लागते. या प्रकारच्या ताटस्थाला 'partisan's neutrality' म्हणायला हरकत नाही. अगदी जवळचा तटस्थतेला रुग्ण म्हणून उपचारासाठी आल्यावर डॉक्टरची जी अवस्था असते तशा अवस्थेत सतत वावरण्याची सवय सामाजिक वैज्ञानिकाला करावी लागते. प्रा. कुलकर्णी यांनी ती केलेली असल्याचे या पुस्तकावरून लक्षात येते.

मराठी वाचकांना आदिवासींबद्दलची काही माहिती इरावती कर्वे, विलास संगवे, रामचंद्र मुटाटकर, गोविंद गारे यांच्यासारख्या अभ्यासकांच्या शास्त्रीय लिखाणातून त्याचप्रमाणे र. वा. दिघे, शंकर सखाराम, भुजंग, मेश्राम, वाहरू सोनवणे यांच्या-सारख्यांच्या ललित कृतींतून झालेली असते; खरे तर शास्त्रीय माहितीचा उपयोग कलाकृतीचे आकलन व आस्वाद यांच्यासाठी व ललितकृतीचा उपयोग शास्त्रीय अभ्यासाची साधनसामग्री म्हणून होऊ शकत असल्यामुळे ती परस्परपूरक आहेत असेच म्हणावे लागेल.

कोणत्याही शास्त्रीय ग्रंथाची रचना जशी असावी तशीच रचना शौनक कुलकर्णी यांच्या पुस्तकाची आहे. आपल्या वर्ज्य अथवा विवेच्य विषयाचे लक्षण करूनच शास्त्रीय चर्चा सुरू होत असते. याला अगदी बादरायणांची ब्रह्मसूत्रेही अपवाद नाहीत. त्यांची सुरुवात ब्रह्माच्या लक्षणेने अथवा व्याख्येने होते. 'महाराष्ट्रातील आदिवासी'या पुस्तकाची सुरुवातही 'आदिवासी कोण?' या प्रकरणाने होते. त्यात त्यांनी आदिवासींच्या वर्गीकरणाचा प्रश्नही हाताळला आहे. रिस्ले, एल्विन, मुजुमदार, बोकील, गुहा इत्यादी पूर्वसुरींना वाट विचारीत इरावती कर्वे यांच्या एका महत्त्वाच्या मताकडे लक्ष वेधले आहे. कर्वे यांनी भारतीय समाजांना, जमातींना गोधडीची उपमा दिली आहे. 'प्रत्येक चिंधी स्वतंत्र आहे, पण गोधडीत ती अशी काही बसली आहे की, त्या गोधडीतून चिंधी वेगळी काढणे शक्य नाही.'

प्रस्तुत पुस्तक मुख्यत्वे महाराष्ट्रातील आदिवासींसंबंधी असल्यामुळे महाराष्ट्रातील प्रमुख आदिवासी जमातींचा परिचय त्यात येणे अपेक्षितच आहे. अशा तेवीस जमातींचा समावेश कुलकर्णी करतात. या परिचयात आवश्यक तेवढे तपशील पुरवण्याची खबरदारी

त्यांनी घेतली आहे. त्यात उदाहरणार्थ कोरकू स्वत:ला रावणाचे वंशज मानीत असल्याची माहिती 'आदिवासींची समस्या किती जटिल आहे' याची जाणीव करून देते. या सर्व आदिवासी जमातींचे पोशाख, अन्न, उपजीविका, वैवाहिक रीतीरिवाज, अंत्यसंस्कारपद्धती इ.ची माहिती येथे मिळते. हे वैविध्य चकीत करून टाकणारे आहे, हे वेगळे सांगायला नको.

आदिवासींच्या धर्माचे विवेचन करताना त्यांच्या देव-देवता, धार्मिक विधी, पूजापद्धती, जादूविद्या व भगत यांचे तपशील देताना हा धर्म मुख्यत्वे आदिम असला तरी वैदिक धर्माशी झालेले आदिवासींच्या आदिम धर्माचे आदान-प्रदान महत्त्वाचे असल्याने त्यासंबंधी काही मूलभूत प्रश्न कुलकर्णी उपस्थित करतात. या धर्मातील पर्यावरणरक्षणाच्या घटकांकडेही ते लक्ष वेधतात. आदिवासींच्या धर्माविषयीचा त्यांचा निष्कर्ष निर्णायक म्हणावा इतका स्पष्ट आहे. ''मूळ आदिवासी धर्म निसर्गोपासक आहे. साधासुधा आहे. जीवनातील समस्यांचे उत्तर शोधणारा आहे. त्यात फार तत्त्वचिंतन नाही. आदर्शवादही नाहीत, पंथ नाहीत; व्रतवैकल्ये नाहीत, पूजाअर्चा नाही; नमाज नाही, विपश्यना नाही, त्यांचे देव मखरात नसतात, तर मडक्यात अथवा फडक्यात असतात. त्यांच्या साध्या धर्माचरणात इतर धर्मकल्पना शिरत आहेत. पारंपरिक आणि नवनवीन पद्धतींचा समन्वय घडत आहे.

आदिवासींच्या जीवनाचे सर्वंकष नियंत्रण करणाऱ्या धर्मसंस्थेचे विवेचन पुस्तकाच्या सुरुवातीलाच येणे हे पद्धतीशास्त्राला आणि तर्काला धरूनच झाले. त्यानंतर आदिवासींच्या विवाहसंस्थेची चर्चा डॉ. कुलकर्णी करतात. आदिवासींमधील मातृप्रधान संस्कृतीकडे लक्ष वेधून त्यांनी वेगवेगळ्या आदिवासी समाजात प्रचलित असलेल्या विविध विवाहबंधनाचे वर्णन करून चर्चा परिपूर्ण बनवली आहे. आदिवासींच्या घोटुल अर्थात युवागृहाविषयी अनेकांना जिज्ञासा असते. त्याबाबत कुलकर्णी आपणाला निराश करीत नाहीत. पाश्चात्त्य जगातील 'डेटिंग'चे कौतुक करणाऱ्या आधुनिकांना आपल्याच देशातील या महत्त्वाच्या संस्थेचा विसर का पडला असावा? असा प्रश्न या घोटुलांची माहिती वाचल्यावर पडल्याशिवाय रहात नाही.

विवाहसंस्थेच्या चर्चेनंतर आदिवासींच्या कुटुंबपद्धतीची व आप्तसंबंधाची चर्चा क्रमप्राप्तच आहे, त्यानुसार ती करण्यात आलेली आहेच.

मार्क्सवादी पद्धतीशास्त्रात आर्थिकरचना ही सामाजिक-सांस्कृतिक-राजकीय रचनेची पाया मानली जाते. स्वत: मार्क्सने प्राथमिक साम्यवाद नावाचा एक टप्पा समाजाच्या इतिहासात मानला होता. त्याला मॉर्गनने केलेल्या आदिवासींच्या संशोधनातून काहीसा आधारही मिळाला. आदिवासींची अर्थव्यवस्था ही एक साधी, सरळ व बिनगुंतागुंतीची व्यवस्था असली तरी समजून घ्यायची प्रक्रिया मात्र तितकी सोपी नाही. ती यथायोग्यरीत्या समजून घेऊन कुलकर्णी एक महत्त्वाचे निष्कर्षवजा निरीक्षण नोंदवतात, ''आदिवासींचे तंत्रज्ञान हे पर्यावरणाशी सुसंगत आणि पर्यावरणातून मिळणारे असते.

लोकांना आजूबाजूच्या पर्यावरणाचे योग्य ज्ञान असते. या पद्धतीतून निर्माण होणारे उत्पन्न हे गरजेइतकेच असते. त्यात नफा हा उद्देश नसतो; परंतु अर्थातच त्यातून पर्यावरणाचा समतोल बिघडविणारे प्रदूषण वगैरे काहीही घडत नसते.'' पर्यावरणजागृतांसाठी डॉ. कुलकर्णी यांचा निष्कर्ष दिलासा व दिशा देणारा ठरू शकतो. अर्थव्यवस्थेच्या अनुषंगाने आदिवासींच्या कायद्याचे व न्यायाचे विवेचनही ते करतात. आधुनिक समाजातील दंडसंहितेत निर्दिष्ट केलेल्या व्यक्तींच्या संदर्भातील गुन्हे हे राज्याच्या विरुद्ध केले गेलेले अपराध मानून स्वत: राज्यसंस्था (State) 'पार्टी' म्हणून पुढे येते. आदिवासींच्या न्यायपद्धतीत असे गुन्हे कुळाच्या विरुद्ध केलेले गुन्हे मानले जातात व गुन्हेगार न मिळाल्यास शिक्षा त्याच्या कुळातील आप्तसंबंधितास भोगावी लागते. आदिवासींच्या न्याय पंचायतीचे स्वरूप, न्यायप्रक्रिया, शिक्षा यांची चर्चाही कुलकर्णी यांनी केली आहे.

आदिवासी शिक्षण हा अत्यंत नाजूक विषय असल्याची नोंद शौनक कुलकर्णी शिक्षणावरील प्रकरणाच्या सुरुवातीलाच करतात. हा विषय तितक्याच नाजूकपणे हाताळण्यात ते यशस्वी झाले आहेत. शहरांमध्ये वातानुकूलित कार्यालयात बसून लिहिल्या जाणाऱ्या पुस्तकामध्ये ''आदिवासी जीवनाचे, तेथील परिस्थितीचे प्रतिबिंब कसे काय चित्रित होणार? आणि कधीही आगगाडी न पाहिलेल्या मुलाला इंजिन ते काय समजणार?'' हे त्यांनी उपस्थित केलेले प्रश्न आजच्या शिक्षणव्यवस्थेवर विदारक प्रकाश टाकणारे आहेत. अर्थात, ते या प्रश्नाकडे केवळ नकारात्मक दृष्टीने पहात नाहीत. आदिवासी भाषांमधून पाठ्यपुस्तके निर्माण करणे, आदिवासी भागात काम करणाऱ्या बिगरआदिवासी शिक्षकांना स्थानिक आदिवासी भाषा व संस्कृती यांचे प्रशिक्षण देणे अशा विधायक सूचनाही ते करतात.

आदिवासी स्त्रीविषयी या पुस्तकात एक स्वतंत्र छोटेखानी प्रकरण आहे. सर्वसामान्यांच्या मनातील आदिवासी स्त्रीची प्रतिमा बरीचशी दूषित असल्याची दखल घेऊन कुलकर्णी त्यासाठी चित्रपटातून दाखवल्या जाणाऱ्या आदिवासी स्त्रीच्या प्रतिमेला जबाबदार धरतात. ''आदिवासी स्त्री ही चित्रपटातल्या आदिवासी स्त्रीसारखी तोकड्या कपड्यांत देहप्रदर्शन करणारी नसून, खरी आदिवासी स्त्री ही स्वच्छंदी वृत्तीची, सतत कष्ट उपसणारी आणि संसार तारून नेणारी अशीच असल्याचेही कुलकर्णी निदर्शनास आणतात. या स्त्रीचे समाजातील व धार्मिक जीवनातील मानाचे स्थानही ते दाखवून देतात. नागरी समाजातील स्त्रीच्या तुलनेत ती अधिक स्वतंत्र असल्याचेही सूचित करतात.''

'आदिवासी जंगल आणि पर्यावरण' या प्रकरणात कुलकर्णी आदिवासींच्या जीवनाचा निसर्गाशी असणारा अतूट संबंध स्पष्ट करतात. आदिवासींच्या देवता, कुलचिन्हे या महत्त्वाच्या गोष्टी बऱ्याचदा वृक्ष, पक्षी, प्राणी यांच्याशी निगडित असल्याचे त्यांनी दाखविले आहे. जंगल ही राज्याची मालमत्ता असल्याचा कायदा करणाऱ्या ब्रिटिश

गव्हर्नर जनरल लॉर्ड डलहौसीपासून आदिवासींना बेघर करण्याची प्रक्रिया सुरू झालेली असल्याचा त्यांचा मुद्दा महत्त्वाचा आहे.

आदिवासींच्या समस्यांची कुलकर्णी यांनी स्वतंत्रपणे दखल घेतलेली आहे. अशा सतरा प्रकारच्या समस्या ते अधोरेखित करतात. आदिवासींच्या समस्यांच्या संदर्भातील वेरियर एल्विन यांचा अलिप्ततावाद आणि ठक्करबाप्पांचा व घुर्यांचा सामिलीकरणवाद या परस्परविरोधी भूमिकांची चर्चा ते करतात. अलिप्ततावादामुळे ईशान्य भारतातील ख्रिस्ती धर्मांतराचे कार्य सुलभ झाले तर सामिलिकरणाचे धोरण सरकारीकरणाच्या माध्यमातून आदिवासींवर दुसरी संस्कृती लादण्यात पर्यवसित झाले हे त्यांचे निरीक्षण अंतर्मुख करणारे आहे. या दोन मॉडेल्सना पर्याय ठरणारे तिसरे मॉडेल ते सुचवू इच्छितात. एकीकरण किंवा Integration हे ते मॉडेल होय. यामुळे कार्यालयात, ''एकीकडे आदिवासी राष्ट्रीय जीवनाचे अविभाज्य भाग बनूनही त्यांचे जीवन अबाधित राखणे शक्य आहे... त्यांचे सक्तीचे सामिलीकरण चुकीचे आहे. मात्र, त्यांचे इतर समाजाशी एकीकरण घडविले पाहिजे आणि त्याचवेळी त्यांचे सांस्कृतिक जीवनही जतन व्हायला पाहिजे.''

आदिवासींचे ग्रामजीवन, पोशाख आणि वस्तुसंस्कृती यावरील प्रकरण वाचताना आदिवासींच्या समस्या विसरायला होतात. आपण काहीवेळ एका वेगळ्याच जगात वावरत असल्यासारखे वाटते, हे लेखकाचे यशच आहे.

आदिवासींमधील क्रांतिकारकाची माहिती महत्त्वाची यासाठी आहे की, आपण समजतो तितके आदिवासी राष्ट्रीय भावनेपासून अलिप्त नव्हते हे त्यामुळे समजते.

डॉ. शौनक कुलकर्णी यांनी प्रस्तुत पुस्तकाला जोडलेले परिशिष्ट पुस्तकाइतकेच महत्त्वाचे आहे. आदिवासींचा त्यांच्या वस्तीत राहून अभ्यास करताना कुलकर्णी यांच्या सहकारी अभ्यासकांना आलेल्या प्रत्यक्ष अनुभवांच्या नोंदी त्यात आहेत. आदिवासी हे 'रोमँटिक' प्रकरण नसून अभ्यासकांची कसोटी पाहणारे आव्हान असल्याचे त्यावरून लक्षात येते.

डॉ. शौनक कुलकर्णी यांनी हे आव्हान समर्थपणे पेलल्याबद्दल त्यांचे मन:पूर्वक अभिनंदन!

प्रा. सदानंद मोरे
तत्त्वज्ञान विभाग
पुणे विद्यापीठ
पुणे - ४११ ००७

लेखक परिचय

मानवशास्त्राचे अभ्यासक डॉ. शौनक श्रीनिवास कुलकर्णी हे पुणे विद्यापीठाच्या मानवशास्त्र विभागात प्रपाठक (रीडर) आहेत. राष्ट्रीय, आंतरराष्ट्रीय चर्चासत्रात ते सहभागी झाले असून मानवशास्त्रीय जर्नल्समधून त्यांचे संशोधनपर शोधनिबंध प्रसिद्ध झाले आहेत. विविध मानवशास्त्रीय नियतकालिके, मासिके आणि वृत्तपत्रांतूनही त्यांनी विषय लोकांपर्यंत पोहोचविण्यासाठी विपुल लेखन केले आहे.

पुणे आकाशवाणीच्या 'नाते निसर्गाशी', 'बालोद्यान' आणि 'विज्ञान परिचय' इत्यादी कार्यक्रमांसाठी त्यांनी लेखन केले आहे. सेंट्रल इन्स्टिटयूट ऑफ इंडियन लॅन्ग्वेजेस, म्हैसूर या संस्थेच्या 'भाषा मंदाकिनी' या कार्यक्रमासाठी, ट्राइब्ज ऑफ महाराष्ट्र : माडिआ, कोरकू, वारली, महादेव कोळी या चित्रफितींसाठी ॲकॅडमिक स्क्रिप्ट तयार करण्याचे काम त्यांनी केले आहे. इंदिरा गांधी नॅशनल ओपन युनिव्हर्सिटीच्या पुणे अभ्यास केंद्रात ते व्हिजिटिंग फॅकल्टी आहेत. महाराष्ट्रातील आदिवासींच्या कुपोषणावरील एक अभ्यास प्रकल्प त्यांनी पूर्ण केला आहे. लहान मुले आणि तरुणामंधील शारीरिक स्थूलता याविषयीचा अभ्यासप्रकल्प सध्या चालू आहे. त्यांची ग्रंथसंपदा खालीलप्रमाणे –

(१) Biological Adaptation in Human Dentition, Deccan College, Pune या पुस्तकाचे सहलेखक.
(२) आदिम, सन पब्लिकेशन्स, पुणे.
(३) संस्कृती : निसर्ग आणि जीवनशैली, डायमंड पब्लिकेशन्स, पुणे.
(४) डायमंड सामाजिक ज्ञानकोश, डायमंड पब्लिकेशन्स, पुणे याचे सहलेखक.
(५) संज्ञाकोश : समाजशास्त्र–मानवशास्त्र, डायमंड पब्लिकेशन्स, पुणे याचे सहलेखक.
(६) महाराष्ट्र संस्कृती कोश, डायमंड पब्लिकेशन्स, पुणे याचे सहलेखक.
(७) विश्वचरित्र कोश, गोवा, काही मानवशास्त्रज्ञांच्या विषयीच्या माहितीचे संकलन.

अनुक्रम

आदिवासी कोण ?

१९ व्या शतकात मानवशास्त्रज्ञांनी 'आदिवासी' किंवा 'आदिवासी समुदाय' ही संज्ञा विकसित केली. या संज्ञेनुसार एकाच भूभागावर निवास करणाऱ्या, सर्वसामान्यपणे एकच नाव किंवा ठरावीक आडनावे, कुळे लावणाऱ्या, एकाच प्रकारची भाषा बोलणाऱ्या, विवाहसंबंध आणि व्यवसायाच्या बाबतीत एकाच प्रकारचे, मग ते निषेधात्मक असो वा संमतीदर्शक असे नियम पाळणाऱ्या व निश्चितपणे एका विशिष्ट प्रकारची मूल्ये व विचारप्रणाली यांची जपणूक करणाऱ्या कुटुंबांच्या समुदायाला आदिवासी समुदाय (Tribal Community) किंवा आदिवासी समाज (Tribal Society) असे म्हणतात. कुटुंबाच्या या समूहाला 'जमात' असेही म्हणतात. गिलीज यांनी अशी व्याख्या केली आहे की, जो पूर्वशिक्षित स्थानिक समुदाय, जो एकच भूप्रदेश व्यापतो, एकच भाषा बोलतो आणि एकाच संस्कृतीचा अवलंब करतो, त्याला 'जमात' म्हणतात. डॉ.डी.एन. मुजुमदार यांनी केलेली व्याख्या व्यापक आहे. जमात म्हणजे कुटुंबांचे अगर कुटुंब समूहाचे संकलन असून ती एकच नाव धारण करते, ते एकाच भूप्रदेशात वास्तव्य करतात, एकच बोली बोलतात, विवाहाचे विशेष नियम, एकच उद्योग व्यवसाय करतात आणि परस्पर सहकार्याची एकच निश्चित पद्धती पाळतात. एक नाव, एक भाषा, एकाच भूभागावर

वास्तव्य असणाऱ्या सर्वांसाठी समान असे विवाह, उद्योग, व्यवसाय विषयक भोगनिषेध असणारा समूह हे त्याचे वैशिष्ट्य आहे. जातीचे लोक अनेक ठिकाणी विखुरलेले असतात. प्रत्येक जातीचा एखादा विशिष्ट असा व्यवसायही असतो. परंतु जमातीच्या बाबतीत ही दोन्ही लक्षणे नाहीत. जातीमध्ये वेगवेगळ्या उपजाती येतात, तशा उपजाती या जमातीत येत नाहीत.

भारतीय स्मृतिग्रंथात आदिवासी जमातींचा उल्लेख आहे. अनुलोम- प्रतिलोम- शरीरसंबंधातून या निर्माण झाल्या असा उल्लेख आहे. रामायण, महाभारतात उल्लेख असलेले शबर, रक्श, निषाद, किरात, पुलिंद या जमातीच होत्या, ते आदिवासीच होते. रामायणातील शबरी, महाभारतातील एकलव्य आणि श्रीकृष्णाला ज्याच्याकडून मृत्यू आला तो व्याध किंवा शिकारी हे सर्व आदिवासीच होते.

भारतामध्ये आदिवासी म्हणून संबोधल्या गेलेल्या समूहांना अनुसूचित जमातींचा दर्जा देण्यात आला आहे. आदिवासी या संज्ञेत आदिम जाती, वनवासी, गिरीजन या संज्ञाही अंतर्भूत आहेत. राज्यघटनेत जमातीची व्याख्या देण्यात आलेली नाही. मात्र, राष्ट्रपती आवश्यकतेनुसार आदिवासी जमाती किंवा त्या अंतर्गत काही गट किंवा समूह यांना अनुसूचित जमाती म्हणून जाहीर करू शकतात. अनुसूचित जमाती म्हणजे शेड्यूल्ड ट्राइब "Scheduled Tribes means such tribes or tribal communities or parts of groups within such tribes or tribal communites as are deemed under article 342 to be scheduled tribes for the purposes of these communities."

आदिवासी याचाच अर्थ त्या-त्या ठिकाणचे मूळ रहिवासी असाही होतो. आदिवासी हा इंग्रजीतील अॅब-ओरिजिनल्स या शब्दाचा मराठी पर्यायी शब्द आहे. नागरी संस्कृती आणि वस्तीपासून दूर राहिलेले असे ते आदिवासी. संबंधित प्रदेशातील मूळचे रहिवासी. मात्र भारतातील आदिवासींसाठी 'अॅब-ओरिजिनल' हा शब्दप्रयोग वापरणे हे शास्त्रीयदृष्ट्या अनावश्यक आहे असे मत प्रसिद्ध समाजशास्त्रज्ञ घुर्ये यांनी मांडले आहे. बरेचसे आदिवासी डोंगरदऱ्यांतून, जंगलातून राहत असल्याने त्यांचा उल्लेख 'गिरीजन' अथवा 'वनवासी' असाही होतो; परंतु या शब्दातून त्यांचे मागासलेपण दिसते, त्यांचा अधिवास सूचित होतो. थोडक्यात, या शब्दांचा आशय एक असला तरी निःसंदिग्ध अर्थ प्राप्त करून देणे अवघड आहे. मात्र अनुसूचित जमातीच्या नावाखाली सगळ्या जमाती येतात.

उत्तर अमेरिकेतील रेड इंडियन, न्यूझीलंडमधील माओरी, ऑस्ट्रेलियातील जमाती यांच्यासाठी हा शब्द चपखल बसतो. मानवी जीवनाचे आद्य स्वरूप समजण्यासाठी या आद्य आणि आदिम आदिवासी संस्कृतीचा उपयोग होतो. आधुनिक आणि प्रगत संस्कृतीची मूळं काही प्रमाणात आदिवासी संस्कृतीतून विकसित झालेली पहावयास मिळतात. भौगोलिक अथवा सांस्कृतिक कारणाने आदिवासी समाज इतर समाजांपासून दूर राहिल्याने त्यांची संस्कृती मूळ रूपात टिकण्यास मदत झाली.

आता कोणत्या जमातीस अथवा आदिवासी समाजास अनुसूचित जमातीचा दर्जा दिला जातो? हा प्रश्न येतो. भारतीय घटनेच्या अनुच्छेद ३४२ अन्वये काही मार्गदर्शक तत्त्वे सांगण्यात आली आहेत. त्या अन्वये या समाजांना असा दर्जा दिला जातो, अथवा काही ठळक वैशिष्ट्ये नक्की केली आहेत. उदा. प्रत्येक जमात एका विशिष्ट भूप्रदेशात राहते. ते क्षेत्र इतर प्रगत समाजापासून दूर किंवा जंगलात असते. त्यामुळेच हा समाज इतरांपेक्षा अलग असतो.

समाजात कुळांची व्यवस्था असते आणि जमात ही अंतर्विवाही, मात्र कुळं ही बहिर्विवाही असतात. त्यांचा धर्म हा सचेतनवादी असून तो निवासस्थानापुरताच असतो. त्यात तंत्रमंत्र, जादूटोणा असतो. प्रत्येक आदिवासी जमातीची स्वतंत्र पंचायत असते. प्रत्येक जमातीची भाषा वा बोली स्वतंत्र आणि वैशिष्ट्यपूर्ण असते. त्यांची अर्थव्यवस्था ही वस्तुविनिमय पद्धतीची असते. त्यांच्या परंपरांमुळे लोकांच्या वागण्यात सारखेपणा असतो. याशिवाय अलिप्तता आणि एकाकीपणामुळे मागासलेपणा आणि बुजरेपणा हेही या समाजाचे वैशिष्ट्य आहे.

१९९१ च्या जनगणनेनुसार भारतातील अनुसूचित जमातीची लोकसंख्या ८०६.६४ लाख म्हणजे एकूण लोकसंख्येच्या ९.५५% इतकी होती. अनुसूचित जमातीची सर्वाधिक संख्या नैर्ऋत्य भारतातील राज्यात आणि केंद्रशासित प्रदेशात असून नागालँड, मेघालय, अरुणाचल प्रदेश, लक्षद्विप येथील ८०% हून अधिक लोकसंख्या आदिवासी आहे. देशातील अर्ध्याहून अधिक आदिवासी लोकसंख्या ही मध्य भारतात आहे. ८.३९% मध्यप्रदेशात, ५% ओरिसात व ४.९% बिहारात आहे. घटनेच्या ३४२ व्या आर्टिकलमध्ये अनुसूचित जमातीची यादी आहे. ही यादी १९५० साली घटनेत समाविष्ट करण्यात आली. वेळोवेळी ही यादी सुधारित किंवा दुरुस्त करण्यात येते.

भारतात ४६१ आदिवासी जमातींचा उल्लेख अनुसूचित जमातीत केला आहे. आदिवासी लोकसंख्येच्या प्रमाणात महाराष्ट्र हा सहाव्या क्रमांकावर असून राज्याच्या लोकसंख्येत हे प्रमाण ८.८५% इतके आहे. २००१च्या जनगणनेनुसार महाराष्ट्रातील आदिवासी लोकसंख्या ८५.७७ लाख इतकी आहे. राष्ट्रपतींच्या अधिसूचनेनुसार राज्यातील आदिवासी क्षेत्र आणि आदिवासी बहुल जिल्हे नक्की करण्यात येतात. महाराष्ट्रातील १५ जिल्ह्यांत आदिवासी समाज असून, एकूण ४७ आदिवासी जमाती महाराष्ट्रात आहेत. त्यापैकी तीन जमाती या अतिमागास जमाती म्हणून घोषित करण्यात आलेल्या आहे. कातकरी, कोलाम आणि माडिया गोंड या तीन जमाती अतिमागास किंवा प्रिमिटिव्ह ट्राइब (Primitive Tribe) मध्ये समाविष्ट केलेल्या आहेत. त्यांची लोकसंख्या ही ४.३३ लाख असून एकूण आदिवासी लोकसंख्येशी ते प्रमाण ५.९२% इतके आहे.

यातील कातकरी हे मूळचे कोकणातले. परंतु नंतर ते ठाणे, पुणे, नाशिक, रायगड, सिंधुदुर्ग भागामध्ये स्थलांतरित झाले. कोलाम जमात ही विदर्भातील चंद्रपूर, वर्धा, यवतमाळ भागातील आहे. माडिया गोंड ही गोंडाची उपजमात किंवा संबंधित असून गडचिरोली, भामरागड भागातील आहे. यांना अतिमागास किंवा प्रिमिटिव्ह (Primitive) म्हणण्याचे कारण या जमाती स्वतःची शेती कसणाऱ्या नाहीत. गरजेनुसार आणि उपलब्धतेनुसार असणारे व्यवसाय करून उपजीविका करणाऱ्या या जमाती आहेत. कोलाम आणि कातकरी तर अगदी नियमितपणे स्थलांतर करणारे आहेत. त्यामुळे शेतमजुरी आणि भटकी किंवा अन्नसंचयी अर्थव्यवस्था त्यांच्यामध्ये टिकून आहे. त्यांच्या समस्या या इतर आदिवासी समुदायापेक्षा गंभीर स्वरूपाच्या आहेत. त्यांच्यातील निरक्षरतेचे प्रमाणही मोठे आहे. कातकऱ्यांत ८४% तर कोलामात ६३% आणि माडियांत ६७% निरक्षरता आहे.

ईशान्येकडील काही राज्ये ही आदिवासी बहुसंख्य असलेली राज्ये आहेत. परंतु येथील समाज सुशिक्षित व प्रगत आहे. इतर राज्यात आदिवासी समाज संख्येने आणि लोकसंख्येने कमी आहे. आदिवासी लोकसंख्येचे राज्यातील लोकसंख्येशी असलेले प्रमाण प्रत्येक राज्यात वेगवेगळे आहे. या अनुसूचित जमाती अंतर्गत अतिमागास अशा जमाती असून त्यांच्यासाठी विशेष तरतुदी व उपाययोजना उपलब्ध आहेत.

आता दुसरा प्रश्न असा आहे की, जे अनुसूचित जमातीच्या यादीत आहेत

त्यांनाच आपण आदिवासी मानतो. प्रत्यक्षात आठ निकषांवर आधारित जी यादी करण्यात आली किंवा राष्ट्रपतींच्या विशेष सूचनेवरून ती यादी तयार झाली. त्यामुळे ज्या जमाती खरोखरच आदिम जिणे जगत होत्या त्यांचा समावेश यादीत झाला नाही, तर काही जमाती या समाजात मिसळून गेल्या होत्या. त्यांनाही आदिवासींचा दर्जा मिळाला. उदा. एखादी जमात एका राज्यात अनुसूचित जमातीत येत असेल तर दुसऱ्या राज्यात अनुसूचित जातीत येईल अथवा भटक्या विमुक्त जमातीत येईल. (बोकील २००६)

आदिवासींची जी ठळक वैशिष्ट्ये आहेत ती अशी, सर्वसाधारणपणे आदिवासी समाज डोंगरदऱ्यात, पर्वतावर आणि जंगलात रहात आलेले आहेत. त्यामुळे इतर समाजापासून ते वेगळे आणि स्वतंत्र आहेत. सतत निसर्गाच्याच सान्निध्यात राहिल्याने त्यांच्या प्राथमिक गरजा ते निसर्गातूनच भागवितात. अन्न पदार्थ मिळविणे आणि संकलन करणे अशीच त्यांची अर्थव्यवस्था होती आणि त्यातून ती शेतीव्यवसायाकडे गेली. तरीही शेती हा व्यवसाय नसून गरजेएवढी अन्न निर्मिती असेच त्याचे स्वरूप आहे. जंगल वापरावर आलेल्या बंधनामुळे शेतीस चालना मिळाली. उत्पादनाची आणि संकलनाची त्यांची साधने ही साध्या स्वरूपाची, हाताने बनविलेली असतात. त्यामुळे त्यांची संपूर्ण अर्थव्यवस्थाच प्राथमिक आणि वस्तुविनिमय स्वरूपाची आहे. बहुसंख्य आदिवासी समाजांची स्वतःची अशी बोलीभाषा आहे. परंतु त्यांना लिपी नाही. त्यांची भाषिक, सांस्कृतिक परंपरा मौखिक पध्दतीद्वारेच जतन होत आली आहे. त्यांच्यामध्ये बहिर्विवाही कुळी पद्धत असते. एका कुळीतील सदस्य हे नातेसंबंधाने बांधलेले असतात. महाराष्ट्रातील आदिवासी लोक ज्या भागात राहतात त्या भागाचे भौगालिकदृष्ट्या तीन विभाग पडतात. आदिवासींच्या वास्तव्याचे सलग असे पट्टेच दिसतात.

सह्याद्री विभाग : सह्याद्री पर्वतरांगांच्या या विभागात महादेव कोळी, वारली, कोकणा, ठाकर, कातकरी या जमातींची वस्ती आहे.

सातपुडा विभाग : सातपुडा पर्वतरांगांमध्ये भिल्ल, कोकणा, गावित, दुबळा, धनका या जमातींची वस्ती आहे.

गोंडवन विभाग : विदर्भातील, डोंगराळ आणि जंगलमय प्रदेशात चंद्रपूर, गडचिरोली, यवतमाळ, अमरावतीचा मेळघाट एवढा मोठा विस्तृत प्रदेश येतो. त्यामध्ये गोंड, माडिआ, बडा माडिआ, मुरिआ, परधान, कोरकू, कोलाम, आंध,

हलवा या जमातींची वस्ती आहे. जिल्हावार विचार करता ठाणे, रायगड, पुणे, नाशिक, नगर, धुळे, नंदुरबार, यवतमाळ, चंद्रपूर, अमरावती, गडचिरोली या जिल्ह्यात आदिवासींची संख्या मोठी आहे. एकूण ४७ आदिवासी जमाती महाराष्ट्रात आहेत. मात्र The scheduled castes and scheduled tribes orders (Amendment) act 2002 (No 10 of 2003) नुसार ही संख्या ४५ झाली आहे.

महाराष्ट्रातील काही आदिवासी जमाती

(१)   आंध
(२)   बैगा
(३)   बारडा
(४)   बावचा–बामचा
(५)   भाइना
(६)   भारिआ, भूमिआ
(७)   भत्रा
(८)   भिल्ल, तडवी, पावरा, वसावा, वसावे
(९)   भुजिआ
(१०) बिजवार
(११) बिरहुल बिरहोर
(१२) चोधरा, दुरुस्ती अन्वये गाळण्यात आली
(१३) धनका
(१४) धनवर
(१५) धोडिआ
(१६) दुबला
(१७) गावित, पडवी, गामिन, मावची
(१८) गोंड, राज, थोय्या, नाईक, पोड इ. गोंड, बडा माडिआ, माडिआ, माडिआ, मुरिआ, गोंड गोवारी स.
(१९) हलबा, हलबी
(२०) कमार

(२१) कातकरी, काथोडी ढोर, सोन
(२२) कवर, कंवर
(२३) खैरवार
(२४) खरिआ
(२५) कोकणा
(२६) कोल्प
(२७) कोलाम
(२८) ढोर कोळी
(२९) महादेव कोळी, डोंगर कोळी
(३०) मल्हार कोळी
(३१) खोड
(३२) कोरकू
(३३) कोया
(३४) नागेशिआ
(३५) नाइकडा, नायका, कपाडिया इ.
(३६) ओरान
(३७) परधान
(३८) पारधी
(३९) पारजा
(४०) परेलिआ
(४१) पोमिआ
(४२) रथवा
(४३) सावर
(४४) ठाकूर क/म इत्यादी ठाकर
(४५) थोटी, दुरुस्ती अन्वये वगळण्यात आली.
(४६) वारली
(४७) विटोलिआ, बरोडिआ

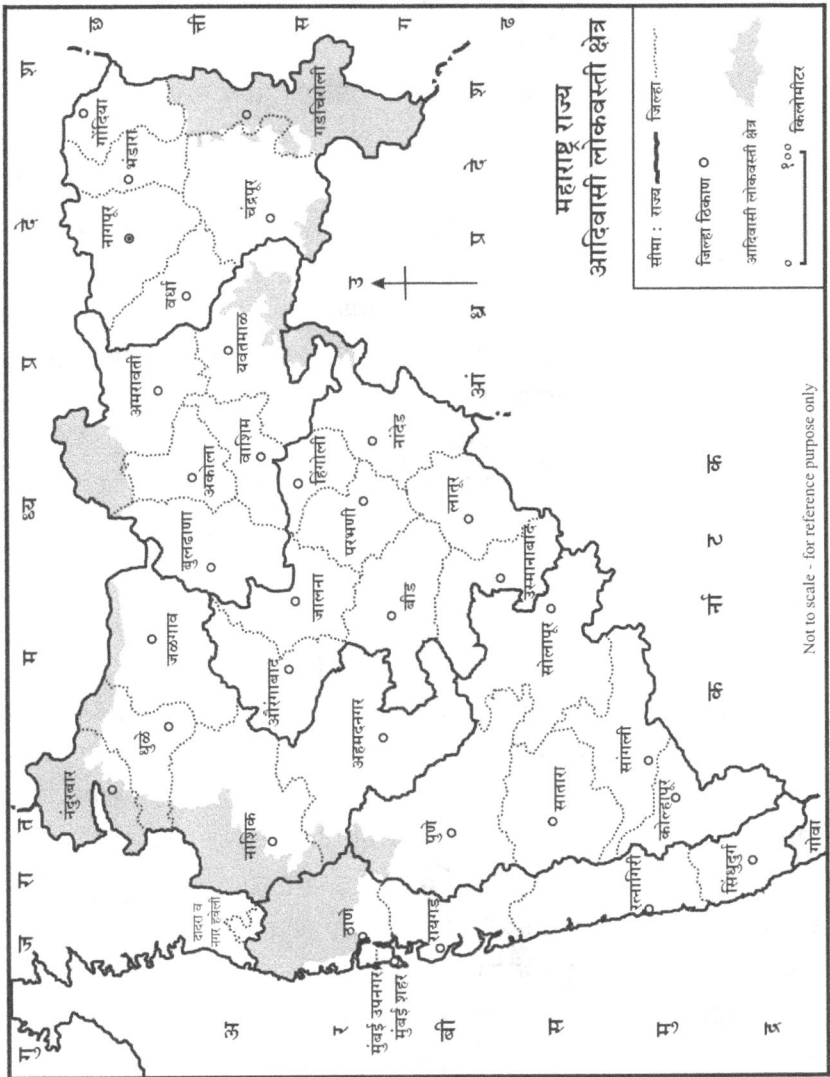

महाराष्ट्र राज्य
आदिवासी लोकवस्ती क्षेत्र
सीमा : राज्य ——— जिल्हा ....
जिल्हा ठिकाण o
आदिवासी लोकवस्ती क्षेत्र
० १०० किलोमीटर
Not to scale - for reference purpose only
उ
गु ज रा त
म ध्य प्र दे श
छ त्ती स ग ढ
आं ध्र प्र दे श
क र्ना ट क
अ र बी स मु द्र
गोवा
दादरा व नगर हवेली
मुंबई उपनगर
मुंबई शहर
ठाणे
रायगड
रत्नागिरी
सिंधुदुर्ग
नंदुरबार
धुळे
नाशिक
पुणे
सातारा
कोल्हापूर
सांगली
सोलापूर
अहमदनगर
औरंगाबाद
जळगाव
जालना
बीड
उस्मानाबाद
लातूर
परभणी
हिंगोली
नांदेड
बुलढाणा
अकोला
वाशिम
अमरावती
यवतमाळ
वर्धा
नागपूर
भंडारा
गोंदिया
चंद्रपूर
गडचिरोली

सर्वप्रथम आदिवासींचे जे वर्गीकरण केले गेले, त्यानुसार वन्यसमूह, अर्धवन्य समूह आणि विलीन जमाती अशा प्रकारचे जमातींच्या अधिवास आणि विकास यानुसार प्रकार मानले जात; परंतु याला म्हणावा असा शास्त्रीय आधार नाही. या अनुषंगाने कोणत्याही जमातींचे भौगोलिक, भाषिक, वांशिक वर्गीकरण विचारात घेतले जाते. आधुनिक मानवशास्त्रास वंश-वर्गीकरण मान्य नसल्याने त्याचा येथे स्वतंत्र आणि सविस्तर उल्लेख केलेला नाही. भौगोलिक वर्गीकरणानुसार भारतातील आदिवासी हिमालय रांगात, ईशान्य भारतात, मध्यभारत ज्यात बस्तर, तेलंगण येतात तो भाग; पश्चिम भारतातील अरवली, विंध्य, सातपुडा, सह्याद्री रांगा आणि दक्षिण भारतातील निलगिरी पर्वत रांगा या भागात येतात. महाराष्ट्राचे भौगोलिक विभाग विदर्भ, मराठवाडा, कोकण आणि प.महाराष्ट्र असे असले तरीही आदिवासी वस्ती ही डोंगराळ प्रदेशात असल्याने दक्षिणोत्तर पसरलेल्या सह्याद्री, तसेच खान्देश, विदर्भासह सातपुडा या भागात आदिवासींची लोकसंख्या मोठ्या प्रमाणावर आहे. त्यानुसार त्यांचे वर्गीकरण करण्यात येते.

भारतात झालेल्या बोलीभाषांच्या अभ्यासानुसार एकूण चार मुख्य भाषा गट आहेत- १) इन्डो आर्यन, २)ऑस्ट्रिक, ३) तिबेटी, ४) द्राविडीयन सर ग्रियसन यांनी भारतातील विविध भाषा बोलीभाषांची पहाणी करून १७९ भाषा व ५४४ बोलीभाषा नोंदवल्या. त्यातील ११६ भाषा व ४०० बोलीभाषा आदिवासींमध्ये वापरल्या जातात, असा उल्लेख डॉ. गारे यांनी केला आहे.

परंतु सहजसुलभ दळणवळण, जनसंपर्क यामुळे मूळ आदिवासी भाषांवर स्थानिक भाषांचा भरपूर प्रभाव पडला आहे. उदा.गोंडी भाषा ही वाङ्मयीन स्वरूपाची नाही, ती बोलीभाषा आहे. ती द्रविड भाषा समूहात येते. तेलगुशी तिचा निकट संपर्क आहे. त्याप्रमाणेच स्थानिक मराठी, हिंदी या भाषांचे प्रतिबिंबही त्यावर पडल्यामुळे गोंडी भाषेत सरमिसळ झाल्याचे जाणवते. त्यामुळे भाषिक वर्गीकरण करण्यापेक्षा त्यांच्या बोलीभाषा आणि त्यातून दिसणारी संस्कृती जतन होणे गरजेचे आहे. आदिवासींच्या शाळेमध्ये प्रांतीय रचनेनुसार स्थानिक भाषेतून शिक्षण दिले जाते. मात्र जर मुलांची मूळ बोलीभाषा वेगळी असेल तर प्राथमिक शालेय शिक्षणात किंवा विषयाचा आशय समजून घेण्यामध्ये मुलांना अडथळे येतात. विशेषतः कोरकू, माडिआ या लोकांत ही समस्या विशेषत्वाने दिसते. भाषिक वर्गीकरण पद्धतीतून गोंधळ होतो. भारतात समाज आणि भाषांची इतकी

सरमिसळ आहे की कोणाचे मूळ कोणते हे लक्षातच येत नाही.

१९०१ साली हर्बर्ट रिस्ले यांनी भारतीय लोकांचे वांशिक वर्गीकरण करण्याचा प्रयत्न केला होता. शारीरिक वैशिष्ट्यांनुसार त्यांनी एकूण सात वंश मानले होते. त्यात इंडोआर्यन, द्रविडियन, मंगोलॉईड, आर्य द्रविड, मंगोलो द्रविडियन, सिथो द्रविडियन आणि तुर्की इराणीयन या गटांत विभागणी केली आहे. यानंतर १९३१ मध्ये भारतातील आदिवासी लोकांच्या वांशिक वर्गीकरणाचा प्रयत्न डॉ.बी.एम.गुहा यांनी केला. त्यानुसार निग्रिटो, पॅलिओ मंगोलॉइड, तिबेटी मंगोलॉइड, पश्चिमेकडील रुंद डोक्याचे मेडिटरेनियन आणि नॉर्डिक या गटात केले आहे. परंतु आधुनिक मानवशास्त्रात झालेल्या संशोधनानुसार वंश कल्पनेचा फोलपणा लक्षात आल्यामुळे मानवी समूहांचे वांशिक वर्गीकरण करण्याची गरज नाही. मात्र मानवशास्त्राच्या सुरुवातीच्या काळात असे वर्गीकरण केले जात असल्याने याचा उल्लेख या ठिकाणी केलेला आहे.

आदिवासी हे संस्कृतीच्या विविध टप्प्यावर उभे आहेत. त्यांच्या संस्कृतीच्या अवस्थेनुसार वेरियर एल्विन यांनी आदिवासींचे वर्गीकरण केले आहे. त्यानुसार अतिशय मागास असलेले, स्थित्यंतर होत असलेले, बाह्य संपर्काने स्वतःची संस्कृती विसरलेले आणि बाह्य संपर्कात येऊनही स्वतःची संस्कृती टिकवून ठेवलेले या प्रत्येक गटातील आदिवासींच्या समस्या निरनिराळ्या आहेत. आज चालू असलेल्या आदिवासी विकासाच्या अथक प्रयत्नांमुळे पहिल्या गटातील आदिवासींचे प्रमाण पूर्वीइतके राहिले नाही, तरीही भूमिहीन आणि व्यवसाय अथवा पोटापाण्यासाठी स्थलांतर करणारे आदिवासी आहेतच. आजकाल शिकार राहिलेलीच नाही. बदलती कुऱ्हाडशेती ही अस्तित्वात नाही. मात्र बदलत्या काळाला अनुसरून, साखर कारखाने, ऊस तोडणी, वीटभट्टी असे जे ठराविक काळात चालणारे व्यवसाय आहेत त्यानुसार स्वतःही स्थलांतर करणारे आदिवासी आहेतच. यांची स्थिती अधिक मागास आहे. यांच्यामध्ये कातकऱ्यांसारख्या जमाती येतात. शिवाय स्थलांतर कमी करणारे परंतु अत्यंत दुर्गम आणि एकाकी (remote) ठिकाणी राहणारे माडिआ, बडा माडिआ हेही आहेत.

सांस्कृतिक वर्गीकरणाशी जवळचे असणारे वर्गीकरण म्हणजे आर्थिक वर्गीकरण. यामध्ये मूलभूत गरजांनुसार मानवाला ज्या आर्थिक क्रिया किंवा उदरनिर्वाहासाठी जे करावे लागते त्या अनुषंगाने आर्थिक वर्गीकरण पद्धतीचा

विचार होतो. यामध्ये खाद्यसंकलन अवस्थेतील जमाती, खाद्यसंकलन आणि बदलती शेती, शेती व जंगलसंपत्ती आणि मजुरी करणाऱ्या जमाती असे प्रकार येतात. यातील पहिल्या दोन्ही प्रकारांचे प्रमाण सध्या नगण्य होत चाललेले आहे. पारंपरिक पद्धतीनुसार मध किंवा कंदमुळे जमा करणे हे जरी चालू असले तरी संपूर्ण जमातीची त्यावर गुजराण होऊ शकत नाही. त्यामुळे बहुतेक जमाती या उर्वरित दोन प्रकारात येतात.

आदिवासी म्हणजे कोण आणि त्यांचे प्रकार अथवा जमाती पाहिल्यावर त्या अनुषंगाने येणारा प्रश्न म्हणून आदिवासींचे वर्गीकरण हा मुद्दा येथे आला. त्याचे स्वरूप हे शैक्षणिक आहे. प्रत्यक्षात वांशिक वर्गीकरणाला विशेष आधार नाही. भाषिक वर्गीकरणामध्ये मूळ भाषेवर झालेले आक्रमण मग ते मराठीचे, हिंदीचे असो अथवा मराठीच्या बोलीभाषा कोकणी, वऱ्हाडी, खानदेशी यांचे असो, इतके आहे की त्यामुळे भाषिक वर्गीकरणावरही मर्यादा येतात. सांस्कृतिक आणि आर्थिक वर्गीकरणामध्ये आधुनिक जीवनशैली आणि आर्थिक घटकांचा समावेश झाला आहे. चित्रपटातून दाखविली जाणारी अथवा सर्वसामान्यांच्या कल्पनेतील आदिवासींची प्रतिमा अत्यंत काल्पनिक आणि अव्यवहार्य आहे. सांस्कृतिक अंगाने त्यांचे वेगळेपण आहे. येथील आदिवासी या भूमीतील मूळचे रहिवासी आहेत. त्याप्रमाणेच ग्रामीण, नागरी समाजही येथीलच आहेत. मात्र विकासाच्या टप्प्यानुसार डोंगरदऱ्यात राहणारे ग्रामीण आणि नागर प्रकारचे असे स्वरूप बनले. या समाजाचे वेगळेपण सांस्कृतिक असेल मात्र वांशिक नाही. इरावती कर्वे यांनी भारतीय समाजांना, जमातींना गोधडीची उपमा दिली आहे. प्रत्येक चिंधी स्वतंत्र आहे पण गोधडीत ती अशी काही बसली आहे की त्या गोधडीतून चिंधी वेगळी काढणे शक्य नाही.

❑

महाराष्ट्रातील काही आदिवासी जमाती

(१) आंध

आंध हा समाज महाराष्ट्र, आंध्र प्रदेश आणि मध्य प्रदेश या राज्यांमध्ये पसरलेला आहे. रसेल आणि हिरालाल यांच्या मते आंध लोक आंध्रप्रदेशातून आताच्या मूळ ठिकाणी फार वर्षांपूर्वी स्थलांतरित झाले आहेत. हसन यांच्या मते, आंध समाज ही गोंड समाजाची शाखा असून मराठा लोकांच्या अतिक्रमणामध्ये ते त्यांच्या मूळ समाजापासून वेगळे झालेले आहेत. मराठा समाजाच्या संपर्कात आल्यावर त्यांनी त्यांच्या रूढी, परंपरा आणि भाषेत मराठा लोकांप्रमाणे बदल केला. आंध समाजाचे दोन प्रमुख प्रकार पडतात. 'वरताती' म्हणजे वरचे अथवा उच्च आणि 'खालताती' म्हणजे खालचे अथवा नीच. या दोहोंमध्ये कधीही लग्न होत नाहीत. आंध या नावावरूनसुद्धा ओळखता येते की, ते आंध्र प्रदेशामधून आले असावेत.

महाराष्ट्रात, आंध लोक नांदेड, परभणी आणि यवतमाळ या जिल्ह्यांमध्ये प्रामुख्याने आहेत. १९८१ च्या जनगणनेनुसार आंध लोकांची लोकसंख्या ही २,३१,८७१ इतकी आहे. आंध लोक मराठी भाषा बोलतात जी इंडो-आर्यन भाषा आहे. देवनागरी भाषेचा वापर ते लिहिण्यासाठी करतात. हे लोक मध्यम ते

कमी उंचीचे, पसरट नाक आणि चेहऱ्याची ठेवण गोलाकार असलेले आहेत. आंध लोक हे मांसाहारी असून मांसाहारात ते डुक्कर खातात; परंतु आता काही माणसे संपूर्णतः माळकरी आणि शाकाहारी झाली आहेत.

आंध लोकांचे आडनावावरून बरेच भाग अथवा समूह तयार होतात. जसे, बनसाले, डुकरे, नटकर, खडके, मगरे, मिटकरी, वाघमारे इ. आते-मामे भावंडांच्या लग्नास मान्यता आहे आणि अशा लग्नास प्राधान्य दिले जाते. बाळाच्या जन्मानंतर १२ व्या दिवशी बारसे होते तर ५ आठवड्यानंतर जावळ काढतात. जावळ काढल्यावर केस वाहत्या पाण्यात सोडतात. आंध लोकांचे घर पक्के असते, छोटे शक्यतो दोन खोल्यांचे असते. घराभोवती लाकडी काटक्यांनी बनवलेले कुंपण असते. या कुंपणात पशुधन ठेवले जाते. काही घरे वाड्यांप्रमाणे असतात. आंध लोकांचा पेहराव हा मराठी लोकांप्रमाणे असतो. पुरुष धोतर आणि बंडी घालतात, तर स्त्रिया साडी आणि चोळी वापरतात. आंध लोकांचे दागिने मराठी लोकांप्रमाणे असतात.

शेती हा आंध लोकांचा पारंपरिक आणि प्रमुख व्यवसाय आहे, तर पशुपालन, शिकार आणि सरपण गोळा करणे हे त्यांचे दुय्यम व्यवसाय आहेत. त्यातील काही लोक रोजंदारीवर काम करतात. गेली काही वर्षे आंध लोक दुसऱ्यांची शेती कसणे त्याचबरोबर शेती विभागून ती कसणे अशा प्रकारची कामे करतात. बरेच आंध सरकारी खात्यात लेखनिक तसेच शिक्षक म्हणूनही काम करू लागले आहेत.

महादेव, खंडोबा, मसाई, मुंजा आणि कृष्ण या देवांची आंध लोक पूजा करतात. आखाडी, गुढीपाडवा, नागपंचमी, पोळा, शिवरात्री, दसरा आणि होळी हे त्यांचे प्रमुख सण आहेत. आंध लोकांची वंजारा, मराठा, नाईकपाड आणि चनवार या लोकांबरोबर ऊठबस असते. पूर्वी मात्र वडार, चांभार, मांग आणि महार यांच्याबरोबर ते संपर्क ठेवीत नसत.

कुटुंबकल्याण तसेच आधुनिक वैद्यकीय सेवा यांबाबत आंध जागरूक झालेले आहेत. रोजगार योजना, वीज प्रकल्प, पिण्याच्या पाण्याच्या सुविधा इ. गोष्टींमुळे आंध समाजाचे जीवनमान सुधारत आहे.

(२) भिल्ल

भिल्ल ही भारतातील एक मोठी आदिवासी जमात आहे. बरेचदा चोधरा, धनका, धोडिया यांनाही भिल्ल म्हटले जाते. मात्र धनका, गावीत, पावरा इ. जमाती या

भिल्लांच्याच उपशाखा आहेत. त्यांच्या बोलीतही थोडाफार फरक आहे, जसे पावरांची पावरी आहे. भिल्लांचे मूळ अबू आणि असिरगढच्या डोंगराळ प्रदेशातील असून ते तेथून पश्चिम आणि दक्षिण दिशेला असलेल्या पठारी प्रदेशांमध्ये तसेच गुजरात आणि पश्चिमेच्या दख्खन प्रदेशात स्थलांतरित झाले. युद्धकालीन स्थितीमुळे ते सिंध प्रांतात देखील स्थलांतरित झाले. मध्य भारतात त्यांची संख्या लक्षणीय आहे.

'भिल्ल' शब्दाची उत्पत्ती भिलेवावर या तमिळ शब्दापासून झाली असावी याचा अर्थ 'धनुष्यधारी.' विल्सन यांच्या म्हणण्याप्रमाणे 'भिल्ल' हा शब्द 'बिली' या मूळ शब्दापासून तयार झाला. 'बिली' हा तमिळ शब्द असून त्याचा अर्थ धनुष्य असा होतो. धनुष्य हे भिल्लांचे वैशिष्ट्यपूर्ण असे हत्यार आहे. संस्कृत भाषातज्ज्ञांच्या म्हणण्यानुसार भिल्ल म्हणजे कापणे. इतिहासाचा काही काळ असा होता की त्यावेळी भिल्ल हत्तीवर बसून, त्याकाळी सत्ता मिळवण्यासाठी आलेल्या परप्रांतीय सत्ताधाऱ्यांबरोबर संघर्ष करीत होते, युद्ध करीत होते. यावरून त्याकाळी भिल्ल लोक किती शक्तिशाली असावेत याचा अंदाज येतो. दुसऱ्या मतप्रवाहानुसार आर्य लोकांना विरोध करणाऱ्या लोकांमध्ये अथवा समूहामध्ये भिल्ल प्रमुख होत. त्याचबरोबर शबरी, एकलव्य आणि भगवान श्रीकृष्णाच्या मृत्युस कारणीभूत झालेला शिकारी व्याध हे सारे भिल्ल होते. भिल्ल लोकांच्या म्हणण्यानुसार त्यांच्यामध्ये राजपूत रक्त आहे आणि याचा त्यांना सार्थ अभिमान आहे. भिल्ल समाजामध्ये काही महत्त्वाचे प्रकार आहेत. जसे 'वळवी' म्हणजे जंगलात राहणारे, 'वसावे' म्हणजे डोंगरकपारीत, उतारावर राहणारे, 'तडवी'- म्हणजे नदीकाठी राहणारे, नाईक म्हणजे समाजप्रमुख, तर 'गोवाल' म्हणजे पशुपालक 'गोवाल' लोकांकडे स्वतःची जमीन नसते व ते गावाबाहेर राहतात. पावरा, धनका आणि गावीत या आदिवासी भिल्लांच्याच उपशाखा मानल्या जातात.

भिल्ल प्रामुख्याने सातपुडा पर्वतरांगांमध्ये आणि महाराष्ट्र, मध्यप्रदेश, गुजरात या राज्यांच्या सीमारेषांवर आहेत. भिल्ल काही वेळा गुजराती भिल्ल व महाराष्ट्रीय भिल्ल म्हणूनही ओळखले जातात. प्रदेशाप्रमाणेच त्यांची भाषाही बदलते.

भिल्ल प्रामुख्याने मराठी, गुजराती व यांच्या पोटभाषा बोलतात. रांगडी, मेवाडी, हिंदी तसेच राजपुतानी या भाषाही बोलतात. या भाषा अतिशय संमिश्र स्वरूपात आहेत. त्यामुळे भिल्लांची मूळ भाषा कोणती, याबाबत माहिती उपलब्ध नाही.

खरं तर भिल्ल पूर्वी शिकारी जमात होती. पण, जसा जसा काळ गेला त्याप्रमाणे त्यांचा मुख्य व्यवसाय शेती झाला. त्यांच्या स्वतःच्या जमिनी आहेत आणि ते त्याचा शेतीसाठी वापर करतात. ज्या लोकांकडे जमिनी नाहीत ते लोक दुसऱ्यांच्या शेतात रोजंदारीने काम करतात. याशिवाय त्यांचा कोणताही दुय्यम व्यवसाय नाही.

इतर काही आदिवासी जमातींप्रमाणे भिल्ल सुद्धा निसर्गाचे उपासक आहेत. वनस्पती, प्राणी आणि देवाच्या अद्‌भुत शक्तींची ते पूजा करतात. गाय, बैल व घोडा यांना समाजात मानाचे आणि महत्त्वाचे स्थान आहे. साप तसेच वाघाची सुद्धा ते पूजा करतात. आंबा, पिंपळ व केळी यांना पवित्र झाडे मानली जातात. त्याचप्रमाणे मृत व्यक्ती आणि भूत या गोष्टींना महत्त्व दिले जाते. भिल्ल लोक विविध देवांची पूजा करतात आणि प्रत्येक देव हा विशिष्ट कामासाठी पूजला जातो, जसे पशुधनाचे रक्षण करणारा देव, पिकाचं चांगले उत्पन्न यावं म्हणून पूजला जाणारा देव; शिवाय हिंदू देवीदेवतांप्रमाणेच ते मुस्लिम पीरांनासुद्धा महत्त्व देतात.

भिल्लांच्या झोपड्या या अतिशय स्वच्छ व नीटनेटक्या असतात. झोपड्या जमिनीपासून २–३ फुटांवर बांधलेल्या असतात. भिंती बांबू आणि कारवीच्या काटक्यांपासून बनवल्या जातात आणि त्यांना शेणामातीने लिंपले जाते. साधारणतः २–३ खोल्या बांधल्या जातात. रोजच्या गरजा कमी असल्याने घरात साहित्यही मोजकेच असते.

भिल्ल दणकट बांध्याचे, लांब नाकाचे व आकर्षक चेहेऱ्याचे असतात. आजकाल भिल्ल लोक आधुनिक पोषाख वापरतात. जसे पँट, शर्ट, साडी व ब्लाऊज; पण पुरुषांचा पारंपरिक पोषाख म्हणजे लंगोटी, बंडी व पागोटे तर स्त्रियांचा पारंपरिक पोषाख म्हणजे छोटे लुगडे आणि चोळी हा आहे. त्यांना अलंकाराचे वेड असून कानात, नाकात, हातात, पायात घालण्याचे अनेक अलंकार ते वापरतात. अलंकार बरेचदा चांदीचे बनलेले असतात. भिल्ल लोक अंगावर विविध प्रकारचे गोंदण गोंदवतात. यामधे चंद्र, सूर्य, फुले, जोडीदाराचे नाव, भावाचे नाव इ. चा समावेश होतो.

होळी आणि दिवाळी हे भिल्लांचे प्रमुख मोठे सण आहेत.

भिल्ल जमातीमध्ये स्वतःचा जोडीदार स्वतः निवडण्याचे पूर्ण स्वातंत्र्य असते पण आई–वडिलांच्या निर्णयालाही तितकेच महत्त्व असते. लग्न मुलीच्या घरी पार

पडते व मुलीच्या घरी मानधन देण्याची प्रथा आहे. लग्न मार्च, एप्रिल व मे या महिन्यातच पार पडते. लग्न हे दुपारी किंवा गोरज मुहूर्तावर लावले जाते. विधवा विवाहास मान्यता आहे.

आज, भिल्ल समाजावर आधुनिकता आणि शिक्षण यांचा प्रभाव पडला असून त्यांनी तो मान्यसुद्धा केला आहे. पण सांस्कृतिक दृष्ट्या ते अजूनही पारंपरिक आहेत आणि ती त्यांची ओळख ठळकपणे दिसते.

(३) गावित

गावित म्हणजे गावचे. या आदिवासींचे वंशज गावाचे प्रमुख होते, म्हणून यांनी गावित हे नाव धारण केले. ते स्वतःला भिल्लांचे वंशज मानतात. इतकेच नव्हे तर भिल्लांमध्ये गावित हे एक आडनावही आहे. मावची, पडवी, वसावा हीसुद्धा आडनावेच आहेत. यांची मातृभाषा 'भिल्ली' आहे. प्रामुख्याने खानदेश भागात त्यांची वस्ती मोठ्या प्रमाणावर आढळते. जमीन सपाट करून त्यावर ते घरे बांधतात. बांबू किंवा बोरूचा भिंतींसाठी वापर करतात. त्यावर शेण आणि मातीने सारवतात. घर मोठे असल्यास स्वयंपाकघर, गोठा अशी अंतर्गत रचना असते. छप्पर कौलारू असते. घराला तीन-चार दरवाजे असतात; पण खिडक्या नसतात. यांची वेशभूषा अगदी मराठमोळी असून, दागिन्यांमध्ये विविधता दिसून येते. कानांत साखळ्या किंवा 'कुड्या' घातल्या जातात. हातात कडे, बोटात मुंडी आणि कमरेला करगोटा असे पुरुषांचे दागिने असतात; तर पाटल्या, बांगड्या, कानात फुल्या, पायात साखळ्या, जोडवी, गळ्यात गंठण, हातात कडी इत्यादी आभूषणे स्त्रिया वापरतात. या लोकांना दागिन्यांची फार आवड असते. स्त्रिया कपाळावर, दंडावर, हातावर गोंदवून घेतात. त्यांच्या रोजच्या जेवणात ज्वारीची भाकरी, चटणी, डाळ असे पदार्थ असतात; याशिवाय अंडी, मटण, कोंबडी, मासे असे मांसाहारी पदार्थ त्यांच्या आहारात असतात. त्यांना जंगलातील कंदमुळे, रानमेवाही सहज उपलब्ध होतो. त्यांचा शेती हाच मुख्य व्यवसाय आहे. ते गहू, भात, नागली, वरई, कुळीथ, खुरासणी यांबरोबरच अन्य भाजीपालासुद्धा शेतातून पिकवतात. गुरांना ते आपली संपत्ती मानतात. शेतीशिवाय दुग्धव्यवसाय आणि कुक्कुटपालनही करतात.

त्यांच्या देव-देवता म्हणजे भीमदेव, राजवदू, शिवा, गोवळदेव, वाघदेव, डोंगरदेव, शेतातील पांढरदेवी तसेच महादेव आणि मारुती. नागपंचमी, दसरा आणि होळी हे सण महत्त्वाचे आहेत.

होळीनंतर पावसाळ्यापर्यंत शेतात फार काम असते. त्यामुळे रात्रीच्या वेळी गाणी आणि वेगवेगळे नृत्यप्रकार केले जातात. त्यावेळी नाचामध्ये स्त्री-पुरुष दोघेही सहभागी होतात. ढोल आणि झांजाच्या तालावर हे नाच करतात.

(४) धनका

धनका जमात ही भिल्लांचीच एक उपशाखा समजली जाते. त्यांची बोली भाषासुद्धा भिल्लीच आहे. यांचे वास्तव्य प्रामुख्याने महाराष्ट्र-गुजरात राज्यांच्या सीमेवर आणि गुजरातेत विशेष आहे.

धनकांची घरे चौकोनी किंवा आयताकार असतात. जमीन सपाट करून त्यावर घरे बांधलेली असतात. घरांच्या भिंती बांबू किंवा कारवीच्या काटक्यांच्या असतात. त्यावर शेणामातीचा गिलावा दिलेला असतो. घरामध्ये दोन-तीन खोल्या असतात. शेवटची खोली स्वयंपाकाची, तर मधली खोली धान्य साठविण्याची असते. पुढची खोली इतर वापरासाठी असून, त्यापुढे ओटा असतो. घराला खिडक्या नसतात. त्यामुळे घर अंधारी वाटते. अत्यंत साध्या रचनेच्या या घराची जमीन मात्र नेहमी सारवून स्वच्छ ठेवलेली असते. पुरुषांचा पोशाख धोतर-बंडी-फेटा, तर स्त्रियांचा पोशाख साडी-चोळी असा असतो.

धनका स्त्रियांना नटण्याची खूप आवड असते. त्या दागिन्यांनी नखशिखांत मढलेल्या असतात. दागिने घालण्याचा हा प्रकार बंजारा अथवा लमाणी लोकांना साजेसाच असतो. कानात डूल, बोटात अंगठ्या, पायात तोरड्या, कल्ले, गळ्यात किडायू नावाचे आभूषण, हातात बांगड्या, कडी, वाक्या असे वेगवेगळे दागिने असतात. परिस्थितीनुसार चांदी, तांबे, कथिल, जस्त किंवा काचेचेही अलंकार असतात. गोंदविण्याचा प्रकारही आवडीने केला जातो. दंडावर, कपाळावर गोंदवून घेतले जाते. धनका लोकांचा मुख्य व्यवसाय शेती हा आहे. शेतातून पिकलेल्या ज्वारीची भाकरी आणि तुरीचे वरण आहारात असते. अंबाडीच्या भाजीस विशेष स्थान असते. चिकन, मटण, मासे यासारख्या मांसाहाराचीही रेलचेल असते. धातूच्या भांड्यांबरोबरच मातीची भांडीही घरामध्ये वापरात असतात. धनकांचे देव म्हणजे वाघ्या, शिवऱ्या आणि कलंकादेवी ही देवता. याशिवाय मारुती, शंकर हे देवही महत्त्वाचे आहेत. नागपंचमी, पोळा, दसरा, दिवाळी आणि होळी हे सण महत्त्वाचे आहेत आणि ते मोठ्या प्रमाणावर साजरे होतात. होळी पेटविण्याचा मान

भिल्ल व्यक्तीचा असतो. यातूनच भिल्ल आणि धनका यांचे परस्परसंबंध लक्षात येतात. गावामध्ये एक पंच असतो. त्याला 'पटेल' किंवा 'कारभारी' म्हणतात. उन्हाळ्यातील रात्री धनकांच्या वस्तीवर ढोलकी-तुतारीच्या सुरांवर नृत्य-गाण्यांना बहर येतो. तोच त्यांचा विरंगुळा असतो.

(५) धोडिया

धोडिया प्रामुख्याने ठाणे आणि गुजरातच्या सुरत या जिल्ह्यांमध्ये आहेत. या भागांमधील डोंगराळ आणि पठारी प्रदेशांत ते पसरले आहेत. दुबळ्या आदिवासींप्रमाणे धोडियासुद्धा गुजरातेतून महाराष्ट्रात आले आणि महाराष्ट्रातील एक महत्त्वाचा घटक झाले. १९८१ सालच्या जनगणनेनुसार धोडियांची लोकसंख्या ही १०,९८० इतकी होती. धोडिया ही एक जुनी आदिवासी जमात आहे आणि ते शेतमजुरी आणि आनुवंशिक नोकराचे काम करतात. (पिढीजात नोकराचे) कोणत्याही प्रकारच्या उपजाती अथवा पोटजाती अस्तित्वात नाहीत; पण वेगवेगळी कुळे अस्तित्वात आहेत.

बरेचदा उच्च जातींचा समावेश त्यांच्यामध्ये केला जातो. बरेचदा नावेही इतर जातींमध्ये वापरल्या जाणाऱ्या नावांसारखी असतात. यावरून असे समजू शकते की, ही जमात इतर जातीतील समूहांमधून तयार झालेली असू शकते. धोडिया मराठीची पोटभाषा बोलतात. विवाहपद्धती आणि धार्मिक पद्धती अतिशय क्लिष्ट आणि अभ्यासण्याजोग्या आहेत. लग्नानंतर विभक्त होण्याची जोडप्याला परवानगी दिली जाते. विधवा विवाहास मान्यता आहे. हिंदू धर्माचे वारसाहक्काचे नियम धोडियांमध्ये पाळले जातात. धोडियांची आवडती दैवते म्हणजे भरम देव (ब्रह्मदेव), इरया देव, दिवाळी देव, काकाबलीया, माओली माता इ.

पशुपालन हा धोडियांचा प्रमुख व्यवसाय होता; पण आता ते शेतकरी आहेत. त्यांच्या घराची ठेवण ही वारली लोकांच्या घराप्रमाणे आहे. दोन पाडे हे कच्च्या रस्त्याने एकमेकांना जोडलेले असतात. घर आकाराने लहान असते. एका आडोशाने ते एका खोलीचे स्वयंपाकघर आणि मुख्य खोली असे भाग पाडलेले असतात. घराला व्हरांडा आणि खिडक्या नसतात.

पोशाख हा इतर आदिवासी समाजांप्रमाणेच असतो. पुरुष प्रामुख्याने धोतर, शर्ट तर स्त्रिया साडी व चोळी घालतात. गोंदवणे हा प्रकार फारसा दिसत नाही.

विविध प्रकारचे अलंकार स्त्रिया व पुरुष दोघेही वापरतात. अलंकार चांदीपासून बनविले जातात. धोडियांना मांसाहार अतिशय प्रिय आहे. पूर्वीच्या काळी ते शेळ्या, मेंढ्या, हरीण, मासे इ. प्राण्यांचे मांसही खात असत; पण हळूहळू प्रमाण कमी होत गेले आणि आता ते फक्त अंडी, चिकन, मटण व मासे एवढेच मांसाहारी पदार्थ खातात. रोजच्या आहारात भात, डाळी, नाचणी, थोड्या प्रमाणात कडधान्ये आणि भोपळा यांचा जास्तीतजास्त समावेश असतो.

यांची खासीयत म्हणजे दैनंदिन राहणीमान अतिशय स्वच्छ व आरोग्यपूर्ण असते. शिक्षणाच्या प्रसारामुळे धोडिया समाज सुशिक्षित होत आहे आणि शहरीभागात मिळकतीसाठी ते स्थलांतरित झाले आहेत.

(६) दुबळा / दुबला

'दुबळा' हा मराठी शब्दच सांगतो की दुबळा म्हणजे अशक्त अथवा कमी शक्ती असलेले. पूर्वी ते 'कालीप्रजा' म्हणजे रंगाने काळे असेच ओळखले जात. हा शब्द गुजरातेत प्रामुख्याने वापरला जातो. १९८१ च्या जनगणनेनुसार दुबळा लोकांची लोकसंख्या १०,०१९ आहे.

अतिशय कष्टमय आयुष्य आणि दारूच्या अतिरिक्त सेवनामुळे दुबळा लोक लवकर वयस्क होतात असे दिसून आले आहे आणि त्यामुळेच त्यांचे नाव दुबळा असे पडले असावे. दुबळा लोकांचा असा विश्वास आहे की त्यांच्यात राजपूत रक्त आहे आणि त्यांच्या बऱ्याच गोष्टींमधून लोक त्यांचे संबंध राठोड लोकांशी कसे आहेत हे सांगतात. काही संशोधकांच्या मते, दुबळा आणि कोळ्यांचे पूर्वज हे सारखेच असावेत. दुबळा जमातीमध्ये एकूण २० उपशाखा आहेत. दुबळ्यांमध्येच 'वरेला दुबलाओ' अशी स्वतंत्र शाखाही आहे, जी पारशांच्या सहवासाने बदलली किंवा बाटली गेली आहे.

दुबळा हे सामान्य शेतकरी आणि मजूर होते. त्याचबरोबर ते उच्चवर्गीय समाजातील व्यक्तींचे वर्षानुवर्षांचे दास म्हणून काम करत. दुबळा जमातीतील पुरुष हे शेतमजूर म्हणून काम करीत तर दुबळा स्त्री ही त्याच घरात घरकाम करीत असे. दुबळा लोक अन्न आणि कपड्यांसाठी पूर्णपणे त्यांच्या मालकांवर अवलंबून असत. १८६३ ते १८६६ च्या सुमारास दुबळा त्यांनी लोक मालकांच्या घरी नोकर म्हणून काम करणे सोडून स्वतंत्र मजूर म्हणून काम सुरू केले. तेव्हापासूनच ते

स्वतंत्र शेतीकाम करू लागले. दुबळांची मूळ भाषा गुजराती होती; पण बरीच वर्षे महाराष्ट्रात राहिल्यामुळे ते मराठीही बोलू शकतात.

दुबळा समाज पुरुषप्रधान आहे. कुटुंब हे आई, वडील आणि अविवाहित मुलांचे बनलेले असते. विविध प्रकारची कुळे अस्तित्वात आहेत. बैलमाऱ्या, पाटील, ब्राह्मणीय, मांडवीय इ. कुळांची नावे आहेत. दुबळा लोक पाडे करून राहतात आणि घरे शेताजवळच बांधलेली असतात. घरे दोन-तीन खोल्यांची असतात. भिंती बांबू किंवा कारवीच्या काटक्यांची बनलेली असतात आणि चिखल-शेणाने सारवलेल्या असतात. गुरे घरातच बांधलेली असतात. यांचा पारंपरिक पोषाख म्हणजे धोतर आणि लुगडे; पण काळानुसार बऱ्याच गोष्टी बदलल्या आहेत. सध्या आधुनिक पोशाख वापरले जातात पण आजही पुरुष कंबरेला चांदीचा पट्टा आणि हातात चांदीचे कडे घालतात. महिलांकडे अनेक प्रकारचे अलंकार पहावयास मिळतात.

लग्न जमविताना एकाच कुळातील मुला-मुलींना लग्न करता येत नाही. मावशीच्या, आत्याच्या आणि मामाच्या मुलीशी लग्न करता येत नाही. विधवा विवाहास मान्यता आहे. विवाहसंस्था काहीशी गुंतागुंतीची आहे.

आज जवळपास सर्व दुबळा समाज शेतकरी आहे. तांदूळ आणि नाचणी ही मुख्य पिके घेतली जातात. तर उन्हाळ्यात उडीद आणि तूर घेतले जाते. शेती हाच प्रमुख व्यवसाय आहे. वाढत्या शहरीकरणामुळे तसेच आधुनिकीकरणामुळे दुबळांची सांस्कृतिक जीवनशैली प्रभावित झाली आहे.

(७) हलबा

'हलबा' हे नाव या लोकांनी 'हल' म्हणजे नांगर या शब्दावरून तयार केलेले आहे. हलबा प्रामुख्याने मध्यप्रदेश, महाराष्ट्र आणि ओरिसा या राज्यांमध्ये आहेत. मध्यप्रदेश या राज्यात हलबांचे दोन मुख्य प्रकार पडतात ते म्हणजे 'छत्तिसघरिया' आणि 'बस्तरिया.' १९८१ च्या जनगणनेनुसार हलबांची महाराष्ट्रातील लोकसंख्या २,४२,८१९ इतकी आहे.

महाराष्ट्रातील हलबा / हलबी लोकांचा दावा आहे की, ते बलरामांचे वंशज आहेत. बलराम हे महाभारतातील एक प्रमुख व्यक्तिमत्त्व आहे.बलराम हा नागधारी असतो. हलबा त्यांच्या कलेमुळे प्रसिद्ध आहेत. काही जण असंही म्हणतात की

'हलबा' नाव हलबरू या कन्नड शब्दावरून तयार झाले असावे. 'हलबरू' म्हणजे 'पुरातन.' महाराष्ट्रात हलबा लोक भंडारा, चंद्रपूर, गडचिरोली आणि अमरावती या जिल्ह्यांमध्ये आहेत. हलबा लोक बस्तरमधून भंडारा आणि चंद्रपूर या ठिकाणी कसे आले याची एक प्रचलित गोष्ट सांगितली जाते. एका मुस्लिम राजाने एका सुंदर मुलीला तिच्या हलबा वडिलांकडून मागितले. राजाचा रोष टाळण्यासाठी वडील मुलीसह चंद्रपूरच्या गोंड राजाकडे बस्तरहून पळून आश्रयाला आले. त्यानंतर गोंड राजाने त्यांना नोकरीस ठेवून घेतले व चंद्रपूर व भंडाऱ्यातील काही जमीन दिली. हलबा भाषा ही मराठी, छत्तिसगढी आणि उडिया भाषांचे मिश्रण असून या भाषेला 'हलबी' म्हणतात. हलबा लोक मराठीही बोलतात. हलबा लोक शेतकरी आहेत. पूर्वी हलबा लोक पोहे बनवणे आणि ते विकण्याचा पूरक व्यवसाय करीत. हा व्यवसाय आजही काही लोकांचा प्रमुख व्यवसाय आहे.

हलबा लोकांची संस्कृती ही त्यांची स्वतःची पारंपरिक संस्कृती आणि हिंदू संस्कृती यांचा मिलाप आहे. हलबांमध्ये अठरा कुळे आहेत, जी आडनावाने ओळखली जातात. मामाच्या आणि आत्याच्या मुलीशी लग्न करण्याची मुलास परवानगी असते. घटस्फोट घेता येतो. बायको जर पळून गेली असेल तर ती ज्याच्याबरोबर पळून गेली असेल त्याच्याकडून दंड वसूल केला जातो. स्त्रिया घरातील सर्व कामांची जबाबदारी सांभाळतात. तसेच शेतात नांगरणी सोडून सारी कामे करतात. काही स्त्रिया शेतमजूर म्हणनूही काम करतात. हलबा लोकांची घरे एकमेकांपासून थोडी दूर असतात. चहूबाजूंनी मोकळी जागा सोडलेली असते. या जागेत अथवा परसात ते ऋतुनुसार भाजीपाला लावतात. हलबांचे घर चौकोनी आकाराचे असते. भिंती जंगलातील काटक्यांपासून बनवलेल्या असतात. तिरकी कौले अथवा गवताने छप्पर बनवले जाते.

हलबा स्वतःला 'हिंदू हलबा' असे म्हणवून घेतात. ते अनेक हिंदू देवांची त्यांच्या पारंपरिक देवतांसोबत पूजा करतात. त्यांच्या घरातील देवांच्यामध्ये मोठा देव, वाघदेव आणि एक मातीचा घोडा यांचा समावेश असतो. दिवाळी, दसरा आणि चैत्रपौर्णिमेला यांची खास पूजा केली जाते. पुरुष धोतर व कुडता घालतात तर स्त्रिया लाल आणि पांढऱ्या रंगाची नऊवारी साडी नेसतात. चांगल्या घरातील पुरुष भला मोठा कापडाचा फेटा बांधतात. स्त्रिया-पुरुष दोघांनाही दागिन्यांची भरपूर हौस असते आणि ते चांदीचे दागिने घालतात. भात हे हलबांचे प्रमुख अन्न आहे.

ते मटण, डुक्कर, खातात पण गाय, बैल खात नाहीत. उन्हाळ्यामध्ये जेव्हा दुष्काळजन्य परिस्थिती निर्माण होते तेव्हा ते चिंच, मोह, टेंभुर्णी, आंबा अशी फळे खातात. काही वेळा कंदमुळे खातात.

(८) कोष्टी, हलबा कोष्टी

कोष्टी, हलबा कोष्टी हे नागपूर भागातच सुती व रेशमी कापड विणणारे विणकर आहेत. मार्कंडेय ऋषींपासून स्वतःची उत्पत्ती झाली असे ते मानतात. हलबांशी त्यांचे साम्य आहे. रसेलच्या मते, ज्या हलबांनी विणकरांचा धंदा सुरू केला ते हलबा कोष्टी झाले. मात्र हलबा आणि हलबा कोष्टी यांच्या देवदेवता भिन्न आहेत.

(९) कातकरी

असे म्हणतात की, कातकरी हा शब्द 'कात' किंवा 'काथ' आणि 'करी' म्हणजे 'करणे' या मराठी शब्दांपासून तयार झाला असावा. कातकरी म्हणजे कात, काथ तयार करणारे. कातकरी, 'काथोडी' या नावानेसुद्धा ओळखले जातात. एका मतानुसार कातकरी हे मूळ भिल्लांपासून तयार झाले असावेत. त्यांच्या भाषेतील काही शब्द हे भिल्लांमध्ये सर्रास वापरले जातात तर त्यांच्या काही परंपरा भिल्ल संस्कृतीचे मूळ दर्शवितात.

कातकरी सांगतात त्या कथेप्रमाणे कातकरी हे वानरांचे वंशज आहेत. ज्या वानरांनी रावणाविरुद्ध झालेल्या युद्धात श्रीरामांना मदत केली होती. त्या वानरांना युद्धात जिंकल्यानंतर रामाने वरदान देऊन मनुष्यरूप प्रदान केले. 'सोन कातकरी' आणि 'ढोर कातकरी' असे कातकऱ्यांचे दोन प्रकार आहेत. एके काळी सोन कातकरी आणि ढोर कातकरी असे प्रकार नव्हते, पण फार वर्षांपूर्वी आपत्कालीन घटनांमुळे जमातीतील काही माणसे वेगळी पडली आणि त्यांनी मेलेल्या प्राण्यांचे मांस खाल्ले व त्यामुळे त्यांची 'ढोर कातकरी' अशी वेगळी जमात तयार झाली. आता कातकरी लोकांना त्यांचे पूर्वज येथे कोठून व कसे आले, हे आठवत नाही. बहुतांश कातकरी लोक मराठी भाषा बोलतात आणि तीच त्यांची मातृभाषा आहे. धुळ्यातील कातकरी मात्र भिल्ली भाषा बोलतात.

संपूर्ण महाराष्ट्रात ढोर आणि सोन कातकरी एकूण १३ जिल्ह्यांमध्ये आहेत;

पण त्यांची जास्तीत जास्त संख्या ही ठाणे, पुणे आणि रायगड या जिल्ह्यांमध्ये आहे. ठाणे आणि रायगडमधील जंगलांमुळे येथील कातकऱ्यांना मासेमारी व जंगलातील उपयुक्त गोष्टी जमवणे हे व्यवसाय उपलब्ध झाले आहेत.

कातकरी संस्कृती ही पुरुषप्रधान संस्कृती आहे. लग्नानंतर जोडपे वेगळे घर करून राहते. संपत्तीचा वारसाहक्क तसेच वंश हा पुरुषाच्या बाजूने पुढे जातो. आईकडील नात्यांना लग्नप्रसंगी व जन्मसोहळ्यांच्या समारंभामध्ये विशेष महत्त्व असते.

कातकरी लोक पाडे करून राहतात. त्यांची घरे एकमेकांपासून लांब असतात. या झोपडीवजा घरांच्या भिंती कारवीच्या काटक्या शेणामातीने सारवून बनविलेल्या असतात. या झोपड्या चौकोनी अथवा आयताकार असतात. कातकऱ्यांमध्ये स्थलांतर मोठ्या प्रामणावर आहे, व्यवसाय स्थिर नाही. यांच्याजवळ स्वतःची जमीन नाही, कायमचे घरदार नाही, त्यामुळेच 'कातोड्याचे बिऱ्हाड डोईवर' अशी म्हणही रूढ झाली आहे.

पूर्वी कातकरी पुरुष लंगोटी व बंडी घालत. प्रसंगी धोतर, कुडता आणि पागोटे घालत. आताची पिढी मात्र शर्ट, पँट व पायजमा वापरणे पसंत करते. मुली सामान्यपणे परकर व पोलके वापरतात तर स्त्रिया लुगडे व चोळी घालतात. स्त्रियांमध्ये क्वचितच दागिने वापरले जातात. पुरुष सहसा दागिने वापरीत नाहीत. मात्र कंबरेचा करगोटा वापरतात.

भात आणि नाचणी हे त्यांचे प्रमुख अन्न आहे. त्याचबरोबर ते उडीद, मूग व तूरही खातात. कातकरी लोक मांसाहारी असून मांसाहारात मटण, अंडी, डुक्कर तसेच चिकन यांचा समावेश असतो. उंदराची शिकार करण्याची कातकऱ्यांना फार आवड असते. उंदराच्या बिळातील धान्यही ते मिळवितात. दारूचे सेवन सर्रास करतात.

कातकऱ्यांचा प्रमुख पारंपरिक व्यवसाय म्हणजे कात तयार करणे आहे. जेव्हा त्यांच्याकडचे सर्व धान्य संपते तेव्हा ते सरपण आणि मध गोळा करून विकतात; पण आजकाल कातकरी लोक शेतमजूर म्हणून काम करतात. विटभट्टीवर, रस्ता दुरुस्ती, ऊसतोडणीसाठी कातकरी मोठ्या प्रमाणावर मजुरी करतात.

हिंदू देवतांमध्ये खंडोबा, भैरवनाथ, भवानी आणि कणसरी या देवतांना कातकरी लोक मानतात आणि त्यांची पूजा करतात. या देवांची प्रसंगी पूजा केली

जाते आणि यावेळी ते शेळ्या, कोंबडी किंवा नारळ देवाला चढवतात. या गोष्टी साधारणपणे होळी, दिवाळी, लग्नसमारंभ तसेच कोणी आजारी असल्यास देवास चढवल्या जातात. कातकरी स्वतःला 'हिंदू कातकरी' म्हणतात.

(१०) कोकणा

कोकणा ही महाराष्ट्रातील एक मोठी आदिवासी जमात आहे. ही आदिवासी जमात मूळची कोकण, रत्नागिरी येथील असावी. रत्नागिरीतून ते ठाणे, जव्हार, नाशिक आणि महाराष्ट्र, गुजरात सीमेवर पसरले. गुजरातेत ते धरमपूर, डांग आणि सुरत या जिल्ह्यांमध्ये आहेत. १९८१ च्या जनगणनेनुसार कोकणांची लोकसंख्या ३,५२,९३२ इतकी आहे. कोकणांनी वरील ठिकाणांतील डोंगराळ आणि जंगलाचा भाग व्यापलेला आहे. हे लोक कोकणी भाषा बोलतात. सुरतमधील दमणगंगेपासून सुरू होणारी कोकण किनारपट्टी ते दक्षिणेपर्यंत पसरलेल्या कोकण प्रदेशावरून 'कोकणा' हे नाव निर्माण झाले असावे, असे मानले जाते. सह्याद्री आणि किनारपट्टीमधील जागा कोकणांची मूळ भूमी मानली जाते. कोकणा हे पारंपरिक शेतकरी आहेत. आजही ते लोक शेती करतात; पण त्यासोबत मोलमजुरी आणि जंगलातील औषधी वनस्पती गोळा करण्याचे काम करतात. कोकणा लोक पाडे करून राहतात. जवळपास सर्व लोक शेतावर राहणे पसंत करतात आणि त्यामुळे पाडे तयार होतात. पाड्याचे नाव ज्याचे शेत आहे, त्याच्या नावे ओळखले जाते.

घराची भिंत कारवीची बनलेली असते व ती शेणामातीने सारवलेली असते. घरातच एक आडोसा बांधून त्याचा जनावरांसाठी गोठा बनवला जातो. घराच्या उरलेल्या दोन कोपऱ्यांपैकी एका कोपऱ्यात चूल, तर दुसऱ्या कोपऱ्यात जाते मांडले जाते.

इतर जमातींप्रमाणे कोकणा संस्कृतीसुद्धा पुरुषप्रधान आहे. सामान्यपणे मुलगी लग्न झाल्यावर सासरी जाते व नवीन जोडपे कुटुंबासहित न राहता नवीन घर बांधून राहते. कोकणांमध्ये बरीच कुळे अस्तित्वात आहेत; व कुळाचे नाव आडनाव म्हणून लावले जाते.

कोकणा संस्कृती अत्यंत साधी असते आणि नात्यातील गुंतागुंत टाळली जाते. आडनावे कुळावरूनच ठेवली जातात. कोकणा निसर्गोपासक आहेत. सूर्य, चंद्र, आकाश, पृथ्वी, पर्वत हे त्यांचे देव आहेत. त्याचबरोबर त्यांचे तीन प्रकारचे देव आहेत. रानातील देव, गावातले देव, घरचे देव याशिवाय कोकणा अन्य देवांना

पिकांच्या रक्षणासाठी, गुरांच्या रक्षणार्थ पूजतात. होळी आणि दिवाळी हे सण आवडीने साजरे केले जातात. सणांच्या दिवशी लोक प्रत्येक पाड्यांवर नृत्य सादर करतात. प्रत्येक ऋतूमध्ये नृत्याचे वेगवेगळे प्रकार असतात. स्वतःची वाद्ये स्वतःच बनवण्याकडे कल असतो. शिकारीसाठी आणि मासेमारीसाठी लागणारी साधने ते स्वतःच्या हाताने बनवतात.

समाजामध्ये एकदाच विवाह करण्याची पद्धत असली, तरी अनेकपत्नीत्व अस्तित्वात आहे. सामाजिक, धार्मिक व आर्थिक कार्यात स्त्रिया पुरुषांच्या बरोबरीने सहभागी असतात. कोकणांचा आहार अतिशय साधा असतो. भात, नाचणी, उडीद, कुळीथ तसेच जंगलात येणाऱ्या पालेभाज्या यांनी रोजचा आहार सिद्ध असतो. मांसाहारात मासे, खेकडे, शिंपले तसेच पक्ष्यांचा समावेश असतो. कोकणा लोकांमध्ये अतिशय आवडीने खाल्ला जाणारा पदार्थ म्हणजे बांबूच्या बिया. प्रत्येक १२ वर्षांनी बांबू फुलतो आणि त्याच्या बिया साठवल्या जातात. वेळप्रसंगी त्या अन्न म्हणून खाल्ल्या जातात. काळाप्रमाणे पोशाखपद्धती बदलत आहे; पण पोशाख अगदी मराठी वळणाचा असतो. शरीरावर गोंदवून घेणे व अलंकार कोकणांना विशेष प्रिय आहे. कोकणा स्त्रिया आठवारी साडी, चोळी आणि डोक्याला फडके बांधतात. साडी दोन भागांत बनलेली असते. पुरुष लुंगी आणि बंडी घालतात. कोकणा संस्कृती वैशिष्ट्यपूर्ण असून, आधुनिक जगाबरोबर शैक्षणिकदृष्ट्या ते पुढारत आहेत.

(११) कोलाम

कोलाम लोक हे कोलवार आणि पुजारी या नावानेसुद्धा ओळखले जातात. कोलाम लोक 'कोलाम' हे नाव जमातीबाहेरील लोकांच्या सोयीसाठी वापरतात. जमातीअंतर्गत लोक स्वतःला 'कोलवान' असे संबोधतात. कोलवान म्हणजे असे लोक जे डुकराची शिकार करतात. महाराष्ट्रात ते यवतमाळ, उस्मानाबाद, चंद्रपूर, गडचिरोली आणि नागपूर या जिल्ह्यांमध्ये पसरलेले आहेत. मध्य प्रदेशात सागर, बेतूल या जिल्ह्यांमध्ये, तर आंध्र प्रदेशातील आदिलाबाद या जिल्ह्यातही आहेत. १९८१ च्या जनगणनेनुसार त्यांची महाराष्ट्रातील लोकसंख्या १,१८,०७३ इतकी आहे. कोलामांची अनेक कुळे आहेत. जसे टेकाम, वातुळकर, नेकवारका, पारसीनेकुल, घोटकर आणि रविकुल. कुळांचीच नावे आडनावे म्हणून वापरली जातात. कोलाम

हिंदू धर्म पाळतात. एक विवाहपद्धती समाजमान्य आहे. कोलाम स्त्री शेतकामात सहभागी होते व आपल्या मिळकतीतून घरासाठी मदत करते.

महाराष्ट्रात कोलाम 'कोलामी' भाषा बोलतात. कोलामी ही द्रविडीयन भाषा असून, ती बोलीभाषा आहे. त्या भाषेस लिपी नाही. एक अतिशय वैशिष्ट्यपूर्ण गोष्ट म्हणजे कोलामी भाषेत तेलगू, कन्नड इ. भाषांतील शब्दांचा समावेश आढळतो. कोलाम या तीन ते चार भाषांच्या संपर्कात आले असावेत; परंतु हे अशक्य वाटते. त्यामुळे असे मानले जाते की, कोलामी भाषा ही द्रविडीयन भाषांची जननी असावी किंवा ती एक द्रविडीयन भाषाच असावी. कोलामी लोक भीम आणि हिडिंबेच्या वंशाचे वंशज असावेत आणि ते त्यांच्या पूर्वजांची पूजा करतात. कोलाम लोकांच्या पाड्यांना 'कोलमपोड' म्हणतात. प्रत्येक पाड्यामध्ये १७-१८ घरे असतात. कोलामांचे घर पूर्णतः निसर्गनिर्मित आहे. घराच्या भिंती कारवी, मोह आणि पळस या वृक्षांच्या काटक्यांपासून बनवलेल्या असतात. छत हे गवतापासून बनवलेले असते. घर आकाराने लहान असते. घराची उंचीही ६-८ फूट असते. घराचा घेरही अगदी कमी असतो. घरात कोणत्याही प्रकारचा आडोसा नसतो अथवा खोल्या नसतात. एकच खोली सर्व कामांसाठी वापरली जाते. भिंती शेणामातीने सारवलेल्या नसतात. घराबाहेर छोटे नहाणीघर असते. नहाणीघर उघडे असते.

शाकाहारामध्ये कोलाम लोकांचा मुख्य आहार ज्वारी आणि तूर आहे. मांसाहारात ते अनेक प्राण्यांचे मांस खातात; पण डुकराचे मांस त्यांना विशेष आवडते. डुकराची शिकार करण्यात ते अतिशय पारंगत आहेत. सणावाराला मांसाहारी जेवण बनवले जाते. कोलामांमध्ये कोणतीही पोटजात अस्तित्वात नाही. त्यामुळे त्यांच्यामध्ये उच्च-नीच असा कोणताही भेद आढळत नाही. समाजामधून आपला जोडीदार स्वतः निवडण्याचे स्वातंत्र्य असते. कोलाम स्त्री पूर्वी चोळी घालत नसे; परंतु काळानुरूप त्यांचा पोशाखही बदलला आहे.

(१२) ढोर कोळी

संपूर्ण भारतात ढोर कोळी महाराष्ट्र, कर्नाटक, गुजरात, राजस्थान आणि दादरा-नगर हवेली या राज्यांमध्ये पसरलेले आहेत. दादरा-नगर हवेलीतील त्यांचे स्थलांतर महाराष्ट्रातून आणि गुजरातेतून झाले आहे. शिवाय ढोर कोळी ठाणे आणि नाशिक जिल्ह्यातील डोंगराळ भागातही आहेत. १९८१ च्या जनगणनेनुसार त्यांची

संख्या ७७,४३५ आहे. ऐंथोवेनच्या म्हणण्यानुसार, ढोर म्हणजे पशुधन. या शब्दापासून 'ढोर कोळी' हे नाव तयार झाले असावे. ढोर कोळी कोकणी, मराठी आणि अहिराणी भाषा बोलतात आणि देवनागरी लिपी वापरतात. एका मतप्रवाहानुसार, ते वेणा राजाच्या बुटक्या काळ्या लोकांचे वंशज आहेत. दुसऱ्या मतप्रवाहानुसार ते रामायणातील वाल्मीकींचे वंशज असावेत. ते स्वतःला कातकरी, महार आणि मांग लोकांपेक्षा उच्च समजतात. या जमातींपासून ते काहीही घेत नाहीत.

कामाच्या स्वरूपानुसार ढोर कोळींमध्ये दोन भाग पडतात. ढोर कोळी व टोकरे ढोर कोळी. कोळींमध्ये बऱ्याच प्रकारची कुळे अस्तित्वात आहेत. एकपत्नीत्व व बहुपत्नीत्व या प्रथा आहेत. भूत-पिशाच्चावर त्यांचा विश्वास आहे. गोमतीमाता आणि होळीमाता हे त्यांचे गावदेव आणि समाजदेव आहेत. ढोर कोळींची घरे वेगवेगळ्या तुकड्यांमध्ये वसविलेली असतात. घरे चौकोनी अथवा आयताकृती आकाराची असतात आणि जमिनीवर कोणत्याही चौथऱ्याशिवाय बांधलेली असतात. कारवीच्या फांद्या, बांबू, लाकडी दांडे, गवत व शेण यांच्या मदतीने घर बांधले जाते. पाळीव प्राणी घरातच बांधले जातात.

भात, नाचणी व वरई हे ढोर कोळींचे प्रमुख अन्न आहे. मटण आणि मांस आवडीने खाल्ले जाते. जनावरांची कातडी कमवणे हा त्यांचा पारंपरिक व्यवसाय असून, ते शेती व शेतमजुरीसुद्धा करतात.

(१३) महादेव कोळी

महादेव कोळ्यांना डोंगर किंवा राज कोळी असेही संबोधले जाते. ऐंथोवेनच्या मतानुसार, महादेव कोळ्यांची मूळ भूमी ही निजामाच्या देशातील महादेव पर्वतातील आहे. तेथून त्यांनी चौदाव्या शतकात उत्तर कोकण भागात स्वतःचे प्रस्थ वाढवले. १९८१ च्या जनगणनेनुसार त्यांची लोकसंख्या ७,८७,४४८ इतकी होती.

महादेव कोळी ही महाराष्ट्रातील एक पुढारलेली आदिवासी जमात आहे आणि तिचे उच्च पद हे इतर जमातींनी मान्य केलेले आहे. महादेव कोळी लोकसंख्येनुसार महाराष्ट्रातील दुसऱ्या क्रमांकाची आदिवासी जमात आहे. अस्खलित मराठी बोलणारी व प्रभुत्व असणारी ही महाराष्ट्रातील आदिवासी जमात आहे.

सिरजूल हसन यांच्या म्हणण्यानुसार, महादेव कोळी हे नाव भगवान महादेवाच्या नावावरून पडले असावे. जमातीतील काही पुरुष या गोष्टीला दुजोरा

देतात. त्यांच्या म्हणण्यानुसार, त्यांचे पूर्वज महादेवाची अत्यंत आदराने पूजा करत असत. मात्र आता कोणीही महादेवाची प्रतिमा घरात ठेवत नाही. जरी महादेव कोळी स्वतःला कोळी म्हणवून घेत असतील तरीही ते कोळी, मल्हार कोळी किंवा सोनकोळी यांबरोबर कोणतेही साधर्म्य दाखवत नाहीत. सोनकोळी हे मासेमारी करणारे, तर महादेव कोळी पशुपालन करणारे म्हणून ओळखले जातात. महादेव कोळी आणि मल्हार कोळी या दोघांनी 'कोळी' हे नाव मान्य केले असले तरी ते एकमेकांना वेगळेपणाने वागवतात. महादेव कोळी हे मल्हार कोळ्यांपेक्षा उच्च मानले जातात.

महादेव कोळी प्रामुख्याने नाशिक, पुणे, नगर, ठाणे व रायगड जिल्ह्यांत आहेत. भात, नाचणी आणि वरईचा आहारात प्रामुख्याने समावेश असतो. जेव्हा भाज्या उपलब्ध असतात तेव्हा ते त्या खातात. जंगल हे या लोकांचे एक महत्त्वाचे उत्पन्नाचे साधन आहे. प्रामुख्याने शेतीचे दिवस संपल्यावर हे लोक जंगलातील उत्पादनावर अवलंबून असतात. महादेव कोळ्यांची घरे सरासरी दोन ते तीन खोल्यांची बनलेली असतात. घराचा आकार चौकोनी अथवा आयताकृती असतो. भिंती कारवीच्या फांद्यांपासून व शेणामातीने लिंपलेल्या असतात व खिडक्या नसतात. छप्पर गवताचे बनवले जाते किंवा छपराला कौले लावली जातात. जर एखादीच खोली असेल तर कारवीच्या फांद्यांनी आडोसा करून वेगळ्या खोलीसारखे तयार केले जाते व फार कमी वेळा त्याचा स्वयंपाकघर म्हणून वापर होतो. नात्यातील लग्नसंबंधांना मुभा आहे. यांचे विवाहविधी व मृत्युनंतरचे विधी हे रावळ गोसाव्यांकडून केले जातात. खंडोबा, भैरव व देवी भवानी या देवांची ते पूजा करतात. होळी आणि दिवाळी हे सर्वात मोठे सार्वजनिक सण आहेत. पोळा, पाडवा, अक्षय्य तृतीया, नागपंचमी, दसरा हेही तितकेच महत्त्वाचे सण आहेत.

(१४) मल्हार कोळी

मल्हार कोळी हे मल्हार कोळी या नावानेच प्रसिद्ध आहेत. ठाणे जिल्ह्यात त्यांची संख्या अधिक आहे. त्यांच्या नावाशी निगडित दोन मतप्रवाह प्रसिद्ध आहेत. ते असे – १) द्रविडीयन शब्द 'माला' म्हणजे डोंगर, म्हणून मल्हार कोळी आणि २) मल्हारदेवाची पूजा करणारे ते मल्हार कोळी. काही मल्हार कोळी

लोकांना मल्हार कोळी या नावाचा उगम माहीत नाही. काही मल्हार कोळी खंडोबाची पूजा करतात आणि आपले पूर्वज पूर्वापार मल्हारदेवांची पूजा करत आणि त्यामुळेच आपले नाव मल्हार कोळी झाल्याचे ते सांगतात.

१९८१ च्या जनगणनेनुसार त्यांची लोकसंख्या १,७७,३६७ इतकी आहे. कोळी या शाखेतील आहेत की नाही, हे स्पष्ट नाही. त्यांनी कोळी हे नाव मान्य केले आहे; पण कोळी लोकांशी त्यांचा कोणताही संबंध नाही.

इतर जमातींप्रमाणेच मल्हार कोळीसुद्धा पुरुषप्रधान आहेत. लग्नानंतर मुलगी सासरी जाते. अनेक कुळे अस्तित्वात आहेत. आईकडील नात्यांना जन्म आणि मृत्युसमयी विशेष महत्त्व असते. मल्हार कोळ्यांची घरे ही चौकोनी किंवा आयताकृती असतात. कोणत्याही पायाविना बांधलेल्या भिंती, बांबूच्या पट्ट्या शेणामातींनी सारवून बांधलेल्या असतात आणि पाळीव प्राणी घरातच बांधलेले असतात.

लंगोटी, धोती आणि बंडी असा मल्हार कोळी पुरुषांचा पेहराव असतो. शुभप्रसंगी फेटा घातला जातो. महिला 'सुडकं' म्हणजे साडी आणि चोळी घालतात.

भात हे प्रमुख अन्न आहे. आहारात भात, डाळी, भाज्या, मटण, चिकन आणि सुक्या माशांचा समावेश असतो. काही मल्हार कोळींची मातृभाषा मराठी आहे. मात्र काहीजण गुजराती, हिंदी, तेलगू इ. भाषा बोलतात. असे म्हटले जाते की, पूर्वी मल्हार कोळी किल्ल्याचे संरक्षक म्हणून काम करत. तसेच अख्ख्या गावालाही तेच पाणी पुरवत. पण सध्या ते शेतकरी व शेतमजूर म्हणूनच काम करतात. विधवा विवाहास व घटस्फोटास समाजात परवानगी आहे. मल्हार कोळी हे हिंदू आहेत, असे सांगतात. नागपंचमी, गौरी, साकडचौथ, पितर अमावास्या आणि होळी हे सण साजरे केले जातात.

(१५) कोरकू

कोरकू ही विदर्भातील एक मोठी आदिवासी जमात आहे. कोरकू लोकांच्या मूळ उत्पत्तीबाबत एक अतिशय वैशिष्ट्यपूर्ण गोष्ट सांगितली जाते. कोरकूंचा असा विश्वास आहे की, रावणाने एकदा भगवान महादेवांना विनंती केली की, तुम्ही सातपुडा आणि विंध्य पर्वतरांगांमध्ये काही वाड्या वसवाव्यात. भगवानांनी ती विनंती मान्य केली व त्यांनी मातीच्या गोळ्यापासून पुरुष 'मूळ' आणि स्त्री 'मुळाई' असे दोन पुतळे बनविले. ही माती सावलीगड आणि 'भनवरगड' येथील होती.

कोरकू 'मूळ' आणि 'मुळाई' हे त्यांचे पूर्वज आहेत, असे मानतात. त्यातून ते निर्माण झाले. कोरकू निमार, बेतुल आणि छिंदवाडा (मध्य प्रदेश) आणि मेळघाट, (जि.अमरावती, महाराष्ट्र) येथील सातपुडा पर्वतरांगांच्या दोन्ही बाजूंना आहेत. १९८१ च्या जनगणनेनुसार त्यांची लोकसंख्या १,१५,९७४ इतकी आहे.

छोट्या डोंगरांची पठारे तसेच उतारावरील सुपीक जमिनी असणारी ठिकाणे कोरकू गाव वसवण्यासाठी निवडतात. गावाचा आराखडा अगदी ठराविक असतो. वाडीत, घरे दोन ओळीत बांधली जातात. ती एकमेकांच्या अगदी जवळजवळ असतात. काहींच्या मते, कोरकू हे मूळ मेळघाटातील नव्हेतच. येथील लोक निहाल; परंतु पुढे कोरकू वाढले आणि निहाल कमी झाले, असे म्हणण्याचे कारण, कोरकूंच्या गावातील घरे नेहमी एका सरळ रेषेत समोरासमोरील ओळीत असतात. ज्याप्रमाणे बराकी असाव्यात. दुसरा एक संदर्भ असा की, ब्रिटिश लोकांनी मेळघाट परिसरात वृक्षारोपणासाठी काही जमाती बाहेरून आणल्या होत्या, त्यातील कोरकू असावेत काय? असाही प्रश्न आहे. कोरकू स्वतःला रावणाचे वंशज समजतात. रावणाचा मुलगा इंद्रजित किंवा मेघनादाची ते पूजा करतात. मेघनादाचे प्रतीकात्मक स्वरूप त्यांच्या गावात असते.

घरे उत्तर-दक्षिण या दिशेने तोंड करून बांधलेली असतात. कोरकू छोट्या टेकड्या आणि सुपीक जमिनी पाहून तेथेच स्थायिक होतात. प्रत्येक कोरकू गावात रस्त्याच्या अगदी मधोमध 'मुथावा गोमज' म्हणजे गावदेव असतो.

झोपड्या या आयताकृती असतात आणि आत कोणत्याही प्रकारचा आडोसा नसतो. प्रत्येक झोपडी दगडांच्या जाड चौथऱ्यावर बांधली जाते. चौथऱ्यावर मुरुमाचा एक थर दिला जातो. भिंती बांबूच्या पट्ट्या शेणा-मातीने दोन्ही बाजूंनी थापून अथवा सारवून बांधल्या जातात. छत तिरके असते आणि सागाच्या पानांपासून व गवतापासून ते बनवले जाते. दारेसुद्धा बांबूच्या काटक्यांची बनलेली असतात. ज्यांच्याकडे पाळीव प्राणी आहेत, ते लोक प्राणी झोपडीबाहेर बांधतात.

ज्वारी हे प्रमुख अन्न असून, डाळ आणि भाज्यांबरोबर भाकरी खाल्ली जाते. गहू आणि तांदूळ ते पैसे कमविण्यासाठी पिकवतात. काही वेळा ते भाज्याही पिकवतात. गहू आणि तांदूळ मुबलक प्रमाणात जरी पिकले तरी कोरकू लोक ते स्वतःसाठी वापरत नाहीत. जेवण एका मोठ्या थाळीत घेतले जाते. पाहुणे आल्यावरही जेवण या प्रकारेच केले जाते. त्यांचा पारंपरिक व्यवसाय शेती आहे. त्यांचे दुय्यम

व्यवसाय म्हणजे तेंदूची पाने, मध आणि औषधी वनस्पती गोळा करणे हे आहेत.

कोरकूंचे 'कुय गोमज' आणि 'भूम गोमज' हे वेगळे देव असले तरी ते हनुमान, महादेव, सूर्य आणि चंद्र या हिंदू देवांचीही पूजा करतात. मुलांसाठी लग्नाचे सरासरी वय १५-२० आहे, तर मुलींसाठी ते १२-१७ आहे. विधवा विवाह आणि घटस्फोट समाजमान्य आहे. कोरकू भाषा ही मुंडा किंवा खेरवारी भाषेची पोटभाषा आहे. तिची कोणतीही लिपी नाही. बहुतांश कोरकू हिंदी भाषेचा द्वितीय भाषा म्हणून वापर करतात. डाल्टन आणि रसेल यांच्या म्हणण्यानुसार, कोरकू, कोल किंवा मुंडा या जमातींची एखादी शाखा असावेत. यात जुआंग, खारिया, मुंडा, संथाल आणि होस या जमातींचा समावेश होतो. त्यांची नावे कोल लोकांच्या नावाशी बरीच मिळतीजुळती आहेत. त्यांची आदिवासी नावे आणि शारीरिक जडणघडण बरीचशी 'कोल' लोकांप्रमाणे आढळते. गॅरिसन यांनी कोरकू भाषेचे 'कोलारियम' भाषेची उपभाषा असे वर्गीकरण केले आहे.

इतर आदिवासी जमातींप्रमाणेच यांनाही दागिन्यांची आवड आहे. कोरकू पुरुष धोतर, बंडी वापरतो. स्त्रिया लुगडे आणि चोळी वापरतात. आपली सांस्कृतिक जीवनपद्धती त्यांनी अजूनही सोडलेली नाही. स्त्रिया हातात कंगनी, पोले म्हणजे चांदीची पोकळ कडी वापरतात. तगली म्हणजे अंगठी. चांदीच्या नाण्यांची माळ वापरतात. वृद्ध स्त्रिया शिशाचे बाजूबंद वापरतात. त्याला 'मथी' असे म्हणतात. कोरकूंच्या पुजाऱ्याला 'भूमका' असे म्हणतात, तर कोरकूवस्तीला 'धना' असे म्हणतात.

(१६) परधान

भारतामध्ये महाराष्ट्र, मध्य प्रदेश आणि आंध्र प्रदेश या तीन राज्यांमध्ये परधान ही आदिवासी जमात आहे. महाराष्ट्रात ते विदर्भातील ९ जिल्ह्यांत पसरलेले आहेत. १९८१च्या जनगणनेनुसार त्यांची लोकसंख्या ९८,६८५ इतकी आहे. ते पूर्वी गोंड राजाचे कवी व इतिहासकार म्हणून काम पाहत. गोंड राजांच्या उतरत्या काळात मात्र राजा त्यांना आश्रय देऊ शकला नाही आणि परधानांनी शेती व्यवसाय स्वीकारला. ज्यांनी स्वतंत्र शेतीव्यवसाय केला नाही, त्यांनी शेतमजूर म्हणून काम करणे सुरू केले. गोंडाच्या वंशावळी ठेवण्याचे काम परधान करीत असत. परधानांच्या उत्पत्तीच्याही काही कथा आहेत. एका कथेनुसार 'गोंड-गोंडीणी'ला सात मुले

झाली. त्यातील सातवे मूल घराबाहेर शेतात झाल्याने ते परधान. तर दुसऱ्या कथेनुसार देवाला प्रसन्न करण्यासाठी एका कुटुंबातील भाऊ प्रयत्न करत असतात. यासाठी सातव्या क्रमांकाचा भाऊ आपले 'बना' वाद्य वाजवून देवाला प्रसन्न करतो. हा भाऊच परधानांचा पूर्वज आहे. बना वाद्य वाजविण्यास परधानात खूप महत्त्व आहे. परधानांच्या राजपरधान, गांडापरधान आणि थोटीपरधान अशा उपजमाती आहेत.

गोंडी ही द्रविडीयन भाषा त्यांची मातृभाषा आहे. परधान मराठीसुद्धा बोलतात. ते हिंदी समजू शकतात. हिवाळे यांच्या मतानुसार गोंड आणि परधान यांची कुळे सारखी आहेत. त्यांच्या पुराणकथा सारख्या आहेत. इतकेच नाही, तर त्यांच्या धार्मिक चालीरीती आणि सणवारही तितकेच सारखे आहेत. एखाद्या लग्नात जर गोंड आणि परधान एकत्र आले तर ते एकाच घरातील व्यक्ती असल्याप्रमाणे वागतात. मात्र, गोंड परधानांना कनिष्ठ दर्जा देतात. परधानांकडून ते कोणतेही अन्न स्वीकारत नाहीत आणि त्यांमध्ये लग्न जुळवले जात नाही. परधान हे विविध कुळांमध्ये विभागले गेले आहेत. वेगळ्या कुळातील भावंडांशी लग्न करण्याची परवानगी असते. वधुदक्षिणेची पद्धत अस्तित्वात आहे. लग्न झाल्यावर मुलगी सासरी जाते; पण जोडपे वेगळे घर करून राहते. परधान इतर समाजांप्रमाणेच पुरुषप्रधान आहेत. शेतमजुरी हा परधानांचा पारंपरिक व्यवसाय आहे.

परधानांची बहुतेक घरे कच्ची असतात. घरे एकमेकांपासून वेगवेगळी असतात. घरे म्हणजे जवळपास मातीच्या झोपड्या असतात. काळानुरूप विटांची घरेही बांधली जात आहेत. झोपड्या अथवा खोल्या दगडांनी रचलेल्या जाड चौथऱ्यावर बांधलेल्या असतात. परधान लोकांचा पोशाख इतर आदिवासी जमातींप्रमाणे साधा व सोपा असतो. परधान बडा देव, गोंडाचे उच्च देव यांची पूजा करतात. अद्भुत शक्ती आणि पूर्वजांची ते विविध प्रसंगी पूजा करतात. ते हिंदू धर्मातील काही सणही साजरे करतात. भात, गहू आणि रागी हे प्रमुख अन्न असून, ते मांसाहारासही प्राधान्य देतात.

परधानांची स्वतःची अशी पारंपरिक सामाजिक बैठक असते.

(१७) गोंड

भारतातील एक महत्त्वाची, मोठ्या संख्येची आणि मोठ्या भागावर पसरलेली

एक मोठी जमात आहे. सातपुड्याच्या रांगांत, मध्य भारतातील महाराष्ट्र, मध्य प्रदेश, छत्तीसगड, ओरिसा, आंध्र प्रदेश एवढ्या मोठ्या भूभागावर त्यांची वस्ती आहे. हे जरी गोंड नावाने ओळखले जात असले तरी ते स्वतःला 'कोई' अथवा 'कुई' म्हणवतात. कोंड, खोंड, कोरकू, कोलाम यांच्याशी ते वंशाने आणि भाषेने जोडलेले आहेत. नर्मदा आणि गोदावरीच्या आणि सातपुडा ते विंध्य यामधील भागात व आजूबाजूस गोंडच पसरले आहेत. अनेक विद्वानांच्या मते, 'गोंड' या मोठ्या नावाखाली अनेक जमातींचे लोक येतात. साधारणपणे २००च्या वर जमाती गोंड समुदायाखाली असाव्यात (राजूरकर)कदाचित गोंडवना नामक प्रदेशातील ते गोंड असावेत; आणि जे गोंडी भाषा बोलतात ते 'गोंड'. परंतु हे दोन्ही भौगोलिक आणि भाषिक स्वरूप झाले. कदाचित या सर्व जमाती गोंडांच्या पोटशाखा किंवा संलग्न संबंधित जमाती असाव्यात. गोंडांच्या अंतर्गत राज गोंड हे प्रामुख्याने येतात. माडिआ, मुरिआ या प्रकाराचा उल्लेख इतरत्र आलाच आहे. गोंडांची भाषा ही 'गोंडी'. मात्र मराठी, कन्नड, तमिळ भाषांमध्ये या भाषेने मोठे योगदान दिले आहे. भारतामध्ये भिल्ल आणि गोंड या प्राचीन काळापासून असलेल्या आणि मोठ्या भूभागावर पसरलेल्या जमाती आहेत. त्यांची आपापली राज्येही होती. जबलपूरजवळील 'मदनमहाल' हा दुर्गावती या गोंड राणीचाच महाल आहे.

थोडीफार शेती करून शिकारीवर त्यांचा भर असे. गोंडाची विशेष प्रथा म्हणजे घोटुल अथवा गोतुल. त्यामध्ये वयात आलेली मुले-मुली एकत्र राहतात; झोपतात. तेथे त्यांची मैत्री जमून लग्नेही होतात. विधवाविवाह बहुधा दिराबरोबरच होतात. परधान, माडिआ यांच्यासारख्या बऱ्याच प्रथा गोंडातही आहेत. त्यांच्यामध्ये चार, पाच, सहा, सात देवे अशा कुळी आहेत. यावरून कुळातील देवांची संख्या दिसते आणि एका कुळीत विवाह केले जात नाहीत. अंगावर गोंदून घेण्याची प्रथा आहे. दागदागिने वापरण्याची पद्धत आहे.

(१८) गोवारी आणि गोंडगोवारी

यांचा उल्लेख डॉ. इरावती कर्वे यांनी 'नागपूर प्रांतातले गुराखी' असा केला आहे. मात्र ते गाई-बैलांपेक्षा म्हशीच पाळतात (कर्वे १९६२). प्रामुख्याने हे विदर्भातच आहेत. रसेल आणि हिरालाल यांनी गोंड आणि गोवारी यांच्या मिश्रणातून गोंडगोवारी झाले, असे लिहिले आहे. नागपूर भागात यांच्या तीन शाखा आहेत.

१) गायगोवारी, २) इंगागोवारी, ३) गोंडगोवारी. मात्र गोवारी हे स्वतःला या तिघांपेक्षाही वेगळे मानतात. गोवारींची असंख्य कुळे आहेत आणि एका कुळात विवाह होत नाहीत. गोंडांप्रमाणेच यांच्यातही विधवेचे दिराशी लग्न होते. मामाच्या मुलीशी लग्न होते. पूर्वजपूजा यांच्यामध्ये आहे. स्वतःला मुलगा नसेल तर आपली संपत्ती बहिणीच्या मुलाला जाते. ही पद्धत मातृप्रधान कुटुंबपद्धती दाखवते. अंगावर गोंदून घेण्याची पद्धत विशेष दिसून येते.

रसेल आणि हिरालाल यांनी एक संदर्भ देऊन यांची उत्पत्ती देण्याचा प्रयत्न केला आहे. या कथेनुसार, भगवान कृष्णाच्या गाई जंगलात चरायला नेणाऱ्या एका अहिराला एक गोंड मुलगा रडताना दिसला, त्याने या मुलास घरी नेऊन वाढविले आणि आपल्या गाई राखण्याचे काम दिले. हा मुलगा गोवारीचा मूळ पुरुष झाला. मात्र, पुढे याच्या संततीने मांस भक्षण सुरू केले. त्यामुळे गवळी लोकांनी त्याला बहिष्कृत केले. याचा अर्थ अहिर आणि गोंड यांची मिश्र जात म्हणजे गोवारी.

यांच्यातही गोंदण्याची प्रथा आहे. ते एका कुळात लग्न करत नाहीत. माकड आणि गाय सोडून सर्व प्राण्यांचे मांस खातात.

(१९) माना

रसेल आणि हिरालाल यांनी माना या लोकांचा द्रविडीयन असा उल्लेख केला आहे. मात्र त्यांचे मूळ हे अस्पष्ट आणि अव्यक्त आहे, असेही नमूद केले आहे. गोंडाच्या पूर्वी माना लोकांचे राज्य होते; परंतु कालांतराने ते शेतीव्यवसायात रमले. गोवारींप्रमाणेच माना ही गोंडांचीच उपजात आहे. एका कथेनुसार, शेतातील पिकांची नासधूस करणाऱ्या घारीची शिकार एका तरुण 'माना'ने केल्यामुळे गोंड राजाने खूश होऊन मानांना जमीन देऊ केली. तेव्हापासून माना शेतकरी झाले. माना लोकांच्या तीन शाखा आहेत – १) बडवाईक माना, २) रवाद माना आणि ३) कुणबी माना

मानांमध्ये अनेक कुळे असून, एका कुळात लग्न करत नाहीत. प्रत्येक कुळाचा एक भाट असतो. वधुमूल्याची प्रथा आहे. आते-मामे भावंडांची लग्नं होतात. मृतांना पुरण्याची अथवा जाळण्याची अशा दोन्ही प्रथा आहेत. गोंडगोवाऱ्यांतील देवावर आधारित गोत्र, मृत पूर्वजांची पूजा, वधुमूल्याची पद्धत असते, हे सर्व गोंडांशी संबंध दाखविणारेच आहे.

अनुसूचित जमातीचे निकष पूर्ण केल्यामुळेच माना जमातीचा समावेश घटनेच्या कलम ३४२ अन्वये अनु. जमाती आदेश १९५६ नुसार महाराष्ट्राच्या अनु.

जमातींच्या यादीत करण्यात आला आहे व अनु. जमाती सुधारित आदेश १९७६ अन्वये माना जमात अ.क्र. १८ वर समाविष्ट आहे. माना जमातीस १९८५ पर्यंत अनुसूचित जमातीच्या सवलती मिळत होत्या. परंतु महाराष्ट्र शासनाच्या दि. २४/४/१९८५ आणि १९/६/१९८५ निर्णयानुसार माना जमातीला अनु. जमातीच्या सोयी सवलतीपासून वंचित करण्यात आले. त्यामुळे माना जमात मंडळाद्वारे उच्च न्यायालयात जनहित याचिका सादर करण्यात आली होती. याचा निकाल ११/६/२००३ रोजी लागला असून त्याद्वारे महाराष्ट्रातील माना जमातीस अनु. जमातीच्या सर्व सोयी सवलती प्रदान करण्याचे मा. उच्च न्यायालयाने आदेश दिले आहेत.

(२०) माडिया

नुसते 'माडिया' नाव उच्चारले तरी डोळ्यांसमोर येतो तो भामरागड. कारण भामरागड हेच माडियांचे प्रमुख ठिकाण आहे. ही जागा इंद्रावती आणि पर्लकोटा या दोन नद्यांच्या संगमावरती आहे. हे नाव तेथील देव 'भामरा' या नावावरून पडले आहे. माडिया भामरागडपासून बस्तर, ओरिसा आणि गडचिरोली ते धानोरापर्यंत पसरले आहेत. इंद्रावतीच्या तीरावर माडियांची ४२६ गावे वसलेली आहेत. माडिया हे गोंडांच्या अगदी जवळ जाणारे आहेत. बरेचदा माडिया हे 'माडिया गोंड' म्हणूनही ओळखले जातात.

तरीही माडिया आणि गोंड हे वेगळे आहेत. माडियांमध्ये दोन स्वतंत्र शाखा आहेत. या शाखा 'मुरिआ' आणि 'बडा माडिया' या नावाने ओळखल्या जातात. माडिया आणि गोंडांचे मूळ मात्र सारखे असू शकते. माडिया जमातीत गोंडांप्रमाणेच बंधुसमूह आहे. त्यांच्या चालीरीती, रूढी, परंपरा यांत बरेच साम्य आहे. गोंडांप्रमाणेच तेसुद्धा कुळाचा आडनाव म्हणून वापर करतात. गोंडांच्या मते, माडिया हे स्वतंत्र आहेत. १९८१ च्या जनगणनेनुसार माडियांची लोकसंख्या ११,६२,७३५ इतकी आहे. गोंडी ही माडियांची भाषा आहे. ही एक द्रविडीयन भाषा असून, तिचे मूळ आणि तेलगू, तमिळ, कन्नड भाषांचे मूळ एकच आहे.

माडिया हे परंपरागत शिकारी आहेत आणि शिकार हा त्यांच्या आयुष्यातील एक महत्त्वाचा भाग आहे. ते हरिण, रानडुक्कर, ससे, माकडं आणि पोपटाचीही शिकार करतात. काही महत्त्वाच्या प्रसंगी ते मुंग्यांची चटणी करून खातात. ते मोहाचे झाड कधीच तोडत नाहीत. माडियांच्या जीवनात मोहाच्या झाडाला वेगळे

महत्त्व आहे. मोहाच्या फुलापासून दारू, तर बियांपासून तेल काढतात. मोहाची फुले वर्षभर साठवून ठेवली जातात.

माडिया महाराष्ट्रातील एक प्राचीन आदिवासी जमात आहे. त्यांच्या सांस्कृतिक पद्धती, मृत्युनंतरचे दफनविधी, मृतांसाठी शिळा उभारण्याच्या पद्धती अश्मयुगीन काळाशी साधर्म्य दाखवतात. त्यांचे जीवनमान अतिशय वेगळे आणि वैशिष्ट्यपूर्ण आहे; एकमेव आहे. मात्र, याच कारणाने ते काळाच्या बरेच मागे राहिले आहेत. अविकसित राहिले आहेत.

त्यांच्या आहारात भात, भाकरी आणि भाज्या असतात. काकड्या, भोपळा, मोहाच्या वाळलेल्या फळांचे पीठ करून त्याच्याही भाकऱ्या करतात. प्रत्येक पिकाच्या काढणीला ते वेगवेगळ्या प्रकारचे सण साजरे करतात. माडियांची विवाहपद्धती फार वेगळी आहे. घोटुलसारख्या ठिकाणी सगळी अविवाहित मुले व मुली एकत्र येतात व रात्रभर नृत्य करतात. गाव रात्रभर जागे राहते व गावाच्या संरक्षणासाठीही ते आवश्यक असते. यात मुले व मुली एकत्र येतात व ते आपला जोडीदार निवडू शकतात.

माडिया संस्कृतीत आजाराशी निगडित देवदेवता आहेत. त्यांच्यामध्ये आजार आणि देवांचा परस्परसंबंध असतो. जर एखादी देवता आपल्यावर नाराज असेल तर आजारपण येते; आणि आजार बरा करावयाचा असेल तर आपल्याला एखाद्या विशिष्ट देवाची पूजा करणे हे आपले कर्तव्य आहे, असे ते मानतात. ते निसर्गोपासक आहेत. काही हिंदू देवांचीसुद्धा उपासना करतात. महादेवाची पूजा फारशी करीत नाहीत.

माडिया पुरुष धोतर व बंडी वापरतो, तर स्त्रिया लुगडे व चोळी वापरतात. लग्न झालेली स्त्री चोळी वापरत नाही. ही एक लग्न झाल्याची खूण असते.

(२१) पारधी

पारधी ही जमात प्रामुख्याने धुळे आणि जळगाव या महाराष्ट्रातील जिल्ह्यांमध्ये पसरलेली आहे. पारधी लोकांचे याशिवाय फासेपारधी, टाकणकर पारधी आणि पालपारधी असे प्रकार आहेत. पारधींचे मूळ राजपुतान्यात सापडते. या ठिकाणी राजपूत राजांनी पारध्यांना पहारेकरी म्हणून नेमले होते. पारधी हा शब्द 'पारध' या मराठी शब्दापासून तयार झाला आहे. पारध म्हणजे शिकार करणे. पारधी लोक हे

आंध्र प्रदेशातही असून, तेथे ते 'नहार' या नावाने ओळखले जातात. बरेचदा 'नहार' ही वेगळी आदिवासी जमात म्हणून मानली जाते.

रसेल आणि हिरालाल (१९१६) यांच्या मते, पारधी लोक हे बवरिया या किंवा काही राजपूत जाती आणि गोंड यांच्या मिश्रणातून तयार झाले असावेत. १९८१च्या जनगणनेनुसार पारधींची महाराष्ट्रातील लोकसंख्या ९५,११५ इतकी आहे. पारधी त्यांची स्वतःची 'पारधी' भाषा बोलतात; जी मराठीशी बरेच साधर्म्य दाखवते. त्याचबरोबर दख्खनी उर्दू, हिंदी आणि तेलगू भाषांचा वापर केला जातो. ज्वारी, बाजरी हे त्यांचे प्रमुख अन्न आहे. मांसाहार केला जातो. एक शाखा सोडून सर्व पारधी डुकराचे मांस खातात. पारधी समाजही बऱ्याच कुळात विभागला गेला आहे. पारधी संस्कृतीही पुरुषप्रधान आहे. त्यांच्या घराचा एकच असा नमुना आढळतो. घराच्या भिंती चिखलमातीच्या असतात आणि छतही मातीचे बनलेले असते. ज्याला 'धाबा' असे म्हटले जाते. घरे एकमेकांना चिकटलेली असतात. घरात ४-५ खोल्या असतात आणि घराला समोरचे असे एकच दार असते.

मामाच्या मुलीशी लग्न करणे जमातीत मान्य आहे. वधुदक्षिणेची पद्धत हुंडा पद्धतीमध्ये मोठ्या प्रमाणात परावर्तित झालेली आहे. विधवाविवाहास मान्यता आहे. घटस्फोट पूर्वी मान्य केला जाई; पण आता तो तितका सहज मान्य केला जात नाही. पारधी स्त्रिया व्यावहारिक जीवनातही हातभार लावतात. घरकामाबरोबरच दगडाला आकार देण्याचेही त्या काम करतात. पारधी जमातीचा पारंपरिक व्यवसाय म्हणजे मोठे दगड गोळा करून त्यापासून जाते, उखळ अशा वस्तू करून विकणे आणि फासे लावून पक्षी व प्राणी पकडणे असे आहेत; पण आज बरेच लोक शेतीविषयक कामात मग्न आहेत. गुन्हेगारी जमाती कायदा आणि वसाहतींचा कायदा १९५२ मध्ये रद्द झाल्यावर ८० वर्षांच्या बेड्यांतून हा समाज मुक्त झाला; पण आजही मूळच्या गुन्हेगारी कायद्याच्या संशयाची सुई त्यांच्यावर फिरत असते. उत्पन्नाचे ठोस म्हणावे तसे साधन उपलब्ध नसल्याने ते गुन्हेगारीकडे ओढले गेले होते; असा त्यांच्यावर पूर्वी आक्षेप होता.

पारधी त्यांचा धर्म हिंदू सांगतात. देवी आणि खंडोबाची ते पूजा करतात. नारळ आणि बकऱ्यांचा नैवेद्य या देवांना चढविला जातो. हनुमान, महादेव, विठ्ठल-रखुमाई या देवांचीही पूजा केली जाते. या देवांची चांदीची प्रतिमा घरातही पूजली जाते. गुढीपाडवा, अक्षय्य तृतीया, पोळा, नवरात्र, दिवाळी आणि होळी

यांसारखे हिंदू सणही पारधी लोक साजरे करतात.

(२२) ठाकर

ठाकर ही महाराष्ट्रातील एक बरीच मोठी आदिवासी जमात असून, ते महाराष्ट्राच्या ठराविक जिल्ह्यांत आहेत. ठाणे, रायगड, नाशिक आणि अहमदनगर या महाराष्ट्रातील जिल्ह्यांमध्ये ते वास्तव्यास आहेत; ठाकरांचे दोन प्रमुख प्रकार आहेत, ते म्हणजे 'क' आणि 'म'. याचा दुसरा अर्थ 'क' म्हणजे कनिष्ठ आणि 'म' म्हणजे उच्च असाही होतो. ठाकरांचे पूर्वीचे नाव 'ठाकुर' असावे, असा एक मतप्रवाह आहे; पण काळाच्या ओघात शब्दरचना बदलत त्याचे रूपांतर 'ठाकर' या शब्दांत झाले असावे. याचे रूपांतरण केव्हा झाले किंवा कसे झाले, याचे उत्तर अद्याप अज्ञात आहे. चापेकर यांच्या म्हणण्यानुसार, ठाकरांचे मूळ ठिकाण हे नाशिक जिल्ह्याच्या पश्चिम डोंगररांगांत असावे. ठाकर पितृसत्ताक जमात असून, त्यांची नावे थोड्याफार फरकाने सारखी आहेत. ते एकाच पूर्वजांचे वंशज आहेत. वडिलांच्या संपत्तीची वाटणी सर्व मुलांमध्ये सारख्या भागांनी होते. मुले नसतील तर संपत्ती भावाच्या वाट्याला जाते. वेगवेगळ्या कुळांमध्ये लग्न केले जाते. 'क' ठाकर आणि 'म' ठाकर यांच्यात लग्न होत नाही. विधवाविवाहास मान्यता आहे.

ठाकर लोक शेतांच्या जवळ जंगलांच्या सुरुवातीच्या पट्ट्यात अथवा डोंगरउतारावर वाड्या बांधून राहतात. काही ठाकर लोक स्वतःची पूर्णपणे वेगळी वाडी बांधून राहतात. तर काहीजण दुसऱ्या आदिवासी जमातीशेजारी राहतात. बऱ्याच वेळा ठाकर आणि कातकरी जमाती एकाच गावात राहतात.

ठाकरांची झोपडीवजा घरे ही माती-दगडांच्या पायावर उभी असतात. घराच्या भिंती कारवीच्या काड्यांना शेणामातीने लिंपून बनवलेल्या असतात; तर छत कौलारू अथवा गवताचे बनविलेले असते. घराचा आकार चौकोनी किंवा आयताकृती असतो. घराला एक किंवा दोन दारे असतात व खिडक्या नसतात.

लंगोटी, बंडी, फेटा किंवा शेला हा ठाकर पुरुषांचा पारंपरिक पोषाख आहे. आधुनिक काळाप्रमाणे ते पँट-शर्टही वापरतात. स्त्रिया लुगडे, चोळी, फडके वापरतात. काही वेळा नुसतीच चोळी व टॉवेल परिधान केलेले असते. स्त्रिया चांदीचे दागिने वापरतात व त्याचे अनेक प्रकार असतात. गोंदवणे हा प्रकार स्त्रियांमध्ये प्रसिद्ध आहे; पण पुरुषांमध्ये तो तितका लोकप्रिय नाही. भात आणि नागली हे प्रमुख अन्न असून, तेच प्रमुख पीकही आहे. उडदाची डाळ जास्त वापरली जाते. मराठी ही

ठाकरांची मातृभाषा आहे. आपसातही ते मराठीतच बोलतात. ठाकर हे शेतीच्या काळात शेती करतात, तर उरलेल्या काळात लाकूडफाटा गोळा करणे, जंगली फळे आणि कंदमुळे गोळा करण्याचे काम करतात. सरपण जमविण्याचे कामही करतात. या गोष्टींपासून मिळणारे उत्पन्न इतर गरजा पूर्ण करण्यासाठी वापरतात.

(२३) वारली

काही समाजांत काही वेगळे कलागुण जोपासले जातात आणि तीच कला त्यांची ओळख बनते. जेव्हा तुम्ही वारली म्हणता, तेव्हा तुमच्या डोळ्यांसमोर चटकन वारली चित्रकला येते. वारली चित्रकला ही यांची खासियत आहे. वारली लोक ठाणे जिल्ह्यात जास्त प्रमाणात आहेत. जव्हार–मोखाडा हे वारली लोकांचे मुख्य वसतिस्थान आहे. १९८१च्या जनगणनेनुसार वारलींची लोकसंख्या ३,६१,२७१ इतकी आहे.

महाराष्ट्र, गुजरात आणि दादरा–नगर हवेलीत वारली आदिवासी पसरले आहेत. 'वारली' शब्द 'वारल' या शब्दावरून तयार झालेला आहे. वारल म्हणजे 'जमीन असणारे.' १९२२ मध्ये एंथोवेनच्या निरीक्षणानुसार, वारली हे काही प्रमाणात भटकणारे लोक होते आणि आपल्या स्वतःच्या टोळीप्रमुखाच्या हाताखाली ते रहात. महाराष्ट्रात वारली मुंबई, रायगड, ठाणे, नाशिक, धुळे, जळगाव, अहमदनगर आणि पुणे या जिल्ह्यांत ते आहेत. आपसात वारली लोक वारली भाषा बोलतात. वारल्यांच्या चार प्रमुख शाखा पडतात. त्या म्हणजे शुद्ध वारली, मुरडे, दादर आणि निहार व त्यांची ४०पेक्षा जास्त कुळे असून, त्यापैकी २४ कुळे शोधली गेली आहेत.

व्ही. के. राजवाडे (इतिहासकार) यांच्या म्हणण्यानुसार, वारली हा शब्द 'वरुड' या शब्दावरून तयार झाला. वारुड–बारुड–वारुडकी–वारुलई–वारुली आणि शेवटी वारली असा त्या शब्दाचा प्रवास झाला आहे.

ऐंथोपेनच्या म्हणण्यानुसार, वारली म्हणजे भिल्लांची उपशाखा आहे. विल्सन यांच्या म्हणण्यानुसार, वारली आणि ठाकर या कोळ्यांच्या उपशाखा आहेत. मात्र आज वारली जमात कोळी, ठाकर आणि भिल्ल या कोणाशीच कोणत्याही प्रकारचे साधर्म्य दाखवत नाही.

वारली स्वतःच्या उत्पत्तीबद्दल सांगतात की, देवाने प्रत्येक माणसाला काही

भेटी देण्याचे ठरवले, त्याप्रमाणे एका माणसाला देवाकडून पुस्तक मिळाले, तो ब्राह्मण झाला. एकाला कुदळ मिळाली, तो माळी झाला. एकाला बांबू मिळाले, तो 'धेड' म्हणजे बुरुड झाला. एकाला भाता मिळाला, तो लोहार झाला आणि आम्हाला नांगर मिळाले आणि आम्ही शेतकरी झालो. वारली कुटुंब पुरुषप्रधान असते. स्त्रियांचा आर्थिक गोष्टीत सहभाग असतो. आईकडील नात्यांचा धार्मिक आणि सामाजिक विधीत महत्त्वाचा भाग असतो. लग्नाआधी शारीरिक संबंध ठेवण्याची मुभा असते. मात्र, या संबंधानंतर अथवा मूल झाल्यावर लग्न करावे लागते. विधवा विवाहास मान्यता आहे.

भूत-पिशाच्च या गोष्टींवर त्यांचा प्रचंड विश्वास आहे. वाघ्या, हिरवा, नारायणदेव, हिमाई, वीर आणि कणसरी हे देव वारली लोक पूजतात. दिवाळी, नागपंचमी, अक्षय्य तृतीया व होळी हे सण ते साजरे करतात.

आता जरी पँट-शर्ट वापरत असले, तरी पूर्वी वारली पुरुष बंडी व लंगोट वापरत असत. स्त्रिया लुगडे, चोळी व फडके वापरतात. तांबे, कथील, चांदीचे दागिने स्त्रिया वापरतात.

वारली लोक मांसाहारही करतात. भात, नाचणी, ज्वारी, गहू, मका हे प्रमुख अन्न आहे.

□

आदिवासींचा धर्म

धर्म हा शब्द 'धृ' या मूळ संस्कृत धातूपासून झाला असून, महाभारतात त्याचा अर्थ, जो धारण करतो, तो 'धर्म' असा आहे. पुरोगामी विचाराला जरी धर्म या शब्दाची बाधा असली, तरीही समाजरचना, समाजाची चौकट किंवा स्वरूप आहे तसे धारण व्हावे म्हणून असलेली कर्तव्ये, जबाबदाऱ्या आणि अधिकार म्हणजे धर्म. मॅलिनोस्की यांच्या मते, 'धर्म ही एक आचारपद्धती' आहे. बिल्स आणि हॉईजर यांच्या मते, आपल्या दैनंदिन जीवनातील अनिश्चिततेचे प्रमाण कमी करण्यासाठी, अनपेक्षित आणि आकस्मिकरीत्या उद्भवणाऱ्या संकटांमुळे होणाऱ्या नुकसानीची भरपाई करण्यासाठी माणसांच्या हातून जे जे वर्तन प्रकार घडतात, त्यांना धर्म असे म्हणतात. प्रा. टायलर यांच्या व्याख्येनुसार, 'अलौकिक प्राण्यावरील श्रद्धा म्हणजे 'धर्म' होय.' प्रा. डॉसन यांच्या मतानुसार, माणसापेक्षा श्रेष्ठ व गूढ अशा अज्ञात बाह्यशक्तीवर आपण अवलंबून आहोत, ही भावना जेव्हा माणसाच्या मनात निर्माण होते, त्या वेळी धर्म जन्माला येतो. या शक्तीच्या अस्तित्वाने माणसाला स्वतःची शूद्रता समजते, या शक्तीची भीती वाटते आणि या शक्तीस शरण जाण्याची भावना होते, हीच धार्मिक भावना. यातूनच पूजा-अर्चा आणि कर्मकांड यांची सुरुवात होते. सर्व प्रगत आणि अप्रगत समाजांत निर्गुण, अज्ञात

आणि दिव्य शक्तीवर विश्वास असल्याचे बघायला मिळते. विज्ञानाने कितीही प्रगती केली, तरी माणसाच्या मानसिकतेसाठी धर्म हे टिकून असलेले वास्तव आहे. कारण ती समाजाची घडण आहे. येथे धर्म म्हणजे हिंदू, मुस्लिम, ख्रिश्चन, बौद्ध वगैरे अपेक्षित नाही, तर धर्म म्हणजे जीवनाविषयीचे आदर्श सांगणारी, माणसाचे नैतिक जीवन घडवणारी तत्त्वप्रणाली आणि म्हणूनच धर्म मग तो कोणताही असो, संस्कृतीचा अविभाज्य घटक आहे. असे असूनही धर्माचे स्वरूप समजून घेणे अवघड आहे. धर्म म्हटले की, देवदेवता, धर्मग्रंथ, कर्मकांड अशा एक की, अनेक गोष्टींची मालिका तयार होते; परंतु धर्माचा इतिहास पाहू लागल्यास आदिमानवाच्या आणि त्यानंतर आदिम आदिवासी जमातींच्या धर्माचे स्वरूप एकदम भिन्न दिसते.

आदिवासी धर्म म्हणजे मानवाचे सुरुवातीचे धार्मिक जीवन. सर इ. बी. टेलर आणि जेम्स फ्रेझर यांनी धर्माचा उगम कसा झाला, हे अभ्यासताना असे नमूद केले की, आदिवासी धर्म ही धर्माची अगदी सुरुवातीची अवस्था आहे. म्हणजेच आदिवासी धर्म हा असा धर्म की, जो अतिशय प्राथमिक स्वरूपाचा आहे किंवा आदिवासी धर्म हा अशा लोकांचा धर्म की, ज्यांचा इतर नागरी समाजाशी, सांस्कृतिक संबंध आलेला नाही.

निसर्गात, समाजात, कुटुंबात आणि व्यक्तीच्या स्वतःच्याही असंख्य समस्या असतात. त्या सोडविण्यासाठी मनुष्य सतत प्रयत्नशील असतो. काही वेळा या समस्या सुटतात, तर काही वेळा या समस्या सुटत नाहीत. यामुळेच प्रश्न सुटण्या न सुटण्यामागे कोणतीतरी सुप्त शक्ती आहे, अशी भावना निर्माण होते. ही शक्ती म्हणजेच कोणी देवता आणि या देवतेस तृप्त करण्यासाठी जे जे केले जाते, ती ती उपासना. त्यातून निर्माण होतात ते कर्मकांड, रीतीरिवाज आणि परंपरा; आणि त्यातून आकाराला येतो तो धर्म. हे करावे, हे करू नये, हे अयोग्य, हे पुण्य, हे पाप इत्यादी, इत्यादी. हे अगदी साधेसुधे, सहजसुलभ आणि सोपे स्पष्टीकरण. साहजिकच जेव्हा माणसाची विचारशक्ती प्रगल्भ नव्हती, समाज सुसंघटित नव्हता, माणूस मुक्त नैसर्गिक अवस्थेत होता, त्या वेळी त्याचा संबंध फक्त निसर्गाशी होता. आयुष्यातील प्रत्येक घटना निसर्गाबरोबरच जोडलेली होती. निसर्गाबद्दलचे प्रेम, निसर्गाबद्दलचा आदर, निसर्गाबद्दलची ओढ आणि निसर्गाबद्दलची भीतीसुद्धा. यामुळेच निसर्गाची उपासना म्हणजेच नदी, डोंगर, वृक्ष, प्राणी, पक्षी यांचीच उपासना.

माणसाला मिळालेली विचारशक्ती आणि चिंतनक्षमता यामुळे माणसाची श्रद्धा ही अनुभवांवर आधारलेली असते. प्रगत आधुनिक किंवा सुसंस्कृत समाजात

या गोष्टींचे तात्त्विक चिंतन केले जाते. मात्र, आदिम समाजात पवित्र, शुद्ध, उपयुक्त अथवा अपवित्र, क्लेशकारक असे मूलभूत दृष्टिकोन असतात आणि त्या अनुषंगाने परंपरा किंवा रूढी अस्तित्वात येतात. या गोष्टी आपल्या परीने पूर्ण करता येतील तेवढ्या ते स्वतः करतात आणि जे करणे शक्य नाही, त्यासाठी भगत, बुडवा, वैदू अशा रूपाने त्यांच्या संस्कृतीत पुजारी अस्तित्वात येतात.

धर्माच्या उत्पत्तीविषयी सर्वात्मवाद, जीवित सत्तावाद आणि अलौकिक शक्ती आणि निसर्गवाद यांचा उल्लेख मानवशास्त्रात करत असले आणि तसा रूढ प्रवाह असला, तरी याचा विशेष ऊहापोह या ठिकाणी केलेला नाही. कारण रूढ अर्थाने जाणवणारा आदिवासींचा धर्म महत्त्वाचा आहे. कारण निर्जीव वस्तूत चेतना आहे का? गूढ शक्ती आहे का? किंवा मृत व्यक्तींच्या आत्म्यांचे नियंत्रण आहे का? अशा कोणत्याही प्रश्नाचे उत्तर कोणतीही आदिवासी व्यक्ती देऊ शकणार नाही. इतकेच काय, बिगरआदिवासी किंवा थोडेफार शिकलेली, वावरलेली व्यक्ती अशा प्रश्नांवर फारसे बोलू शकणार नाही. परंतु वाघदेव का पूजायचा आणि कणसरीचे महत्त्व काय, याचे उत्तर आदिवासी देऊ शकेल. त्यामुळेच आदिवासींचे काही देव, त्यांच्या रूढी, जन्मापासून मृत्यूपर्यंत आणि नंतरही होणारे विधी, धार्मिक कार्य करणारे भगत आदी लोक यांचाच उल्लेख येथे केलेला आहे. कारण तात्त्विक चिंतनापेक्षा रूढ धर्माचरणातूनच त्यांचा धर्म कळणे सोपे आहे. डॉ. दुर्गा भागवत याही आपल्या 'धर्म आणि लोकसाहित्य' या पुस्तकात असे म्हणतात की, आचार हा धर्माचा पाया आहे. आचाराचे प्रमुख अंग विधी, एखादे देवकार्य, ते करण्याची पद्धत, याशिवाय वर्ज्य काय करायचे तेही महत्त्वाचे. अशा विधिनिषेधांची परंपरा म्हणजेच धर्माचरण. आदिवासींचे धर्माचरणही असेच होते.

प्रार्थना किंवा उपासना : आपल्याला अभिप्रेत असलेल्या प्रार्थना किंवा उपासनेपेक्षा काहीशा भिन्न; परंतु त्याच स्वरूपाचे धर्माचरण, अलौकिक दिव्य शक्ती, आत्मा, जंगलातील हिंस्र प्राणी, वनदेवता यांसारख्या देवतेस शरण जाऊन आराधना करणे, कुलदेवतेचे स्मरण अशा गोष्टी वैयक्तिकरीत्या किंवा सामूहिकपणे आदिवासींमध्येही पार पाडल्या जातात. संगीत, नृत्यातून देवतेची आळवणी केली जाते; भगताकडून मंत्रोच्चार केला जातो. पितरपूजन, नदीपूजन हे सर्व याच्यातच अंतर्भूत असते. याद्वारे देवतांना अनुकूल करून घेतले जाते.

यज्ञ : हिंदू कल्पनेतील यज्ञ, यज्ञकुंड, अग्निपूजा यापासून अगदी भिन्न; परंतु यज्ञ या शब्दाचा इंग्रजी अर्थ सॅक्रिफाइस (Sacrifice) या प्रमाणे शब्दशः बळी देणे. एखादी गोष्ट होण्यासाठी अथवा ती अनुकूल झाल्याच्या समाधानाच्या पोटी देवतेस धान्य, फळ, दारू, मोहाचे फूल येथपासून कोंबडी, बोकडापर्यंत काहीही अर्पण करणे आणि प्रसाद म्हणून कुटुंबाने, वस्तीने अथवा गावाने तो भक्षण करणे हाच अर्थ यामागे आहे. वाघापासून गाई-बकऱ्यांचे रक्षण व्हावे म्हणून वाघदेवाला बळी देणे किंवा एखाद्या रोगाची साथ आटोक्यात यावी म्हणून बळी देणे, हीच कल्पना यामागे आहे. गोंड, भिल्ल, ठाकर आणि वारली अशा बहुतेक जमातींत ही कल्पना रूढ आहे.

धार्मिक विधी : विविध देवता आणि शक्तींना संतुष्ट करण्यासाठी काय करावे व काय करू नये किंवा कोणते कार्य कसे करावे याविषयी निश्चित पद्धती दिसतात. सोयर आणि सुतक पाळणे, बाळाची नाळ अंगणात पुरणे, विटाळशीने न करण्याची कामे, खविसाच्या झाडाखाली न जाणे, अशा एक की अनेक पद्धती जमातीनुसार दिसतात. एखादे झाड अथवा प्राणी, पक्षी एखाद्या कुळाचे चिन्हं असते. या कुलचिन्हं अथवा कुलप्रतिकास न मारणे किंवा झाड असल्यास न तोडणे असे केल्यास कोप होण्याची भीती असते. प्रत्यक्षात अशा समजुतीने त्या वृक्षास, प्राण्यास त्या कुलाकडून आपोआपच संरक्षण मिळते. निसर्ग अथवा पर्यावरणसंरक्षणासाठी हे उपयुक्तच ठरते. अशा विधी आणि कर्मकांडांतून धर्माचरण होत असते.

जादूविद्या : ही धर्माचरणाचाच एक भाग आहे; परंतु शक्ती अथवा देवतेवर ताबा मिळविण्याचा एक मार्ग म्हणून जादूकडे बघितले जाते. जादू जरी अंधश्रद्धेचाच एक भाग असला तरी निसर्गनियमानुसार जाणाऱ्या पद्धतीतून आभास निर्माण करणाऱ्या गोष्टी यात राबविल्या जातात आणि मानसिक समाधान मिळविले जाते. सर फ्रेझर यांनी जादूच्या तीन मुख्य पद्धती सांगितल्या आहेत, त्या म्हणजे अनुकरणपद्धत, संपर्कपद्धत आणि मंत्रपद्धती तसेच या जादूचे काळी जादू आणि श्वेत जादू असे दोन प्रकार पडतात. काळी जादू ही दुसऱ्याचे वाईट व्हावे, शत्रूवर विजय मिळविण्यासाठी केली जाते, तर श्वेत जादू ही भले आणि चांगले व्हावे, पीकपाणी भरपूर यावे म्हणून केली जाते.

धार्मिक परंपरांमध्ये व्यक्ती अलौकिक दैवी शक्तीला लीन होऊन प्रसन्न करण्याचा प्रयत्न करते, तर जादूमध्ये या शक्तीवर विजय मिळवून ही शक्ती आपल्या हातात घेण्याचा प्रयत्न करते. आता प्रश्न येतो की, जादू करण्याचा अधिकार कोणाकडे येतो? तर गावात असलेल्या भगत, पुरोहित किंवा बुडवा यांच्याकडून जादू केली जाते. प्रत्येक जमातींत पुजाऱ्याचे किंवा मांत्रिकाचे नाव वेगवेगळे असते. सर्वच आदिवासी जमातीत भगत महत्त्वाचा असतो. 'भगत' हा दैवी शक्ती आणि माणूस यांच्यामधला एक दुवा असतो. त्यामुळे धार्मिकदृष्ट्या त्याचे स्थान उच्च असते. धार्मिक कार्य हा जरी त्याचा व्यवसाय असला, त्यातून त्यांचा उदरनिर्वाह होत असला, तरी समाजसेवा हाही हेतू असतो. म्हणूनच त्याचे समाजात उच्च स्थान असते. त्याला साक्षात्कार होतात, सूचक स्वप्ने पडतात. एखादे वाईट होण्यामागे, घडण्यामागे कोणती व्यक्ती अथवा शक्ती आहे, तिच्यावर नियंत्रण कसे आणायचे? साप अथवा विंचवाचे विष उतरविणे, पटकी किंवा तत्सम रोगाच्या साथीवर नियंत्रण आणणे, हे सर्व भगताच्या अखत्यारीत चालू असते; आणि त्याला त्याचा धान्य, कोंबडी, बकरी आणि दारूच्या रूपात या कामाचा मोबदला मिळत असतो.

आता कोण व्यक्ती भगत होते? याला ठोस असे उत्तर मिळेलच असे नाही. बहुधा तो जन्मानेच भगत असतो. पण असे असले तर भगताचा मुलगा भगतच असेल आणि आनुवांशिक पद्धतीने हे घडत असेल असे म्हणावे तर, सर्वत्रच तसे घडताना दिसत नाही. काही वेळा त्याची निवड होत असल्याचे दिसते. भगत ही एक मानसिकता असावी असे वाटते. कारण स्वप्न पडणारी, त्याचा अर्थ लावणारी आणि अलौकिक शक्तीशी संपर्क ठेवणारी व्यक्ती ही भगत असते. काही गावांत तर एकापेक्षा अनेक भगत असल्याचेही दिसते; पण त्यांच्यात व्यावसायिक स्पर्धा असेलच असे नसते. बऱ्याच भगतांची नेमणूक ही शिक्षणातूनही होते. लहान शिकावू भगताचे शिक्षण मोठ्या भगताकडून, त्याच्याजवळ राहून होते. बहुधा पुरुष व्यक्तीच भगत असते; पण स्त्रियांना यासाठी मज्जाव असतो असे नाही. स्त्री भगतीणसुद्धा काही जमातीत, काही गावांत असतात.

व्यक्ती व समाज यांच्यावरील संकटे दूर करण्याचे सामर्थ्य भगतात असते. पूर्वजांचा राग, रोष दूर करणे, चेटूक, भूतबाधा निवारण करणे याप्रमाणेच पाऊस पाडणे, जंगली श्वापदांपासून संरक्षण करणे अशा विविध कार्यांत भगताचा मोठा

वाटा असतो. कित्येक वेळा शत्रूच्या किंवा प्रतिस्पर्ध्याच्या शरीराशी संबंध येणाऱ्या वस्तूवर, कपड्यांवर अथवा केस, नखे अशा अवयवांवर काही क्रिया केल्यास शत्रूचे नुकसान करता येते, अशी भावना असते. त्यामुळे अशा वस्तू भाजल्या, जाळल्या, तुडवल्या, पाण्यात टाकल्या तर त्या व्यक्तीसही त्रास होतो, अशी समजूत असल्यामुळे जादूसाठी अशा वस्तू वापरल्या जातात. काही वेळा शत्रूच्या प्रतिमा करून वापरल्या जातात.

भगत हा आदिवासींचा आध्यात्मिक (Spiritual) मार्गदर्शक असतो. त्याप्रमाणे औषध देऊन रोगावर उपाययोजना करणाराही असतो. त्याचे ज्ञान, औषधोपचारांची माहिती आणि धार्मिक स्थान यामुळे लोकांच्या मनात त्याच्याविषयी नितांत श्रद्धा असते. जमातीतील कोणीही प्रौढ व्यक्ती आवश्यक ते प्रशिक्षण पूर्ण केल्यावर भगत बनू शकते. साधारण चार ते सहा महिन्यांचे हे प्रशिक्षण असते; आणि ते श्रावणापासून सुरू होते. यासाठी या इच्छुक उमेदवारास काही खाण्यापिण्याची आणि वागण्याची बंधने पाळावी लागतात. या प्रशिक्षणकाळात त्याला दाढी, कटिंग करता येत नाही; स्त्रीसंग करता येत नाही. या काळात सापालाही तो मारू शकत नाही व मांसाहार करता येत नाही.

ज्या वेळी लोक आजारी पडतात, त्या वेळी इतर कोणत्याही प्रकारचे औषध घेण्याऐवजी आदिवासी प्रथम भगताकडेच जातात. भगताची त्याची स्वतःचीच एक पद्धत असते. त्या प्रकारेच तो लोकांवर औषधोपचार करतो. जर आजार काही नैसर्गिक कारणाने आला असे त्याला वाटले, तर झाडपाल्यापासून स्वतःच केलेली औषधे तो पेशंटला देतो. जर आजार हा काही देवतेच्या कोपामुळे असेल तर तो कोंबडी, बकऱ्याचा बळी देण्यास सांगतो. जर काही जादूटोणा, मृतात्मा, भूतबाधेमुळे होत असेल तर जादूटोण्याने गंडेदोरे करून उपाय केला जातो.

भोगनिषेध (Tabu) : भोगनिषेध हे Tabu या इंग्रजी शब्दाचे भाषांतर आहे. प्रत्यक्षात Tabu या मूळ पॉलिनेशिअन शब्दापासून त्याची व्युत्पत्ती आहे. भोगनिषेध हा शब्द काहीसा जड असल्याने त्याला 'वर्ज्यनता' या अर्थाने वापरले जाते. धार्मिकतेशी अनुसरून टाळण्याचे संबंध, वर्ज्य करायच्या गोष्टी याच्या अंतर्गत येतात. धार्मिक विधी पार पाडताना दक्षता घेण्याच्या दृष्टीने याला महत्त्व आहे. पितरपूजा हे बहुतेक सर्वच आदिवासी जमातींत आवर्जून केले जाते. पितरांना संतुष्ट

ठेवणे, त्यांच्या आत्म्यांना शांती मिळावी आणि त्यांचा स्वतःवर कोप होऊ नये या भावनेने पितरपूजनास अनन्यसाधारण महत्त्व आहे. भाद्रपदातील पितृपंधरवड्यात आणि अक्षय्य तृतीयेच्या दिवशी पितरपूजन केले जाते. पितरांचे देव लाकूड अथवा दगडावर कोरून किंवा दगडाच्या स्वरूपात गावाच्या वेशीवर ठेवले जातात. माडिआंमध्ये मृत व्यक्तींच्या स्मरणार्थ शिळा उभ्या केल्या जातात. काही भागात मृत स्त्रीसाठी आडव्या शिळा, तर पुरुषांसाठी उभ्या शिळा ठेवण्याची प्रथा आहे. माडिआंच्या गावात शिरतानाच अशा शिळा पाहावयास मिळतात. नागालँड, मणिपूर भागांतील काही आदिवासींतही ही प्रथा बघायला मिळते. दक्षिणमध्य भारतातील महाअश्मयुगीन संस्कृतीशी नाते दाखविणारी ही पद्धत काही आदिवासींत आजही बघायला मिळते.

धर्माचरणाच्या अनुषंगाने काही आदिवासी देव-देवतांचाही उल्लेख येथे करणे आवश्यक आहे.

आदिवासींच्या देवता : 'आदिवासींच्या देवदेवता' या विषयावर लिहिताना सर्वप्रथम याची व्यापकता पाहायला हवी. त्याला कारण म्हणजे, आदिवासी समाजाची संख्या व त्याची मोठ्या भौगोलिक क्षेत्रातील व्याप्ती होय. भारतात शेकडो आदिवासी जमाती आहेत. एकट्या महाराष्ट्रातच ४७ आदिवासी जमाती आहेत. गोंड, भिल्ल या समाजांची एकूण देशातच मोठी व्याप्ती आहे. या आदिवासींच्या संस्कृतीतही मोठी विविधता आहे. परंतु हे सर्व आदिवासी निसर्गोपासक आहेत. मुस्लिम किंवा ख्रिश्चनांप्रमाणे ते एकेश्वरवादी नाहीत. नैर्ऋत्य भारतातील बऱ्याचशा आदिवासी जमाती या ख्रिश्चन आहेत; पण या ख्रिश्चनीकरणाचा वारसा मागील एक किंवा फार फार तर दोन शतकांइतकाच मर्यादित आहे. हे आदिवासी मूलत: हिंदूही नाहीत; परंतु हिंदूंची अनेकेश्वरवादी श्रद्धा आदिवासींतही दिसते. हिंदूंची निसर्गोपासना आदिवासींमध्येही दिसते. परंतु हिंदूंचे आणि आदिवासींचे देव मात्र वेगवेगळे आहेत. राम, कृष्ण, हनुमान, गणपती हे देव जरी आदिवासी गावांत असले, तरी ते अगदी अलीकडच्या काळात हिंदूंबरोबर संपर्क वाढल्यानंतर दिसतात. आदिवासींमध्ये असलेले आदिवासींचे देव हे दगडाचे अथवा लाकडाचे, कधी काळी शेंदूर लावलेले मातीच्या मडक्यात किंवा एखाद्या कापडात, बहुधा लाल किंवा हिरव्या कापडात गुंडाळलेले असतात. गावाच्या वेशीवर किंवा मधोमध त्यांच्या देवांची देवळे असतात. देऊळ म्हणजे एक अगदी छोटी दगडाची किंवा लाकडाची झोपडीच.

आदिवासी देऊळ

आदिवासी देव जसे गावात असतात, तसेच घराघरातही असतात. परंतु प्रत्येक घरात ते हवेतच असेही काही बंधन नाही. कुटुंबातील मोठ्या भावांकडे किंवा वडिलांकडेच ते असतात. प्रत्येक समाजात देव वेगवेगळे आहेत. त्यांची नावे वेगळी, कार्य वेगळे, स्वरूप वेगळे; परंतु काही काही देव मात्र वेगवेगळ्या आदिवासी जमातींत एकच आहेत. त्याला कारण म्हणजे, जवळच्या भागात किंवा एका भौगोलिक परिसरात हे आदिवासी लोक रहात आहेत. उदा. वारली, ठाकर, कातकरी, कोकणा किंवा भिल्ल, पावरा आणि त्यांच्या विविध शाखा किंवा अगदी गोंड आणि परधान, या एका भौगोलिक क्षेत्रातील आदिवासींचे सांस्कृतिक साधर्म्यही आहेच.

धर्माच्या चौकटीत आदिवासींना बद्ध करणे चुकीचे आहे. परंतु वैदिक निसर्गोपासनेचे बीज या भारतखंडातच इतके खोलवर रुजले आहे की, हिंदू असो अथवा आदिवासी, यांच्यात आकाश, डोंगर आणि पाणी ही महाभूते वंदनीय तर आहेतच, शिवाय वाघ, नाग यांसारखे प्राणीही पूजनीय आहेत. पीक चांगलं यावं म्हणून जशी पूजा करतात, तशीच पाऊस पडावा म्हणूनही पूजा करतात. या पूजा झाल्या कर्मकांडाचा भाग; परंतु अस्सल आदिवासी देवता कशा आहेत किंवा कोणत्या आहेत, हे पाहणेसुद्धा खूप विविधता दर्शविणारे आहे. अमुक एका आदिवासी समाजाच्या या देवता, असा उल्लेख न करता महाराष्ट्रातील आदिवासींच्या देवतांची माहिती या ठिकाणी दिली आहे.

'धरतरी' आणि 'कणसरी' या शेतीविषयक देवता आहेत. धान्य जमिनीतून उगवते, कंदमुळेही जमिनीतून येतात. धान्यामुळेच आपले पोषण होते. पावसामुळेच

जमिनीतून धान्य येते. हे धान्य कणसाच्या रूपाने येते. साहजिकच हे धान्य म्हणजे कणसरी. धान्याच्या रूपातील देवता म्हणजेच कणसरीची पूजा वारली लोक करतात. हे धान्य धरतीतून येते म्हणून हे लोक धरतीची पूजा करतात. म्हणजेच धरतरी आपले पूर्वज किंवा पितर हे दगडावर किंवा लाकडावर कोरून गावाच्या वेशीवर ठेवतात.

'नारनदेव' हा वारल्यांचा मोठा देव असून, पाऊस पडण्यासाठी या देवाची पूजा करतात. या देवाला ते पर्जन्यदेवता मानतात. नारनदेवाचे स्वरूप म्हणजे दगडाला किंवा सुपारीला शेंदूर लावलेला असतो. एका टोपलीत तांदूळ घेऊन त्या तांदळात नारनदेव ठेवला जातो. घराच्या मागे नारनदेवाची टोपली टांगून ठेवतात. कुठल्याही धार्मिक विधीची सुरुवात करण्याआधी नारनदेवाची पूजा केली जाते. नारनदेव हा देवाचा देव आहे. वारल्यांकडे माघामध्ये सामुदायिकरीत्या नारनदेवाची पूजा करतात. नारनदेवाची पूजा भगताकडून केली जाते. पायावर पाण्याची घागर, नारळ, तांदूळ ठेवून त्याची पूजा केली जाते. त्याला कोंबडीचा प्रसाद दिला जातो. या पूजेनंतर रात्रभर त्याच्याभोवती नाच–गाणी चालू राहतात.

हिरवादेव हे वारली लोकांचे कुलदैवत आहे. धन–दौलत आणि समृद्धीचा हा देव आहे. हा देव म्हणेज मोराच्या पिसांचा एक झुपकाच असतो. या पिसामध्ये एकात एक दोन पिशव्या असतात आणि आतल्या पिशवीत देवाची मूर्ती किंवा टाक असतो. ही पिसे लाल कापडात गुंडाळून ठेवतात. घरात लग्न झाले की, एक एक कापड वाढविले जाते. फक्त पूजेच्या वेळी ही कापडे काढली जातात. नवीन पिकाच्या काढणीच्या वेळी ही पूजा केली जाते. या हिरवादेवाच्या सात स्त्रिया असतात. त्याचे प्रतीक म्हणून चार शेंदूर लावलेल्या आणि तीन शेंदूर न लावलेल्या अशा सात सुपाऱ्यासुद्धा त्या पिशव्यांत असतात. या सातही सुपाऱ्या टोपलीत ठेवून त्याचीही पूजा केली जाते. या पूजेच्या वेळी कोंबडी किंवा बकरी यांचा नैवेद्य केला जातो. घांगळी वाद्य वाजवून आनंद साजरा केला जातो. हिरवादेवाबरोबरच हिमाईदेवीचीही पूजा केली जाते.

वाघोबा ही वारल्यांची ग्रामदेवता आहे. वाघासारख्या हिंस्र श्वापदापासून माणसांचे आणि गुरांचे संरक्षण व्हावे म्हणून या देवाची पूजा करतात. गावाच्या वेशीवर, झाडीमध्ये वड–पिंपळासारख्या वृक्षाखाली किंवा नदीकाठी हा देव असतो. हा देव म्हणजे माणसाच्या आकारातील लाकडात कोरलेली प्रतिमा. वाघ्याची

वाघदेव

प्रतिष्ठापना आणि पूजा मध्यरात्रीच्या वेळी केली जाते. या वेळी गावातील पुरुष उघडे होऊन देवतेची मिरवणूक काढतात. कोंबडी-बकरीचा बळी देऊन प्रसाद केला जातो. वारल्यांप्रमाणेच महादेव कोळी, कोकणांमध्येही वाघोबाची पूजा करतात. या देवासाठी 'वाघबारस' साजरी करतात.

वसुबारस म्हणजे गाय-गोऱ्ह्याचे पूजन. वात्सल्यभावनेचे प्रतीक म्हणेज वासरू. या गाय-वासराचे कृषिप्रधान संस्कृतीशी अतूट नाते. हडप्पा संस्कृतीतही बैलाला एक दर्जा होता. भटक्या आणि यज्ञसंस्कृतीमध्ये गाय आणि शेतीनिष्ठ संस्कृतीत बैल यांचे सुरेख संदर्भ आद्य साहित्यामध्ये आहेत.

दिवाळीच्या सणापूर्वी हिरव्याकंच धरित्रीवर चारा-गवताची कमी नसते. अशा वेळी साजरी होणारी वसुबारस किंवा गोवत्सपूजन गाईंबद्दल आपल्या भावना दाखवते. वसुबारसेपूर्वी साधारण एक महिना आधी खेड्यांतून साजरा होणारा बैलपोळा हासुद्धा बैलांबद्दल शेतकऱ्याची कृतज्ञता दाखविण्यासाठीच असतो. पोळ्याला बैलांची पूजा आणि मिरवणुका; तर वसुबारसेला तिन्हीसांजा गोरज मुहूर्तावर लेकुरवाळ्या सुवासिनी गाय-वासराची पूजा करतात. दोन्ही सणांचा आधार शेती, संस्कृती आणि प्राण्यांप्रती व्यक्त होणारी कृतार्थता, उतराई होण्याची ही संस्कृती.

आदिम समाजाने हा वारसा अधिक जपला आहे; कारण मुळात आदिवासी निसर्गोपासक! त्यांच्या जीवनात जंगल, पर्यावरणाचे मोठे स्थान आहे. बऱ्याचशा आदिवासी भागांत वाघाच्या नावाने वाघबारसही साजरी केली जाते. भीमाशंकर भागांतील महादेव कोळींचे जंगलामध्ये वाघाचे देऊळ असून, तेथे वाघबारस साजरी होते. ठाकरांमध्ये आश्विन महिन्यात १२ दिवस वाघबारस साजरी होते, तर भिल्लांमध्ये वाघदेवपूजा भाद्रपदामध्ये होते.

वाघबारसेच्या वेळी ठाकर पुरुष लाकडी तलवार घेऊन पाड्यापाड्यांवर, वस्त्यांमधून जातात. या पुरुषांना गावातून 'वाघ' असेच म्हटले जाते. घराघरांतून

हे पुरुष वाघांसाठी धान्य जमवितात. बाराव्या दिवशी नदीवर अथवा जंगलातील पाणवठ्यावर जातात. त्या ठिकाणी एका दगडावर वाघाचे चित्र काढून त्याच्या नावाने प्रसाद केला जातो. या सुमारास शेतात धान्य तयार असते. जनावरांसाठी मुबलक चारा उपलब्ध असतो. अशा वेळी जंगलातील वाघांपासून गाई-गुरांना संरक्षण मिळावे म्हणून वाघाची पूजा करण्याचा प्रघात आहे.

काही आदिवासींमध्ये या वाघपूजनानंतर जंगलातील लाकूड आणि सागाची पाने वापरावयास सुरुवात होते. भाद्रपदापर्यंत जेव्हा पाऊस जास्त असतो, त्या काळात जंगलात वृक्षांची वाढ अधिक जोमदार व्हावी म्हणूनही कदाचित वाघपूजनापर्यंत लाकूड न तोडता पर्यावरणरक्षणाचा हेतू ते अप्रत्यक्षपणे राबवीत असावेत. यानंतर मात्र सर्वत्र गवत आणि झाडी वाढलेली असते. त्यामुळे साहजिकच वाघाचा वावर गावापर्यंत आलेला असतो. हाच काळ वाघाच्या विणीचा म्हणजे प्रजननाचा असल्याने गावातील जनावरे सहजासहजी पकडून नेण्याकडे वाघिणीचा कल असतो. नेमक्या याच वेळी वाघाची मेहेरनजर होऊन आपल्या जनावरांना संरक्षण मिळावे, अशी वाघपूजनामागची श्रद्धा. केवळ हिंस्र आणि क्रूर अशा वाघाला मारून पर्यावरणरक्षणातील एक महत्त्वाचा घटक नष्ट न करण्याचे सम्यक ज्ञान या आदिम संस्कृतीत आहे; आणि म्हणूनच वाघबारसेचा घाट पारंपरिकरीत्या घातला जातो.

वाघाला बकरा किंवा किमान कोंबडा तरी हवाच, म्हणून वाघदेवाला कोंबड्याचा तरी प्रसाद करतात. काही आदिवासींमध्ये तर धान्यपेरणीच्या वेळीसुद्धा कोंबडा कापला जातो आणि पेरणीपासून वाघबारसेपर्यंत कोंबडा खात नाहीत. हा प्रकार म्हणजे नागरी संस्कृतीतील चातुर्मासाचीच कल्पना सूचित करतो. यामध्येही पर्यावरणाचे भान ठेवल्याचे दिसते. कारण पावसाळ्यात भाजीपाला उपलब्ध असतो. तो वापरायला येतोच. शिवाय कोंबड्या न मारण्यामुळे त्यांचीही संख्या वाढते. ती पावसाळ्यानंतरच्या काळात उपयोगाला येते. 'चित्ता' हा सुद्धा वाघासारखाच पूजला जातो. वारलीचे ते कुलदैवतही आहे. हा अंगठीच्या रूपाने असतो.

भूताया ही देवी कोलामांची असून, ही देवी भुताला ताब्यात घेते. भगत भूत घालविण्यासाठी या देवीची पूजा करतो. चैत्री पौर्णिमेला या देवीची पूजा होते.

'भीमायक' किंवा 'भिवसेन' हा देव कोलामांच्या गावाच्या वेशीवर असतो. हा देव लाकडाचा असतो. त्यावर चांगले कोरीवकाम असते. डोक्यावर मोराच्या

पिसांचा झुपका असतो. त्याखाली लाल अलवणाचे मखर असते. एका छोट्या झोपडीत लाकडी चबुतऱ्यावर दगड ठेवून, शेंदूर लावून पूजा करतात. या झोपडीवर लाल रंगाचा झेंडा असतो. पेरणीच्या आधी ज्वारी, बाजरी, कापूस यांसारख्या बिया पूजेकरिता देवापुढे ठेवतात. पाऊस पडावा म्हणून, तसेच पेरणीच्या वेळी, कापणीच्या वेळी या देवाची पूजा करतात.

'बैक' या नावाची देवताही कोलाम गावाच्या वेशीवर असते. गावात येणाऱ्या-जाणाऱ्या माणसांवर लक्ष ठेवण्याचे काम ही देवता करते. माडिआ लोकांकडून त्यांच्या देवदेवतांबद्दल बरीचशी गुप्तता राखली जाते. असे असले तरी 'मातामाई' देवता किंवा गावाच्या वेशीस संरक्षण देणारी 'शिवदेवी', रानटी प्राण्यांपासून संरक्षण देणारी 'पाटी माँ', तर गोवर, कांजिण्यांचा प्रतिबंध करणारी 'जोनाअव्हाल', 'कागडी माता' ही उष्णतेच्या त्रासापासून मुक्तता देणारी देवता आहे. याची ते पूजा करतात. 'पिरका राव', 'महादेव', 'कन्यामारिआ', 'कन्याची कन्योगा' या बहिणींचे माडिआंमध्ये पूजनीय स्थान आहे. मृतात्म्याचे पूजनही माडिआ अग्रक्रमाने करतात. या देवता कधी, कोठे आणि कशा प्रकारे पुजाव्यात, याला काही महत्त्व आहे. शीवदेवी ही गावाच्या शिवेचे रक्षण करते. या देवतेभोवती बांबू तट्ट्यांचे कुंपण घातलेले असते आणि या देवतेची पूजा फक्त पुरुषांकडूनच केली जाते. 'पाटी माँ' किंवा 'पायवूल' ही देवता प्रामुख्याने जंगलातच वास्तव्य करून असते आणि जंगली श्वापदांपासून संरक्षण देणारी असते. शिकारीच्या वेळी या देवतेची पूजा आवर्जून केली जाते. या देवतेच्या देवळापाशी तीन दगड असतात. त्यांना 'जोनाअव्हल' असे म्हणतात.

सप्तदेवतांपैकी सातही देवता कशाच्या ना कशाच्या तरी द्योतक असतात. 'भर कन्यांग' ही देवता नदीतले पाणी याची द्योतक असून प्रामुख्याने मासेमारीच्या वेळी तिची प्रार्थना केली जाते. तिचा कोप सुसरी-मगरीच्या रूपातून होत असतो, असे मानले जाते. पाण्याच्याच संबंधीची दुसरी देवता म्हणजे 'घाट कन्यांग.' ही आंघोळीच्या पाण्याच्या ठिकाणी असते. 'चापर कन्यांग' ही देवता जनावरे, गुरे यांच्या निकोप वाढीसाठी आवश्यक मानली जाते. 'बेश कन्यांग' ही देवता पीक, शेती याकरिता पुजली जाते आणि पेरणीच्या वेळी, पीक काढणीच्या वेळी तिचा बळीसुद्धा दिला जातो. 'सुखोल कन्यांग' ही बनदेवता असून, गुरे वनात भटकताना तसेच भटक्या जनावरांना संरक्षण देणारी ही देवता असल्याचा विश्वास माडिआंना

आहे. या देवतेच्या पुजाऱ्यास माडिआ भाषेत 'गैता' असे म्हणतात. गैताप्रमाणेच एक ज्योतिषी आणि एक मुनिआ म्हणजे वैदूसुद्धा माडिआ गावात असतो.

सातपुड्याच्या रांगांतील भिल्ल, पावरा या जमातींचे देव म्हणजे 'इंदल' किंवा 'इंद्रदेव'. हा देव पाऊस पाडतो, त्यामुळे शेतात धान्य येते. यासाठी या देवाची उपासना करतात. घरात बाळाचा जन्म झाल्यावर ते या देवाची पूजा करतात. साधारण ३ ते ५ वर्षांनंतर गावात या देवाची पूजा करतात. ही पूजा डिसेंबर ते फेब्रुवारी या काळात होते. इंदलची पूजा संध्याकाळच्या वेळी केली जाते. रात्रभर पूजेभोवती नृत्य, गाणी चालू राहतात आणि दुसऱ्या दिवशी बकरा कापतात.

भिल्लांच्याही देवतांची संख्या मोठी असून, राजापंथ या नावाची देवता भुते आणि सैतान यांच्यावर चालते. या देवाची राणी पंधार धान्यदेवता 'नंदेवा' होय. गोपेहोहन किंवा भाटीदेव ही नागदेवता असून, नाग-सापांपासून संरक्षण मिळावे म्हणून ती असते. देव मोग्रामाता ही पारंपरिक देवता असून, तिचे जंगलात वास्तव्य असते. प्रत्येक घरात एक 'Y' आकाराची लाकडी प्रतीकात्मक वस्तू असून, मार्च महिन्यात ती पुजली जाते. हे सर्व भिल्लांचे पारंपरिक देव असले, तरी भिल्लांच्या वेगवेगळ्या उपशाखांत वेगवेगळ्या ठिकाणी थोडाफार फरक दिसतो. तडवींमध्ये शेताचे रक्षण व्हावे म्हणून क्षेत्रपालाची पूजा करतात. वसावे यांच्या घरात पारधी माता निनन्या ही लहान मुलांच्या संरक्षणाची देवता असते.

सातपुड्याच्या एका उंच कड्यावर 'पांढरमोगरा' ही देवता आहे. हिलाच 'पांढरमाता', 'देवमोगरी', 'देवमेगी' असेही म्हणतात. मूल व्हावे म्हणून हिला नवस केला जातो. जर मुलगी झाली तर तिला बकरी वाहिली जाते आणि जर मुलगा झाला तर बकरा कापला जातो. माघी अमावास्येला तिची जत्रा भरते. हिला पार्वतीचेही रूप मानतात.

याशिवाय याच परिसरातील प्रसिद्ध देवता म्हणजे 'अस्तंभ.' यालाच अश्वत्थामा असेही मानतात. येथे एक डोंगर अश्वत्थामाचा डोंगर असून, यावर ही देवता रहाते, असे मानतात. हा अश्वत्थामा अधूनमधून लोकांना दर्शनही देतो. महाभारतीय युद्धात पराभूत झालेल्या अश्वत्थाम्याच्या डोक्यातील मणी श्रीकृष्णाने काढून घेतल्यावर अश्वत्थामा अक्राणी परिसरातील डोंगरावर वास्तव्यास आला. अस्तंभ हा ब्रह्मचारी असल्याने त्या डोंगरावर जाण्यास स्त्रियांना बंदी आहे. या अस्तंभ ऋषींची यात्रा आश्विन अमावास्येस भरते. अस्तंभांची मूर्ती ही दगडाची

असून, त्याला शेंदूर लावलेला आहे. विशेष म्हणजे, याला कोंबडी-बकऱ्याचा प्रसाद करत नाहीत. अस्तंभांप्रमाणेच 'तोरणमाळ' येथील नागार्जून शिवाचे स्थान मोठे स्थान आहे. महाशिवरात्रीला येथे भिल्लांची मोठी यात्रा भरते.

भिल्लांचे हे सर्व देव वैदिक हिंदू परंपरेशीही नाते दाखवितात. उदा. पर्जन्याची देवता इंदल देव ही इंद्राशी जवळीक दाखवते, तर देवमोगरा देवता पार्वतीचे भिल्ल स्वरूप. अस्तंभ आणि अश्वत्थामा आणि तोरणमाळचा महादेव हे सर्वच संस्कृतिसंपर्काचे नमुनेदार उदाहरण आहे. जेव्हा दोन संस्कृती एकमेकांजवळ येतात, तेव्हा त्यांच्यात वैचारिक, सांस्कृतिक देवाण-घेवाण होते. या देवाण-घेवाणीतून एक संस्कृती दुसऱ्यातील काही गोष्टी स्वीकारते, आत्मसात करते. या देवदेवतांचे प्रवास हिंदू संस्कृतीच्या अनुकरणातून झाले की हिंदूंनी त्यांचा स्वीकार केला? काही असले तरी संस्कृतिसंपर्काचेच हे योगदान आहे.

मरीआई ही अजून एक गावदेवी असून, बऱ्याच आदिवासी समाजांत ही देवता साथीच्या रोगांपासून बचाव करते, असे मानतात. गोंडांमध्ये अशाच प्रकारची 'झुलेवाली' माताही असते. ही देवता झोपाळ्यावर बसलेली दाखवितात. गोंड आणि माडिआंची ठाकुरदेव देवता ही हातात शस्त्र घेऊन असते आणि तिला गावाची, शेतीची रक्षक मानतात. वारल्यांमधील पाच डोक्यांचा 'पंचशिऱ्या' हा घोड्यावर दाखवितात. 'पटदेवी' आणि 'पाजोजली' या जलसरोवर नियंत्रण करणाऱ्या देवता आहेत. 'बिओचीमहाराज' आणि 'भाटीदेव' यांना तडवींमध्ये पुजतात. 'सिनम्या' ही लहान मुलांची संरक्षक देवता असून, ती वसावेंच्या मध्ये पुजतात.

झुलेवाली माता

यापेक्षा वेगळी देवता म्हणजे कोरकूंमधील 'इंद्रजीत' किंवा 'मेघनाद'. प्रत्यक्षात इंद्रजीत हा रावणाचा मुलगा म्हणून आपल्याला माहीत आहे. कोरकूंच्या गावात आपल्याला मेघनाद देवतेचे स्वरूप दिसते. या देवाची मूर्ती नसते; परंतु लाकडी खांबावर तोललेले मोठे चक्र किंवा गोलाकार रचना

असते. मेघनाद पूजा का केली जाते, त्यांच्या परंपरेतून मेघनाद आला कसा, याविषयी त्यांना काहीही माहिती नाही. परंतु भारतामध्ये मेघनादाची पूजा कोठेही केली जात नाही. किंबहुना भारतीय परंपरेत रामायणामुळे मेघनाद पूजनीय असण्याचीही संभावना नाही. त्यामुळेच कोरकूंमधील मेघनाद देवतेचे स्थान आश्चर्यकारक आहे.

कोलाम, गोंड आणि माडिआ या सर्वच जमातींत घरामध्ये देवांची एक विशिष्ट संख्या असते. त्याला 'देवे' असे संबोधले जाते. देवांच्या संख्येवरून चार देवे, पाच देवे, सहा आणि सात देवे असे त्यांना उल्लेखिले जाते. देवे कल्पनेचा संबंध कुल कल्पनेशी आहे; कारण लग्न करताना एक कूळ किंवा देवे टाळले जातात.

असे एक की अनेक देव आदिवासींमध्ये पुजले जातात. प्रत्येक जमातीत वेगवेगळ्या कार्यांसाठी वेगवेगळे देव असतात. सततच्या हिंदू संपर्कामुळे हनुमान, महादेव हे देवही आदिवासी समाजांत आहेत. प्रत्यक्षात 'महादेव' अथवा 'शिव' हे मूळ दैवत असल्याने आदिम समाजातूनच हिंदूंनी स्वीकारले असण्याची शक्यता आहे. परंतु जसजसा हिंदू समाजाशी संपर्क वाढला, तसेतसे विविध हिंदू देवता, हिंदू पुराणकथांनी आदिवासी संस्कृतीत प्रवेश केला. मात्र, हिंदू आणि भारतीय आदिवासी एकाच भूमीतील असल्याने त्यांच्यात धर्माचरण, निसर्गपूजन अशा कित्येक गोष्टीत साम्य आहे. आधुनिक काळातील दळणवळण, विकास प्रकल्प आणि सतत संपर्कामुळे आधुनिक धार्मिक संप्रदायसुद्धा आदिवासी भागात पोहोचले आहेत. दत्त संप्रदाय किंवा संतोषीमाता अथवा हिंदू व्रतवैकल्ये आदिवासी समाजातही सर्रास दिसून येतात. त्यामुळे घरात, गावात आदिवासींचे देव, त्यांच्या पद्धती, धार्मिक आचार आणि त्याचबरोबर हिंदू पद्धती दिसतात. कित्येक आदिवासी भागांत गणपती उत्सव आणि नवरात्र उत्सवही साजरे होतात.

ख्रिश्चन धर्मीयांनी काही आदिवासींचे रीतसर धर्मांतर घडवून आणल्याचे पहायला मिळते. नागालँड, मणिपूर, मेघालय आणि ईशान्येकडील राज्ये तर १००% आदिवासींची असून, तेथे सर्व आदिवासी संपूर्णतः ख्रिश्चन झाले आहेत. ओरिसा, झारखंड, बिहार, छत्तीसगड या राज्यांतूनही बराचसा आदिवासी समाज ख्रिश्चन झालेला आहे. त्यामानाने मुस्लिमांत धर्मांतर झाल्याचे प्रमाण कमी आहे.

मूळ आदिवासी धर्म निसर्गोपासक आहे; साधासुधा आहे. जीवनातील

समस्यांचे उत्तर शोधणारा आहे. त्यात फार तत्त्वचिंतन नाही; आदर्शवादही नाहीत; पंथ नाहीत; व्रतवैकल्ये नाहीत, पूजाअर्चा नाहीत; नमाज नाहीत; विपश्यना नाही. त्यांचे देव मखरात नसतात, तर मडक्यात अथवा फडक्यात असतात. त्यांच्या साध्या धर्माचरणात इतर धर्मकल्पना शिरत आहेत. पारंपरिक आणि नवनवीन पद्धतींचा समन्वय घडत आहे.

कोरकूंच्या गावातील देवता

आदिवासी विवाह

कामवासना ही नैसर्गिक आणि अगदी सहजसुलभ भावना आहे. भूक लागणे, झोप येणे याप्रमाणेच कामवासना होणे हे सर्वच प्राणिमात्रांत आढळते. प्राणी प्रजोत्पादनाच्या दृष्टीने कार्यक्षम होतो, तेव्हा ही प्रकृती जागृत होते. कामपूर्तीतून प्रजोत्पादन आणि प्रजोत्पादनातून वंशसातत्य हा सृष्टीचा नियम आहे. मानव हा समाजशील प्राणी आहे. या कामसंबंधांचा समाजमान्य मार्ग म्हणून विवाहसंस्था उदयास आली. म्हणजेच या विवाहसंस्थेतून वैयक्तिक गरजा सामाजिक चौकटीमध्ये पूर्ण होतात. म्हणूनच सर्व समाजांत विवाहसंस्था टिकून आहे. कामपूर्तीबरोबरच वंशसातत्य हेही विवाहाचे फलित मानल्याने स्त्री-पुरुष संबंधांना विवाहसंस्थेत बसविण्यात आले.

आदिम समाजातसुद्धा विवाहसंस्थेला महत्त्वाचे स्थान आहे. कोणी कुणाशी विवाह करावा, कसा करावा, कधी करावा, याविषयी त्यांचे निश्चित नियम आहेत. आदिवासी लोक विवाह ही एक अटळ आणि आवश्यक बाब मानतात. विवाहामुळे केवळ वधू-वर एकत्र येत नाहीत, तर दोन कुटुंबे, गावे एकत्र येत असतात. आदिवासींना विवाहाची जेवढी आवश्यकता आणि महत्त्व वाटते. तेवढाच काडीमोडही सहजसुलभपणे होतो. आदिवासी, विवाहाकडे एक धार्मिक बंधन म्हणून पहात नाहीत, त्यामुळे जर नवरा-बायकोत काहीही समस्या असेल, तर

काडीमोड अगदी सहजासहजी होतो. बहुसंख्य आदिवासींमध्ये बालविवाहाची प्रथा नाही. मुलगा–मुलगी वयात आल्यानंतर त्यांचा विवाह त्यांच्या पसंतीनुसारच होतो. विवाह एकाच कुलात, रक्तसंबंधात होऊ नये याविषयी नक्की नियम आहेत. लग्नपूर्व शरीरसंबंध, कौमार्य याविषयी आदिवासी विशेष संवेदनशील नसतात. लग्नापूर्वी झालेल्या शरीरसंबंधातून जर मुलगी गरोदर राहिली, तर त्या मुलाला जाब विचारून विवाह करण्यास भाग पाडले जाते. जर हे शक्य झाले नाही, तर मुलीचे लग्न दुसऱ्या मुलाशी केले जाते; आणि हे मूल दुसऱ्या पुरुषाचे असले तरी त्यामुळे घरात कोणताही संघर्ष होत नाही. विवाहपूर्व शरीरसंबंधांना जरी परवानगी असली, तरी विवाहानंतर पत्नीने पतीशी एकनिष्ठ असावे, ही अपेक्षा त्यांच्यातही असते. मात्र, तसे नसल्यास काडीमोडही सहजपणे होतो. एकपत्नी आणि बहुपत्नित्व या दोन्हीही पद्धती असल्या, तरी बहुपत्नित्वाचे प्रमाण आता कमी झाले आहे. अंतर्विवाह आणि बहिर्विवाहाचे नियम स्पष्ट आहेत.

अंतर्विवाह पद्धत : कोणाही व्यक्तीचा जन्म कोणत्यातरी गटात होत असतो. कुटुंब, कूळ, जात अथवा जमात असे ते गट असतात. विवाहाचा जोडीदार निवडताना रीतीरिवाजाला अनुसरून काही गट अधिक पसंतीचे असतात. एखाद्या निश्चित सामाजिक समूहातील व्यक्तींना लग्न करण्याचा आदेश देणाऱ्या पद्धतीस अंतर्विवाहाचे बंधन म्हणतात. त्यामुळे विवाह होताना जोडीदार आपल्या समूहातीलच असावा लागतो. आपल्या समूहातील व्यक्तीशी विवाह करण्याच्या परंपरेस अंतर्विवाह असे म्हणतात. हे आंतर्विवाह वेगवेगळ्या प्रकारचे दिसतात म्हणजेच जमातीतील, प्रदेशातील, गावातील इत्यादी. यातील जमात अंतर्विवाहाचे बंधन अधिक काटेकोरपणे पाळले जाते. म्हणजे विवाह आपल्याच जमातीत करणे बंधनकारक असते. पावरा, तडवी, मावची या भिल्लांच्या उपशाखा असल्या तरी त्यांच्यात विवाह होत नाहीत. जर असा विवाह झालाच, तर त्या जोडप्यास जमातींच्या बाहेर हाकलले जाते.

प्रदेश अंतर्विवाह म्हणजे सर्वसाधारणपणे आपल्याच भागात, प्रदेशात, पंचक्रोशीत विवाह जुळवले जातात; कारण वेगवेगळ्या प्रदेशांत वेगवेगळी संस्कृती असू शकते. त्यामुळे त्यांच्यामध्ये एकरूपता नसल्याने एकमेकांशी जुळवून घेणे अवघड होईल, असे वाटते. हाच निकष ग्रामअंतर्विवाहासाठीही लावला जातो.

विभाग किंवा शाखा अंतर्विवाह हासुद्धा मोठ्या प्रमाणावर दिसून येतो. उदा. कोळींमध्ये महादेव, मल्हार, सोनकोळी अशा शाखा आहेत. ठाकरांत 'क'

आणि 'म' असे प्रकार किंवा शाखा आहेत. त्यांच्यामध्ये आपल्याच शाखेत लग्न करणे बंधनकारक असते. उदा. क ठाकूर क ठाकराशीच लग्न करू शकतो. कुटुंब आंतर्विवाह हा प्रकार अतिशय थोड्या आदिवासींत आणि अपवादात्मकरीत्याच पहायला मिळतो. पारशी अथवा सयाम लोकांत जसे भावंडांत विवाह होऊ शकतात तशा प्रकारची प्रथा आदिवासींत जवळजवळ अस्तित्वात नाहीच.

आपल्या रक्ताची शुद्धता राखण्याकरीता आंतर्विवाहाची पद्धत रूढ झाली असावी. भिन्न प्रदेशांत संस्कृती व रीतीरिवाज भिन्न भिन्न असल्याने आपल्या संस्कृतीचे जतन व्हावे म्हणून ही पद्धत अस्तित्वात आली असावी. तसेच आपल्या परिचयाच्या, आपल्यासारख्याच पद्धती असलेल्या गटात, समूहात विवाह होणे अधिक सोईस्कर असल्याने ही पद्धत अस्तित्वात आली असावी.

बहिर्विवाह पद्धत : बहिर्विवाह पद्धत ही आंतर्विवाह पद्धतीच्या विरुद्ध आहे. यामध्ये व्यक्तीचा विवाह हा त्या व्यक्तीच्या गटाच्या बाहेरील गटातील व्यक्तीशी होऊ शकतो. म्हणजेच एका कुळातील व्यक्तीचा विवाह दुसऱ्या कुळातील व्यक्तीबरोबर होऊ शकतो. किंबहुना, पती-पत्नी हे भिन्न गटांतीलच असणे यात अपेक्षित आहे. हिंदू धर्मात सगोत्र, सपिंड किंवा त्यापुढे जाऊन एक नाड विवाह टाळले जातात, ती प्रथाच बहिर्विवाहाची द्योतक आहे. जातिव्यवस्थेत जात हा मोठा अंतर्विवाह गट असतो. त्याप्रमाणेच जमात किंवा कोणत्याही आदिवासी समूहात ही जमातच अंतर्विवाही गट असते. आदिवासी समूहात कुटुंबांतर्गत विवाह, रक्तसंबंधित नात्यात विवाह होत नाहीत. कुटुंबातील लैंगिक संबंधांमुळे कौटुंबिक व्यभिचार निर्माण होईल. कदाचित कौटुंबिक जीवन धोक्यात येईल. त्यामुळे ही पद्धत अस्तित्वात नाही. त्याप्रमाणेच आदिवासींमध्ये 'कूलपद्धती' असते. म्हणजे गोत्र पद्धतीप्रमाणेच एका पूर्वजापासून उत्पन्न झालेल्या व्यक्ती या एका कुलातील मानल्या जातात. एका कुलातील लोक हे रक्तसंबंधित असतात; म्हणून अशी लग्नं टाळली जातात. गोंड, माडिआ, कोलाम यांच्यात देवे-कूलप्रकार आहेत. त्याप्रमाणेच कोळी, भिल्ल या जमातींतही कूलपद्धती आहे. कातकऱ्यांसारख्या जमातीत कुलाऐवजी आडनावे पाहून विवाह केला जातो. कातकऱ्यांच्यात साधारण ८० पर्यंत आडनावे आहेत.

कूलप्रकारानुसारच एका गावातील, पाड्यातील लोक नातेवाईक असावेत,

या समजुतीतून लग्न करताना वधू-वर वेगवेगळ्या गावांतील असावेत, म्हणजेच ग्रामबहिर्विवाह पद्धतीचा अवलंब केला जातो. बऱ्याच वेळा कुळांसाठी काही प्रतीके अथवा चिन्हं असतात. याला 'देवक' असे म्हणतात. काही प्राणी, पक्षी, वनस्पती अगर चिन्हे असतात. या देवकांपासूनच कुलाची उत्पत्ती झाल्याचे मानतात. बहिर्विवाह पद्धती ही जीवशास्त्रीय दृष्ट्याही अधिक योग्य आहे आणि बहुतेक जाती-जमातींत ही पद्धत प्रचलित आहे.

आंतर्विवाह किंवा बहिर्विवाह पद्धतीशिवाय व्यक्तीने आपल्या नात्यागोत्यातील कोणत्या व्यक्तीशी लग्न करावे, याविषयी नियम समाजात दिसतात. या पद्धतीने होणाऱ्या विवाहास अधिमान्य विवाह (Preferential Marriage) असे म्हणतात.

अधिमान्य विवाहाचे आदिवासींमधील प्रचलित प्रकार हे आते-मामे भावंडांचे विवाह, चुलत किंवा मावस भावंडांचे विवाह, दीर-भावजय विवाह, मेहुणा-मेहुणी विवाह हे होत. आते-मामे भावंडांचे विवाह बहुतेक आदिवासी जमातींत, तसेच विविध जातींमध्ये आणि महाराष्ट्राबाहेरही मोठ्या प्रमाणावर प्रचलित असलेली पद्धती आहे. सर्वसाधारणपणे आतेभाऊ-मामेबहिणीचा विवाह अधिक प्रचलित आहे.

चुलत अगर मावस भावंडांचा विवाह सर्रास आढळणारा नाही. परंतु प्रासंगिक स्वरूपाचा दिसतो. याप्रमाणेच दीर-भावजय विवाह हा गरजेनुसार, प्रसंगानुरूप होतो. नवऱ्याच्या निधनानंतर विधवेचे समाजात व घरात स्थान उरत नाही. परपुरुष, कुटुंबातील अन्य पुरुष यांच्यामुळे स्त्रीची लैंगिक कुचंबणा होऊ नये, या दृष्टीने नवऱ्याच्या भावाने तिची जबाबदारी स्वीकारून लग्न करणे हे योग्य होते. यातही मोठ्या दिराचे लग्न झालेले असल्याची शक्यता अधिक असल्याने धाकट्या दिराशी स्त्रीचा विवाह होतो, ती स्त्री त्याप्रमाणेच कुटुंबासाठी योग्य ठरते; म्हणून दीर-भावजय विवाहातही धाकट्या दिराशी विवाहास अधिक पसंती दिली जाते.

या सर्व विवाहप्रकारांत एक प्रकारचे हक्क आणि कर्तव्य, त्याप्रमाणेच दोन कुटुंबांच्या संबंधांना अधिक दृढ करणे, वधुमूल्य वाचवणे अशा पद्धती दिसतात. मुलाबाळांच्या काळजीच्या दृष्टीनेही दीर-भावजय अथवा मेहुणा-मेहुणी विवाह अधिक योग्य वाटतात.

जोडीदार मिळविताना व्यक्तीने कोणत्या वयात, कोणत्या समूहातील, कोणत्या व्यक्तिशी कशा प्रकारे विवाह करावा, याविषयीची बंधने, पद्धती, प्रत्येक जमातीत

असतात; आणि अंतर्विवाह, बहिर्विवाहाच्या निश्चित व ठोस पद्धती असतात. जोडीदार मिळविण्यासाठी विविध पद्धती आदिवासी समाजांत प्रचलित आहेत. या पद्धती धर्माशी संबंधित नसतात. सामाजिक परिस्थितीला अनुसरून अशा पद्धती त्या त्या समाजात चालू असतात.

हुंड्याच्या ऐवजी वधुमूल्य देण्याची प्रथा आहे. आदिवासी स्त्रीचा दर्जा त्यांच्या समाजात चांगला असल्याचेच हे द्योतक आहे. स्त्रीची जननक्षमता, तिचे घरगुती कामांतील योगदान आणि त्याबरोबर आर्थिक जीवनातील तिचे मोठे स्थान पाहता मुलगी घरातून जाण्याने पित्याच्या घरावर सर्व बाजूने परिणाम होणार; आणि म्हणूनच वधूमूल्य देण्याची प्रथा सुरू झाली असावी. जर वधुमूल्य देऊनच विवाह होत असेल, तर त्यातही सरळ मूल्य देऊन घेणे हा जसा प्रकार आहे, त्याप्रमाणेच जर असे देणे मुलाला शक्य नसेल, तर त्याने मुलीच्या घरी राहून काही काम करावे, सेवा द्यावी आणि ठराविक काळ असे काम केल्यावर मुलीशी विवाह करावा. आणि हे दोन्हीही शक्य नसेल, तर आपल्या घरातील मुलगी त्यांच्या घरी देऊन त्यांच्याच घरातील मुलगी आपल्या घरात वधू म्हणून आणणे हा विनिमयाचा प्रकार किंवा साटेलोटे प्रकार हे सर्व विवाहप्रकार पाहावयास मिळतात. या ठिकाणी वधूच्या खरेदी-विक्रीचा संबंध येत नसून, मुलीचे घरातील स्थान, वधूची प्रतिष्ठा दिसते. समजा, काही कारणाने काडीमोड झाला, तर घेतलेले वधुमूल्य मुलाला परत वधूच्या बापाला द्यावे लागते. ही प्रथा भारतात बऱ्याचशा आदिम समाजांत आहे आणि मातृप्रधान संस्कृतीचा वारसा दाखविणारी आहे. महाभारततातही सत्यवतीच्या पित्याने आपल्या नातवासाठी राज्य मागून शंतनूशी सौदेबाजीच केली होती. वधुमूल्य हे वधूचे आणि कुटुंबाचे एकूण सामाजिक, आर्थिक स्थान यावर आधारलेले असते. वधुमूल्य पैशांच्या, वस्तूंच्या रूपात देणे शक्य नसेल, तर मुलगा वधूच्या घरी गड्यासारखा काम करतो. काही काही जमातींत तर हा काळ ५-१० वर्षापर्यंत असतो. या काळात काही वेळेला त्यांना मुलेही होतात. वधुमूल्याच्या रकमेइतकी सेवा झाल्यावर मुलाचा सेवाकाळ संपतो. वारली लोकांमध्ये या मुलाला 'घरोटी' असे म्हणतात.

आधी नमूद केल्याप्रमाणे, हे दोन्ही शक्य नसल्यास साटेलोटे हा उत्तम प्रकार. महाराष्ट्रातील आदिवासींतही ही पद्धत दिसते. आपली बहीण मित्राला देऊन मित्राच्या बहिणीशी स्वतः लग्न करणे. आपल्याकडे बायकोचा भाऊही मेहुणा

असतो आणि बहिणीचा नवराही मेहुणाच असतो. या दोन्ही नात्यांना एकाच नावाने ओळखतो. हे कदाचित साटेलोटे पद्धतीमुळे रूढ झाले असावे. मोबदला देऊन केलेला विवाह हा रूढीनुसार होणारा विवाह. रूढीशिवाय वधुसंपादनाच्या पद्धती म्हणजे परीक्षाविवाह, अपहरण, सहपलायन, घरघुशी अशा आहेत.

परीक्षाविवाह : अंगी असलेले शौर्य, धैर्य, पुरुषार्थ दाखविण्यासाठी असलेली ही पद्धत आहे. संघर्षमय जीवनात, प्रतिकूल परिस्थितीतून जगण्यासाठी या गोष्टींची अधिक आवश्यकता असते, म्हणून परीक्षा अथवा कसोटी देऊन त्यातून यशस्वी होणाऱ्याबरोबर वधू विवाह करते. किंवा मुलगा जर कसोटीत उत्तीर्ण झाला, तर त्याला हव्या त्या मुलीबरोबर विवाह करू शकतो. रामायण, महाभारतातील स्वयंवर विवाह हे या पद्धतीचेच द्योतक आहे. जीवन जगण्यासाठी, संघर्ष करून राहण्यासाठी, व्यक्ती किती तयारीची आहे, याची कसोटी यातून लागत असते.

कोलाम लोकांमध्ये अशी एक प्रथा आहे की, मुलाने आपल्याला हव्या त्या मुलीचा हात धरून पळून जायचे आणि त्या वेळी गावातील स्त्रिया त्याला मारहाण करतात. त्या वेळी हाताची पकड कायम राहायला हवी. जर हात सुटला तर हा संबंध तुटला; सोयरीक नाही, असे समजतात.

भिल्लांमधील ही पद्धत होळीच्या वेळी साजरी करण्यात येते. या वेळी झाडाच्या उंच बुंध्याला गूळ-खोबऱ्याची पुडी बांधतात व झाडाभोवती मुली, स्त्रिया गोलाकार नृत्य करत असतात. यावेळी विवाहेच्छू मुलाने या मुलींची कडी तोडून झाडावर चढून जायचे आणि तेथील गूळ-खोबरे मिळवायचे. मात्र, ही कडी तोडून जाताना मुली, स्त्रिया मुलाला प्रतिरोध करतात, मुलाला अडवितात, मारतात. धरून पकडण्याचा प्रयत्न करतात. यातून सुटून मुलाने झाडावर चढणे हे कौशल्याचे, शक्तीचे आणि संयमाचे काम असते. या सर्वांचा विरोध मोडून, मार खाऊन जो झाडावरील गूळ-खोबरे मिळवील, त्या मुलाचा समूहातील वधूशी विवाह होतो. महाराष्ट्राबाहेर आणि देशाबाहेरीलही आदिवासींत अशा प्रथा आहेत.

अपहरण विवाह : वधू आणि तिच्या आई-वडिलांच्या इच्छेविरुद्ध, वधुमूल्य न देता जबरदस्तीने पळवून नेऊन विवाह केला जातो. याला 'राक्षसी विवाह' असे म्हणतात. ईशान्य भारतात ही प्रथा अधिक रूढ होती. महाराष्ट्रातील

आदिवासींत गोंड, वारली, कोलाम यांच्यामध्ये त्याचे प्रमाण आहे; पण ते अगदी नगण्य आहे. शिक्षणाचा प्रसार आणि कायदेशीर कारवाईमुळे या विवाहास आता मान्यता नाही, तर तो गुन्हाच ठरतो.

सहपलायन विवाह : हा विवाह कुटुंबीयांना मान्य नसतो; पण परस्परांवरील प्रेम, मग ते जमातीत असो वा नसो. प्रेमविवाह अगर गांधर्वविवाहाचा हा प्रकार असून, वधुमूल्य अथवा इतर कसल्याही बाबींचा संबंध यामध्ये येत नाही. बहुतेक वेळा अशी जोडपी गावाबाहेर, दुसऱ्या गावात जाऊन आपला संसार थाटतात. काही वेळा समाजही त्यांच्यावर काही कारवाई करतो; शिक्षा अथवा बहिष्कार टाकतो.

आगंतुक, हठागमन किंवा घरघुशी विवाह : ही पद्धत इतर पद्धतींपेक्षा भिन्न आहे. यामध्ये वधूने एकदा एखादा मुलगा पती म्हणून निवडला की, मग त्या मुलाची पसंती असो वा नसो किंवा इतर कुटुंबीयांची पसंती असो वा नसो, ती मुलगी त्या मुलाला वश करून घेण्याचा प्रयत्न करते किंवा सरळ मुलाच्या घरात घुसून रहायला सुरुवात करते. बऱ्याच वेळा तिला अपमानाची वागणूकही मिळते. तरीही ती हे दिव्य करते. ही प्रथासुद्धा आता बरीचशी लयाला गेली आहे.

परस्परसंबंध विवाह : प्रेमविवाहाचाच हा प्रकार आहे. आदिवासी समाजात बालविवाह होत नाहीत. मुले-मुली मोठी झाल्यावर एकमेकांशी परिचयातून परस्पर संमतीने विवाहबद्ध होतात. यात वधुमूल्याचा प्रश्न उद्‌भवत नाही. युवागृह, घोटुल यांसारख्या संस्था आदिवासी भागात काम करत असतात. तेथे युवकांना प्रशिक्षण मिळत असते. गोंड, माडिआ यांच्यामध्ये याचे प्रमाण अधिक आहे. लाकडी वस्तू तयार करायची पद्धतही गोंडांमध्ये आहे. अशीच स्वतः केलेली लाकडी फणी गोंड तरुण प्रेयसीला देत असतो आणि ती तरुणीही फणी केसांच्या अंबाड्यात लावून मिरवत असते. असे करणे म्हणजे ती फणी व तो मुलगा तिला आवडल्याचे द्योतक असते. बऱ्याच वेळा एकापेक्षा अधिक फण्या तिच्याजवळ असतात. तिचे सौंदर्य आणि तिच्यावर अनेक जण भाळल्याचीच ती खूण असते. घोटुलातील सतत संपर्क, एकत्र राहणे यातून त्यांच्यात प्रेम निर्माण होते. काही वेळा शरीरसंबंधही

होतो आणि त्यातून मुलीला दिवसही जातात. त्यानंतर ते एकत्र राहून संसार करतात आणि सवडीने नंतर विवाह केला जातो. संतती निर्माण होणे हे अधिक महत्त्वाचे असल्याने अशा विवाहास सहजच नंतर मान्यता मिळते.

अशा विविध प्रकारच्या विवाहांचे स्वरूप आदिवासींत पहायला मिळते. जोडीदार मिळवून विवाह होतात त्याचे हे प्रकार आहेतच, शिवाय पती-पत्नींची संख्या हाही महत्त्वाचा विषय आहे.

एकविवाह : यालाच एकपतित्व आणि एकपत्नित्व असे म्हणतात. यामध्ये आयुष्यात एकदाच विवाह अपेक्षित असतो. किमान पती-पत्नी एकमेकांच्या हयातीत दुसरा विवाह करत नाहीत. एकविवाह ही नैसर्गिक प्रथा आहे. बहुसंख्य समाजांत ही प्रथा असते. ज्या समाजात बहुविवाह चालतो, अशा समाजांतही एकविवाहास विरोध नसतोच.

बहुविवाह पद्धती : या विवाहात जोडीदारांची संख्या एकापेक्षा जास्त असते. एकपती व अनेक स्त्रिया अथवा एक स्त्री आणि अनेक पती अशा दोन प्रकारांत ही पद्धत बघायला मिळते.

बहुपत्नित्व - बऱ्याच वेळा पत्नीचे आजारपण किंवा संतती न होणे, अशा परिस्थितीत पती दुसरा विवाह करू शकतो. शिवाय, समाजात स्त्रियांची संख्या जास्त असल्यास किंवा एक प्रतिष्ठेचे लक्षण म्हणून शौर्य, पराक्रम दाखविण्यासाठी किंवा प्रेमसंबंधातून असे विवाह घडतात. बऱ्याच वेळा आर्थिक संपन्नता, घरात, शेतात विविध कामांना घरातूनच मनुष्यबळ निर्माण व्हावे म्हणून असे विवाह घडतात. बहुपत्नित्व बऱ्याचशा आदिवासी समाजांत पाहायला मिळते. परंतु आता त्याचे प्रमाण पूर्वीपेक्षा कमी झाले आहे.

बहुपतित्व : जेव्हा एखाद्या स्त्रीचा एकापेक्षा अधिक पुरुषांशी विवाह होतो, त्या वेळी या विवाहप्रकाराला बहुपतित्व असे म्हणतात. यातही दोन प्रकार रूढ आहेत. एक म्हणजे भ्रातृ बहुपतित्व आणि दुसरा अभ्रातृ बहुपतित्व. पहिल्या प्रकारात पत्नी ही सर्व भावांत मिळून असते, तर दुसऱ्या प्रकारात हे पुरुष एकमेकांचे भाऊ नसतात.

या विवाहपद्धतीत पुरुषांची संख्या अधिक असणे अथवा आर्थिक कारणास्तव अशी प्रथा असू शकते. स्त्रीचे संरक्षण व्हावे म्हणून तिला अधिक पती असावेत, अशी समजूत असते. आसामातील खासी, केरळातील नायर, मनार यांच्यामध्ये ही

विवाहाची प्रथा आहे. परंतु महाराष्ट्रात अशी विवाहपद्धती कोणत्याही आदिवासी जमातींत रूढ नाही. या समाजात पितृत्वाचा प्रश्नही निर्माण होऊ शकतो. काही मानवशास्त्रज्ञांच्या मते, जैविक पितृत्वापेक्षा सामाजिक पितृत्व हे या समाजासाठी महत्त्वाचे असते आणि कुटुंबही स्त्रीप्रधान असते. त्यामुळेच काका, आत्या ही वडिलांकडून निर्माण होणारी नाती नायर समाजात निर्माणच होत नाहीत. नायर स्त्री ही उच्चवर्णीय पुरुषांबरोबर संबंध ठेवून संतती निर्माण करत असते. ही प्रथा महाराष्ट्रात रूढ नाही.

विवाहपद्धती आणि प्रकार पाहिल्यावर साहजिकच प्रश्न येतो तो विवाहाच्या यशाबद्दल! हे संसार किती चालतात आणि काही कारणाने पती-पत्नींत विसंवाद निर्माण झाला तर घटस्फोट होतात का? हाही प्रश्न विवाहाच्या अनुषंगाने महत्त्वाचा आहे.

आदिवासींमधील घटस्फोट हा खूप सुलभ आहे. विवाह जितक्या साध्या-सरळ प्रकारे होतो, तसाच घटस्फोटही सहजपणे होतो. पती-पत्नीचा भांडखोर स्वभाव, न पटणे, क्रूर वागणूक, नपुंसकता, आजारपण, मानसिक आजार, जादू, भूत अशांमुळे घटस्फोट मिळू शकतो. मात्र, विवाहबाह्य संबंध हे काही घटस्फोटांचे फार मोठे कारण नसते. घटस्फोट एकमेकांशी राजीखुशीने किंवा समाजातील प्रतिष्ठित मंडळींच्या समोर दिला जातो. यावेळी दिलेली शिक्षा अथवा निर्णय उभयतांकडून मान्य केला जातो. वधुमूल्य दिले असेल, तर त्याचा निवाडा मात्र पंचांकरवी होतो.

विवाहाच्या अनुषंगाने येणारा दुसरा महत्त्वाचा मुद्दा म्हणजे युवागृह अथवा प्रत्यक्षात घोटुल. हे आदिवासींच्या सामाजिक जीवनातील कार्यरत असणारे एक प्रकारचे मंडळ किंवा एक संस्था आहे. परंतु या संस्थेचा उपयोग विवाह जमण्यात, शरीरसंबंध ठेवण्यासाठी होतो; आयुष्याला दिशा देण्यासाठी होतो. म्हणून याचा उल्लेख विवाह या प्रकरणातच केला आहे. मंडळ म्हणजे काही हेतूच्या पूर्तीसाठी समाजनियमानुसार संघटित प्रयत्न करणाऱ्या मानवांचा समूह होय. आदिवासी समाजात पुरुषांची मंडळे, वयस्करांची मंडळे असतात, त्यापेक्षा महत्त्वपूर्ण म्हणजे युवागृह. हे एक ऐच्छिक स्वरूपाचे मंडळ आहे. समाजातील तरुण मुली आणि मुलगे संध्याकाळचा वेळ घालवतात ते ठिकाण, ती संस्था म्हणजे युवागृह. बहुतेक सर्व आदिवासी जमातींत अशा संघटना असतात; परंतु गोंड, माडिआ, मुंड, उराँव या मध्य भारतातील, तर ईशान्येकडील कुकी, कोन्याक अशा काही जमातींत

युवागृहाचे अगदी जोमदार आणि महत्त्वपूर्ण स्थान होते. परंतु गेल्या ५० वर्षांपासून या संस्थांचा मोठ्या प्रमाणावर ऱ्हास झाला आहे.

युवागृहांची रचना ही संमिश्र स्वरूपाची आहे. काही युवागृहांतही स्त्री आणि पुरुष यांच्यासाठी एकत्र कार्य केले जाते आणि क्वचित काही युवागृहे ही फक्त पुरुषांची अथवा फक्त स्त्रियांची असतात. विविध जमातींत अशा वेगवेगळ्या युवागृहांना वेगवेगळी नावे आहेत.

बहुतेक वेळा ही युवागृहे गावाबाहेर, गावाच्या वेशीवर, जंगलात बांधलेली असतात. याची कारणे वेगवेगळी सांगितली जातात. एक म्हणजे गावातील इतर व्यक्तींचा हस्तक्षेप अथवा ढवळाढवळ यात होऊ नये किंवा येथे तरुण-तरुणींना मोकळेपणाने राहता यावे आणि तिसरा, रात्रीच्या वेळी येथे लोक जागे असल्याने जंगली प्राण्यांना किंवा बाहेरून येणाऱ्या माणसांपासून गावाचे संरक्षण होते. या ठिकाणी एक वेगळी अशी झोपडी अथवा घर असते आणि आजूबाजूला मोकळा, स्वच्छ परिसर असतो. जेणेकरून त्या ठिकाणी त्यांची पारंपरिक नृत्ये होऊ शकतील. गावातील अविवाहित तरुण-तरुणी जेवणे आटोपून या ठिकाणी जमतात. त्यानंतर नाच, गाणी, पारंपरिक खेळ सुरू होतात.

येथे येणाऱ्या सदस्यांतसुद्धा नवे आणि जुने-जाणते असे प्रकार असतात. जुने-जाणते साहजिकच वयाने मोठे असतात. एकूण कामावर देखरेख ठेवण्याचे त्यांचे काम असते. बऱ्याच वेळा वयस्कर स्त्रिया अथवा विधवा स्त्रियादेखील येथे कार्यरत असतात. युवागृह हे काही केवळ युवक-युवतीस एकत्र आणणारे ठिकाण नाही. युवागृहात असंख्य प्रकारची कार्ये घडतात.

१) **मनोरंजनात्मक कार्ये** : कोणत्याही समाजात विरंगुळ्याचे, मनोरंजनाचे महत्त्व मोठे असते. व्यक्तिगत किंवा सामाजिक जीवनातील दगदग, संघर्ष, थकवा कमी होण्यासाठी मनोरंजनाची अनन्यसाधारण गरज असते. युवागृहात तरुण-तरुणी रात्रीच्या वेळी शेकोटी पेटवून, नृत्य, गायन, वादन यांसारखे कार्यक्रम करतात; ज्यातून मनोरंजन केले जाते.

२) **शैक्षणिक कार्ये** : नवीन येणाऱ्या पिढीला तयार करणे, त्यांना प्रशिक्षित करणे, संस्कृतीची ओळख, चालीरीती, प्रथा, रूढीपद्धती यांविषयीची माहिती तरुणांना येथेच मिळते. पारंपरिक व्यवसाय, कला यांचे ज्ञानही

त्यांना येथूनच मिळते. येथून तरुणांना धार्मिक आणि सांस्कृतिक संस्कार मिळतात; सामाजिक मूल्ये व जाणिवा निश्चित होतात.

३) **आर्थिक कार्य** : पारंपरिक व्यवसायाने ज्ञानार्जन करून त्यातून आर्थिक जीवनाचा विकास करणे हे युवागृहांचे महत्त्वपूर्ण काम आहे. शेतातील पेरणी, कापणी, मळणी, घरबांधणी, झाडांची तोड, शिकार करणे, मोहाची दारू गाळणे अशा एक की अनेक कामांमध्ये युवागृहाकडून साहाय्य केले जाते. ज्यातून सामाजिक जीवन नियंत्रित केले जाते; आर्थिक व्यवहारांना चालना मिळते.

४) **ऐक्य आणि लैंगिक जीवनाची सुरुवात** : आपण एका समाजाचे आहोत, गाव आपले आहे, ही भावना लहान वयापासून ते एकत्र येत असल्याने मुलांमध्ये व मुलींमध्ये विकसित पावते. तरुण-तरुणींच्या संपर्कातून त्यांच्यामध्ये प्रेमभावना निर्माण होते. कित्येकदा शरीरसंबंधही घडतात. व्हेरियर एल्विन यांनी माडिआ आणि मुरिआच्या घोटुलवर विशेष लेखन केले आहे. त्यांच्या मते, प्रत्यक्ष संभोगालाही घोटुलमध्ये अडसर नसतो. या सर्वांच्या परिणामातून लैंगिकतेकडे निकोप दृष्टीने पाहिले जाते.

५) **सामाजिक कार्य** : शैक्षणिक आणि आर्थिक कार्याबरोबरच मुला-मुलीत सामाजिक जाणिवा निर्माण करण्याचे महत्त्वाचे कार्य युवागृहांकडून होते. समाजातील सर्व चालीरीती, प्रथा, परंपरा पाळून समाजाच्या ऐक्याचे दर्शन घडविले जाते.

६) **धार्मिक कार्ये** : जमातीचा धर्म, रूढी, परंपरा जाणून घेणे, त्याचे जतन करणे, धार्मिक कामासाठी भगत, बुडवा याला मदत करणे अशा प्रकारचे काम युवागृहामार्फत होत असते. एकूण सारासार विचार करता, गावाचे, जमातीचे कोणतेही कार्य असो, त्यामध्ये युवागृहाचा वाटा असतो. युवागृह म्हणजेच गावातील तरुण-तरुणींचा कार्यरत गट.

आता प्रश्न येतो की, आदिम, आदिवासी समाजांत अशा संस्था कशा आणि का अस्तित्वात आल्या असाव्यात? मानवशास्त्रज्ञांमध्ये त्याबद्दल बरीच मतभिन्नता

आहे. परंतु त्यातून पुढे येणारी कारणे अशी –

१. आपण जर एखाद्या आदिवासी गावात गेलो, तर हे गाव छोट्या छोट्या पाड्यांचे बनलेले असते. बहुतेक वेळा पाड्यात एखाद्या कुटुंबाचे प्राबल्य दिसते किंवा भावकीतून, भाऊबंदातून हे तयार झालेले असते. यामध्ये नावापुरती चूल वेगळी असते; परंतु खासगी मालमत्ता, स्वतंत्र व्यवसाय असे नसते. शेती, गुरे वळणे, शिकार अशा प्रकारची व्यवस्था ही समुदायाची/ समूहाची होती. त्यामध्ये तरुणवर्गाची एक निश्चित भूमिका होती. मानवी समाजाच्या विकासाची ती पहिली पायरी होती. त्यातूनच युवागृहांची कल्पना पुढे येऊन ती निर्माण झाली असावीत.

२. काही तज्ज्ञांच्या मते, वाढत्या वयाची मोठी मुले जवळ असतील, तर आई-वडिलांच्या खासगी जीवनावर मर्यादा येतात आणि मुलांचीही घुसमट होते. त्यामुळे अविवाहित तरुण मुले-मुली आई-वडिलांपासून वेगळी झाली तर त्यातून दोघांचीही सोय होते.

३. युवागृहाचे स्थान पाहिले तर ते जंगलात गावाच्या वेशीवर असते. या ठिकाणी रात्री जर जाग राहिली, मनोरंजनासाठी काही कार्यक्रम चालू राहिले, तर त्यामुळे जंगली प्राणी, जनावर, शत्रू, चोर, दरोडेखोर यांच्यापासून आपोआपच संरक्षण मिळेल. त्या गरजेपोटी अशा संस्था उदयास आल्या असाव्यात.

४. काही अभ्यासकांच्या मते, वैषयिक आणि लैंगिक जीवनाचे धडे देणारे घोटुल हे यासाठीच निर्माण झाले असावे. परंतु वैषयिक जीवनावर मर्यादा आणणे हासुद्धा हेतू युवागृहांचा असावा. कारण माडिआ जमातीत नवजात अर्भक असताना नवऱ्याने स्त्रीसंग करू नये, तसेच स्त्री विटाळशी असताना तेथे झोपू नये, अशा प्रथा असल्याने त्या काळात नवरा युवागृहातच येतो. पर्यायाने नवरा-बायकोचा संबंध येण्याचीच शक्यता रहात नाही. त्यामुळे ही युवागृहाची उपयुक्तता असते. त्यामुळे एक सामाजिक गरज म्हणून युवागृहांचा उदय झाला असावा, हे निश्चित आहे. सामाजिक जीवनाची घट्ट वीण यातून निर्माण झाली. मात्र, बहुसंख्य जमाती, युवागृहे आता अस्तित्वात नाहीत. गोंड, माडिआ, मुरिआ यांच्यामध्ये अजून ती काही प्रमाणात टिकून आहेत. याला सर्वात मोठे कारण, ब्रिटिश राजवटीत आणि विशेषतः मिशनऱ्यांकडून

घोटुल या संस्थेचा तेथील मुक्त लैंगिक जीवनाला विरोध होता. विशेषतः ईशान्य भारतातील ख्रिस्ती सहभागाने १००% धर्मांतर घडून आदिवासी ख्रिश्चन झाले आहेत. याशिवाय दुसरे महत्त्वाचे कारण म्हणजे, आधुनिक प्रगत समाजाचा निकट संपर्क. यामुळे बदलत्या परिस्थितीमुळे अशा संस्था खिळखिळ्या झाल्या. सामुदायिक जीवनाची जागा व्यक्तिगत जीवनाने घेतली आहे.

लग्नासाठी निघालेली कातकरी वधू

आदिवासी कुटुंब आणि आप्तसंबंध

कुटुंब म्हणजे आप्तस्वकीयांचा एक गट. त्यामुळे माता-पिता व त्यांची मुले यांचा मिळून जो समूह होतो, ते 'कुटुंब' होय. कुटुंब हा विवाहावरच आधारलेला सामाजिक समूह आहे. हा एक मूलभूत तरीही सार्वत्रिक स्वरूपाचा समूह आहे. विवाहबंधन, आप्तसंबंध, समान निवासस्थान, वंशपरंपरा, आर्थिक व्यवस्था ही कुटुंबसंस्थेची लक्षणे आहेत.

कोणत्याही समाजातील कुटुंबसंस्थेचे महत्त्व हे अनन्यसाधारण आहे. कुटुंबाच्या मूलभूत कार्यात फारसा बदल झालेला नाही. परंतु कालमानाप्रमाणे काही बदल झालेले आहेत. कुटुंबाची जैविक, मानसिक, आर्थिक, सामाजिक अशी कार्ये आहेत.

मानवाच्या शारीरिक वाढीचा विचार करता, पालनपोषणासाठी मानवाचे अपत्य प्रदीर्घ काळ आईवर अवलंबून असते. पालक अपत्यांचे परस्परसंबंध, स्त्री-पुरुष संबंध आणि कुटुंबातील सदस्यांचे आपापसातील संबंध यावर कुटुंबव्यवस्था टिकून असते आणि अशा प्रकारचे परस्परसंबंध फक्त मनुष्यप्राण्यांतच बघायला मिळतात. समाजात कुटुंबसंस्था विविध कार्ये करताना दिसते.

१. **जैविक कार्य** : जीवसातत्य, वंशवृद्धी हे कुटुंबाचे अगदी प्राथमिक स्वरूपाचे

कार्य आहे. कुटुंबात येणारी वधू यानंतर पती-पत्नीची कामतृप्ती समाजमान्यतेनुसार कुटुंबातच होते आणि त्याचे फलित हे जीवसातत्य या रूपातून पुढे येते. त्यामुळे कुटुंबसंस्था कामतृप्ती आणि वंशवृद्धीच्याद्वारे आपले जैविक कार्य चालू ठेवते.

२. **मानसिक कार्य** : कामतृप्तीतून मिळणारे मानसिक समाधान, तसेच अपत्यसंगोपन, कुटुंबातील व्यक्तींचे परस्परप्रेम, आदर, सहानुभूती यांतून कुटुंबातील सदस्याला मानसिक समाधान मिळत असते.

३. **शैक्षणिक कार्य** : मागील पिढीकडून मिळालेला वारसा, संस्कृती, ज्ञान पुढील पिढीला देणे हे मधल्या पिढीकडून घडत असते. व्यक्तीची मानसिक जडण-घडण, विकास, व्यक्तिमत्त्व हे कुटुंबातूनच विकसित होते. भाषा, संस्कृती, रूढी, परंपरा येथपासून ते सर्व दैनंदिन गोष्टी, शिकार, कंदमुळे जमविणे, घरबांधणी येथपर्यंतचे सर्व व्यवहार व्यक्ती हे कुटुंबाकडूनच शिकत असते.

४. **आर्थिक कार्य** : कुटुंबातील सर्वांचे उदरभरण करणे ही कुटुंबाचीच, पर्यायाने कुटुंबप्रमुखाचीच जबाबदारी असते. प्राथमिक अर्थव्यवस्थेत शिकार काय किंवा शेती काय, कुटुंबातील सर्वच सदस्य या क्रियेत सहभागी असतात. विविध प्रकारची कामे कुटुंबातील वेगवेगळ्या व्यक्ती आपापल्या परीने पार पाडत असतात.

५. **नियंत्रण आणि संरक्षणात्मक कार्य** : व्यक्तीच्या आर्थिक, धार्मिक, सामाजिक आणि राजकीय अशा सर्वच कार्यांवर कुटुंबाचे नियंत्रण असते. त्याप्रमाणेच कोणाही व्यक्तीला कौटुंबिक, सामाजिक पातळीवर संरक्षण मिळविण्यासाठी कुटुंब कटिबद्ध असते.

६. **धार्मिक कार्य** : जन्मापासून मृत्यूपर्यंत प्रत्येक व्यक्ती कोणत्या ना कोणत्या प्रकारचे धार्मिक कार्य करीत असते. भगत आणि बुडवा जरी धार्मिक कार्यासाठी असले, तरी कुटुंबाचे कूळ, कुलचिन्हं, धार्मिक परंपरा, रूढी यांचे जतन कुटुंबाकडून होत असते.

अशी विविध प्रकारची कार्ये कुटुंबव्यवस्थेकडून चालू असतात.

कुटुंबाचे प्रकार : कुटुंबाचे प्रकार हे कुटुंबातील लोकांची संख्या, वंशपरंपरा ठरविण्याची पद्धत, आई-वडिलांच्या विवाहाचे स्वरूप यावर ठरत असते.

१. **केंद्रकुटुंब/ प्राथमिक कुटुंब** : या प्रकारात माता-पिता आणि त्यांची अविवाहित मुले यांचा समावेश होतो. विवाहानंतर मुले स्वतंत्र कुटुंब निर्माण करतात. यामुळेच याला साधे कुटुंब किंवा प्राथमिक कुटुंब असे म्हणतात.

२. **संयुक्त कुटुंब** : यामध्ये माता-पिता यांच्यासह त्यांची अविवाहित आणि विवाहित मुले, तसेच अविवाहित आणि विवाहित नातवंडे असे सर्व रहात असतात. एका कुटुंबप्रमुखाच्या देखरेखीखाली सर्वजण येतात. सामाईक निवास, सामाईक मालमत्ता येते. मातृसत्ताक आणि पितृसत्ताक या दोन्ही प्रकारांत संयुक्त कुटुंबे आढळतात. यालाच विस्तारित कुटुंब, असेही म्हणतात.

कुटुंबात आई-वडील यांच्या असलेल्या वर्चस्वावरूनही कुटुंबाचे काही प्रकार मानले जातात. याला पितृमूलक किंवा पितृसत्ताक आणि मातृमूलक किंवा मातृसत्ताक कुटुंब असे म्हणतात.

पितृसत्ताक पद्धतीत पिता हा कुटुंबाचा प्रमुख असतो. त्याचे नाव, कुल, वंश पुढील पिढी लावते. मुलगी विवाहानंतर नवऱ्याच्या घरी जाते. एकूण संपत्तीचा वारसा बापाकडून मुलाकडे जातो. मातृमूलक ही स्त्रीप्रधान कुटुंबपद्धती आहे. कुटुंबाची मालमत्ता, अधिकार, वारसा हे आईकडून मुलीकडे येते. लग्नानंतर पती बायकोच्या घरी येतो. मात्र, यामध्ये बापापेक्षा मामाचे स्थान मोठे असते. ही पद्धत महाराष्ट्रात फारशी प्रचलित नसली तरी केरळ, आसामातील जमातींत ही पद्धत आहे. याशिवाय आई-वडिलांचे विवाहाचे स्वरूप पाहूनही विवाहाचे प्रकार अस्तित्वात येतात, याला एकविवाही आणि बहुविवाही कुटुंब असे म्हणतात.

एकविवाही कुटुंब : यामध्ये एक पती, एक पत्नी आणि त्यांची मुलेबाळे यांचा समावेश होतो.

बहुविवाही कुटुंब : यात कुटुंबप्रमुखाच्या विवाहाचे स्वरूप बहुविवाही असते. म्हणजे कुटुंबप्रमुख पुरुष असेल आणि त्याने अनेक स्त्रियांशी विवाह केला असेल किंवा स्त्री कुटुंबप्रमुख असेल आणि तिला एकापेक्षा अधिक पती असतील तर याला बहुविवाही कुटुंब असे म्हणतात.

कुटुंब आणि कुल या दोन संघटना एकमेकांशी संबंधित आहेत. कुटुंब आणि कुल यामध्ये समाविष्ट होणाऱ्या सर्व संबंधितांचे एकमेकांशी असणारे नाते हे रक्ताचे

असते किंवा तसे ते मानले जाते. या रक्ताच्या नात्याची उभारणी एकपक्षीय (Unilateral) किंवा द्विपक्षीय (Bilateral) तत्त्वावर झालेली असते. कुटुंबातील आई-वडील या दोन्हीकडच्या बाजूने ओळखल्या जाणाऱ्या सर्व नातेवाईकांचा विचार हा द्विपक्षीय पद्धतीचा असतो. तर, केवळ आईकडून किंवा वडिलांकडून ओळखल्या जाणाऱ्या आप्तांचा विचार एकपक्षीय पद्धतीचा असतो. कुल हा शब्द एकपक्षीय आप्तसंबंधीयांचा समूह असतो. कुलामध्ये पितृवंशाचे नातेवाईक समाविष्ट केले जातात. कुल म्हणजेच क्लॅन (Clan) होय. कुल म्हणजे एकपक्षीय वंशमालिकेने निश्चित झालेल्या स्त्री-पुरुषांचा समूह होय. एकपक्षीय तत्त्वावर आधारलेल्या आप्तसंबंधितांना 'वंशज' म्हणतात. मदन आणि मजुमदार यांनी केलेल्या कुलाच्या व्याख्येनुसार, कुल हा प्रथमतः वंशजांचा समूह असतो. या समूहाची उत्पत्ती कोण्या कल्पित पूर्वजापासून झालेली असते. भारतातील बहुसंख्य जमातींत पितृवंशीय कुलपद्धती आढळते. या कुलाचा पूर्वज कोण होता, याची माहिती कुलसदस्यांना असतेच असे नाही. हा पूर्वज तर काही वेळा मानवेतर प्राणी, वनस्पतीही असतो. काही वेळा कोणती अचेतन वस्तूही असते. कुलाचे सदस्यत्व मिळण्यासाठी जन्म हा नैतिक अधिकारच असतो. ज्या कुलात जन्म होतो, त्या कुलाचे सदस्यत्व आपोआपच मिळते. गोंडांमध्ये घरातील देवांची संख्या किती, यावरून कुल ठरत असते. त्यांच्यामध्ये चार देवे, पाच देवे, सहा देवे, सात देवे अशी कुलपद्धती असून एका कुलात विवाह होऊ शकत नाही. माडिआ आणि कोलामातही अशाच प्रकारच्या देवांच्या संख्येवर आधारित कुलपद्धती आहे.

एकाच कुळात जन्म झालेले सदस्य हे भाऊ-भाऊ अथवा भाऊ-बहीण होत असल्यानेच बहुतेक जमातींत एकाच कुलातील सदस्यांना विवाहाची मान्यता नसते. ज्या सजीव अथवा निर्जीव पूर्वजांपासून कुलाची उत्पत्ती झाल्याचे मानले जाते त्याला कुलचिन्ह, कुलप्रतीक किंवा देवक (Totem) असे म्हणतात. त्यामुळे प्रत्येक कुलाचे देवक वेगवेगळे असते. या देवकाला अथवा कुलचिन्हास कुलाकडून महत्त्व मिळते. त्याचे चित्र अंगावर गोंदवून घेतात. त्याची शिकार त्या कुलाच्या सदस्याकडून केली जात नाही. इतकेच काय, तो प्राणी मेला तरी कुलातील लोकांकडून सुतक पाळले जाते. कुलचिन्हाविषयीचा आदर आणि श्रद्धा वेगवेगळ्या प्रकारे व्यक्त केल्या जात असतात. याला 'कुलचिन्हवाद' किंवा 'टोटेमिझम' असे म्हणतात.

हरस्कोव्हिट्झ, रॅड क्लिक ब्राऊन अशा वेगवेगळ्या मानवशास्त्रज्ञांनी कुलचिन्ह

वादावर प्रकाश टाकला आहे. कुलचिन्ह परंपरेमध्ये पर्यावरणसंरक्षण आणि जतनाचा विचार जाणवतो. त्यांच्या मनातील निसर्गविषयक भावच स्पष्ट होतो. कुटुंबसंस्थेबरोबर ओघाने येणारा विषय म्हणजे आप्तसंबंध आणि नातेव्यवस्था. व्यक्ती जन्माला आल्यावर तिचा प्रथम संबंध येतो तो आईशी. आई-मुलाचे नाते हे रक्ताचे असते. आईच्या अनुषंगाने वडील, त्याच आई-वडिलांची इतर अपत्ये अशी नात्याची मालिका चालू राहते.

त्यातही काही रक्ताची नाती ही अधिक घनिष्ठ आणि जवळची असतात तर काही नाती दूरची असतात. काही नात्यांत प्रेमाचे, काहींमध्ये आदराचे, तर काही नात्यांमध्ये अंतर ठेवून व्यवहार होतात. हे संबंध कसे असावेत यावरही समाजाचे नियंत्रण असते. चार्ल्स विनिक यांनी असे सांगितले आहे की, हे प्रत्यक्ष आप्तसंबंध केवळ रक्तावरच आधारलेले असतात असे नाही, तर त्यांचा आधार हा काल्पनिकही असू शकतो. आप्तसंबंधांची कल्पना खूप व्यापक असते. त्यामुळेच नात्यागोत्यात विविधता आढळून येते. या संबंधाचे तीन मुख्य प्रकार दिसतात.

१. रक्तसंबंधामुळे अगर आनुवांशिकतेमुळे होणारे : समान रक्ताच्या आधारावर या व्यक्ती एकमेकांशी संबंधित असतात. उदा. आई-वडील, मुले, सख्खे भाऊ, बहीण इत्यादी.

२. विवाहसंबंधित आप्त : स्त्री-पुरुषांचे एकमेकांशी होणारे विवाह, त्यामुळे ते पती-पत्नी होतात. त्यांच्यामुळे दोन्ही कुटुंबातील व्यक्ती ही आप्त होतात. पुरुष हा केवळ पती न राहता, जावई, मेहुणा, साडू, दीर वगैरे होतो, तर स्त्री ही केवळ पत्नी न राहता सून, भावजय, मेहुणी, मामी, काकू वगैरे भूमिका पार पाडते.

३. समाजमान्यता मिळालेले कल्पित आप्तरक्तसंबंध किंवा विवाहसंबंधाशिवाय काही संबंध हे कल्पित स्वरूपाचे असतात. दत्तक अथवा मानलेल्या स्वरूपाचे संबंध यात येतात.

या सर्व प्रकारे निर्माण होणाऱ्या आप्तसंबंधांत सारखीच घनिष्ठता, आत्मीयता प्रेमभाव असतोच असे नाही. त्या दृष्टीने नातेसंबंधांत श्रेणी अथवा उतरंड निर्माण होते. या श्रेणीमध्ये प्राथमिक आप्त, यात अत्यंत जवळचे, रक्तसंबंधित आप्त येतात.

प्राथमिक आप्त : आई मुलगा-मुलगी, वडील, मुलगा-मुलगी, भाऊ-भाऊ, बहीण-बहीण, भाऊ-बहीण हे नातेवाईक येतात.

दुय्यम आप्त : या श्रेणीत प्राथमिक आप्तांच्याद्वारे निर्माण होणारे संबंध येतात. उदा. आजोबा, आजी, आत्या, काका, मावशी, मामा असे संबंध येतात.

तृतीयक आप्त : दुय्यम आप्तांचे जे प्राथमिक आप्त असतात, त्यांना तृतीयक आप्त असे म्हटले जाते. उदा. पणजोबा, चुलत आणि मामे भावंडे, काकू, मामी असे दुय्यम आप्तांचे प्राथमिक आप्त या वर्गात येतात.

कोणत्याही मानवी समाजात अशी आप्तसंबंध व्यवस्था असते. या आप्तसंबंधित व्यवस्थेवरून कुटुंब आणि समाज यामध्ये बंध होत असतात. व्यक्तीव्यक्तीतील आप्तसंबंध कोणत्या प्रकारचे आहेत व आप्तांचा दर्जा कोणता, हे स्पष्ट होण्याकरिता वेगवेगळे, परंतु विशिष्ट शब्द वापरले जातात. याला आप्तसंबंध संज्ञा (Kinship Terms) म्हणतात. या आप्तसंबंध संज्ञेचे वर्गीकरण लुईस मॉर्गन यांनी दोन गटांत केले आहे.

१. **वर्गीकरणात्मक आप्तसंबंध संज्ञा** : आप्तसंबंधाच्या विविध प्रकारांतील नातेवाईकांना एकाच नातेवाचक शब्दाने संबोधिले जाते. विविध नातेवाईकांना समान कल्पून त्यांच्यासाठी एकच नातेवाचक संज्ञा वापरली जाते. उदा. एकाच आई-बापाच्या पोटी झालेली संतती भाऊ-बहीण असणे. मेहुणा, भाचा आणि इतरही काही संज्ञा यात येतात.

२. **वर्णनात्मक आप्तसंबंध संज्ञा** : या पद्धतीत प्रत्येक नातेवाईकाचा वेगळा दर्जा स्पष्ट केला जातो. या आप्तसंबंध संज्ञा आणि सामाजिक रीतीरिवाज यांचे जवळचे संबंध आहेत.

महाराष्ट्रात बऱ्याच समाजात आते-मामे भावंडांचा विवाह रूढ आहे. आईचा भाऊ हा मामा असतो, तर पत्नीच्या वडिलांनाही मामाच संबोधले जाते. तसेच वडिलांची बहीण आत्या असते, तर सासूलाही आत्या म्हणून हाक मारण्याची पद्धत आहे. त्यामुळे आते-मामे भावंडांचा विवाह स्पष्ट होतो. डॉ. इरावती कर्वे यांच्या मते, आप्तसंबंध संज्ञा व आप्तसंबंध, चालीरीती यांचा खूप जवळचा संबंध आहे. प्रत्येक आप्तसंबंधात काही चालीरीती निश्चित असतात. कोणी कोणाशी कसे वागावे, रहावे, कोणत्या परंपरेने रहावे, याविषयी प्रत्येक समाजात काही परंपरा असतात. एका व्यक्तीचे इतर आप्तांबरोबर वेगवेगळे नाते असते. त्यानुसार त्याचे वर्तन असते.

मुलांचे आई-वडिलांबरोबरचे संबंध, श्रद्धा, प्रेम, आदर या प्रकारचे असतात

तर नवरा–बायकोचे संबंध बरोबरीचे, अधिक जवळचे, तर भावा–बहिणींचे पवित्र, कधी बरोबरीचे, जवळचे असतात. त्यामुळे कुटुंब आप्तसंबंध आणि चालीरीती हा एक स्वतंत्र अभ्यासाचा विषय होतो. इतर समाजांप्रमाणेच आदिवासींतही आप्तसंबंध–चालीरीती आहेत, त्या याप्रमाणे –

१. **टाळाटाळीचे संबंध** : विशिष्ट नात्यातील व्यक्तींनी एकमेकांच्या अगदी जवळ अथवा समोर न येता एकमेकांपासून दूर राहणे, याला टाळाटाळीचे संबंध म्हणतात. उदा. सासू–सासरे आणि सून, जावई. कदाचित आदरापोटी, स्त्रीप्रधान अथवा पुरुषप्रधान चालीरीती किंवा विरुद्धलिंगी आकर्षण यामुळे अशी पद्धत पडली असावी.

२. **थट्टा–मस्करीचे संबंध** : टाळाटाळीच्या अगदी उलट असे हे संबंध असून, थट्टा–मस्करी, खोडी काढणे, चिडविणे, लैंगिक बाबींवर बोलणे अशा पद्धतीचे संबंध हे चेष्टा–मस्करीचे असतात. हे संबंध समानलिंगी आणि भिन्नलिंगी आप्तांत दिसतात. उदा. आते–मामे, मावस, चुलत भावंडे, भाऊ–बहीण, दीर–भावजय, भाऊ–भाऊ, मेहुणा–मेहुणी आणि अगदी पती–पत्नीमध्येही असे संबंध असतात. मनावरील ताण कमी होण्यासाठी प्रतीकात्मक असे याचे स्वरूप असते.

३. **मातुलेय** : स्त्रीप्रधान, मातृसत्ताक पद्धतीत वडिलांपेक्षा मामाचे स्थान मोठे असते. कित्येकदा तर तोच कुटुंबप्रमुख असतो. मामाची आज्ञा शिरसावंद्य असते. महाभारतात या मातृप्रधान, परंतु पितृसत्ताक अशा कुटुंबपद्धतीचे बरेच प्राबल्य होते. एकीकडे पुरुषप्रधान राजवंश, तर घरात स्त्रीच्या भावाचे प्राबल्य हीच परिस्थिती होती. भाच्यांचे पालनपोषण, शिक्षण, संस्कार हे सर्व मामाकडूनच होत होते. या पद्धतीसच 'मातुलेय' असे म्हणतात. आजही बिगरआदिवासी समाजांतसुद्धा लग्नाच्या बोहल्यावर मुला–मुलीला आणण्याचे काम मामाच करतो आणि बाळाचे जावळही मामाच्या मांडीवरच काढतात. पुरुषसत्ताक संस्कृतीतील मातृप्रधान अवस्था ती हीच आहे.

४. **आतेप्रधानता** : वडिलांच्या बहिणीस कुटुंबव्यवहारात मोठे मानाचे स्थान असणे म्हणजेच आतेप्रधानता होय. आजही महाराष्ट्रात बऱ्याच ठिकाणी बाळाचे नाव ठेवण्याचा हक्क आत्याकडे आहे. अगदी आदिवासी समाजातही ही पद्धत दिसते.

५. **सहप्रसविता** : ही एक अगदी वेगळी आप्तसंबंध प्रथा आहे. स्त्रीच्या प्रसूतीच्या काळात तिला अत्यंत त्रास आणि कष्ट होत असतात. या संपूर्ण काळात पत्नीच्या बरोबर झोपून तिला होणाऱ्या यातना आपणासही होत आहेत, हे दाखविणे व पत्नीच्या त्रासात आपणही सहभागी आहोत, हे दर्शविणे पतीचे काम आहे. यालाच 'सहप्रसविता किंवा सहकष्टी' असे म्हणतात. महाराष्ट्रात ही प्रथा नाही; परंतु खासी, तोडा या जमातींमध्ये ही प्रथा आहे. मातृसत्ताक पद्धतीत स्त्रीला अनन्यसाधारण महत्त्व आहे. या स्त्रीला होणाऱ्या त्रासाला पुरुषच कारणीभूत आहे, त्यामुळे तो त्रास आपणास होत आहे, असे कल्पून स्त्रीला आधार देणे किंवा आपलेच पितृत्व सिद्ध करणे ही जशी कारणे आहेत, त्याप्रमाणेच मॅलिनोवस्की यांच्या मते, वैवाहिक जीवनास दृढता देणे, पत्नीस आधार देणे, ही भावनाही कदाचित या मागे असावी.

६. **पदनिर्देशता** : कुटुंबातील आई-वडिलांचा किंवा मोठ्यांचा नामोल्लेख टाळून व्यक्तीला हाक मारणे, बोलाविणे याला 'पदनिर्देशता' असे म्हणतात. म्हणजे पती-पत्नीने एकमेकांना हाक मारताना आपल्या मुलांच्या नावाचा उल्लेख करून त्याची आई अथवा वडील असे बोलविले जाते. परंतु ही पद्धत आदिवासींमध्ये अजिबात दिसलेली नाही. ही प्रथा प्रगत समाजात अधिक दिसते. मात्र, सध्या आधुनिक समाजातही पती-पत्नीत बरोबरीने राहून नावाचा एकेरी उल्लेख केला जातो. या सर्वांतून आदिवासी कुटुंब आणि आप्तसंबंध व्यवस्था यावर प्रकाश पडतो.

□

आदिवासी अर्थव्यवस्था

अन्न, वस्त्र आणि निवारा या मानवाच्या मूलभूत गरजा आहेत. या गरजा पूर्ण करण्यासाठी माणसाला सतत झगडावे लागते. मूलभूत गरजा भागविण्यासाठी त्याला आर्थिक क्रिया कराव्या लागतात. यासाठी तो उपलब्ध साधने वापरतो.

एक मतप्रवाह असा होता की, आदिवासी समुदाय हा अर्थव्यवहारविरहित आहे. परंतु असे म्हणणे चुकीचे आहे. कारण अन्ननिर्मिती, अन्नसंकलन, अन्नसंचय यासाठी काही मूलभूत साधने तयार करणे अथवा जमविणे आणि अन्न वाटून घेणे या सर्वांमध्ये आर्थिक संघटना असतेच असते. ती साधीसुधी, मूलभूत स्वरूपाची असेल; पण ती असणारचं.

आदिम अर्थव्यवस्थेचे अगदी पहिले लक्षण म्हणजे अगदी मूलभूत गरजा पूर्ण करणे. परंतु त्यासाठीही त्यांना इतके झगडावे लागते आणि संघर्ष करावा लागतो, तेव्हाच त्या गरजा पूर्ण होतात. यालाच 'निर्वाहप्रधान अर्थव्यवस्था' म्हणतात.

दुसरे महत्त्वाचे लक्षण म्हणजे, आदिवासींची गुजराण ही निसर्गात उपलब्ध असलेल्या घटकांवर होत असते. यासाठी कोणतीही तांत्रिक साधने वापरणे त्यांना माहीत नसते. त्यांचे तांत्रिक ज्ञान हे अगदी जुजबी स्वरूपाचे असते. त्यामुळे

मर्यादित गरजांसाठीही त्यांना प्रचंड कष्ट उपसावे लागतात. तांत्रिक ज्ञानाचा अभाव आणि साधने नसल्यामुळे अर्थव्यवस्थाही कमकुवत रहाते.

मर्यादित गरजा, तांत्रिक ज्ञानाचा अभाव, साधनांची कमतरता यामुळे मिळणारे उत्पादन हेही अत्यंत अपुरे असेच असते. शेताची नांगरट, मळणी यांसारखी कामेही साध्या हाताने, पारंपरिक पद्धतीने होतात, त्यामुळे धान्याचे नुकसान होते.

अगदी अलीकडच्या काळापर्यंत आदिम अर्थव्यवस्थेत पैसाच नव्हता; त्यामुळे आपली गरज भागवून साठविता येईल असे फारसे काहीच नसते. त्यामुळे उत्पादित वस्तूंची देवाण-घेवाण अगदी मर्यादित स्वरूपात असते. जी थोडीफार होते, ती वस्तूविनिमय स्वरूपाची असते. एका वस्तूची गरज पूर्ण करण्यासाठी दुसरी वस्तू देणे. वस्तूंची देवाण-घेवाण असेच त्याचे स्वरूप असते. त्यामुळे पैशाला विशेष स्थान नसते. शारीरिक कष्टाचा किंवा कामाचा मोबदलाही धान्य, वस्तूरूपानेच दिला जातो. आता अलीकडच्या काही काळात ही प्रथा खूपशी बंद झाली आहे आणि पैशाने ही जागा घेतली आहे.

म्हणजेच नफा मिळविणे, फायदा वाढविणे, असा उद्देश या अर्थव्यवस्थेत दिसत नाही. त्यामुळे गरजा भागविणे, एवढा एकच उद्देश त्याचा दिसतो. मात्र, बहुतेक वेळा या व्यवस्थेचे स्वरूप सामूहिक असते. शेतीतील असंख्य कामे, शिकार, मासेमारी अशी उपजीविकेची कामे, ग्रामपातळीवर किंवा सामूहिक स्वरूपात होतात. साहजिकच त्याचे उत्पन्नही वाटून, विभागून घेतले जाते.

आदिवासी उद्योगात अर्थव्यवस्थेत विशेषीकरण (Specialization) दिसून येत नाही. प्रत्यक्षात आजची बाजारपेठ ही त्यावरच चालते आणि श्रमविभागणीतून विशेषीकरण प्राप्त होते. आदिवासी अर्थव्यवस्थेत श्रमविभागणी आहे; पण ती स्त्री- पुरुषांची कामे अशा लिंगभेदावर, फार तर व्यक्तीच्या वयानुसार आहेत; परंतु विशेषीकरण किंवा प्रभुत्व (Mastery) यावर आधारित नाही.

या सर्व वैशिष्ट्यांवरून आदिवासी अर्थव्यवस्थेचे साधे स्वरूप स्पष्ट होते. केवळ प्राथमिक गरजा भागविणे, हाच त्याचा उद्देश असतो. मात्र, परिस्थितीनुसार दळणवळण, संपर्कमाध्यम, वाहतूक, शिक्षण यामुळे या वैशिष्ट्यांत फरक पडत आहे. पैसा केंद्रभागी येत आहे. प्रसिद्ध मानवशास्त्रज्ञ हरस्कोव्हिट्स यांनी आदिवासींच्या विविध आर्थिक क्रियांची नोंद केली आहे. त्यानुसार अन्नसंकलन, शिकार, मासेमारी, पशुपालन, शेती आणि हस्तकला या अर्थव्यवस्थेशी निगडित अवस्था किंवा क्रिया

आहेत, परंतु अलीकडच्या काळात मोलमजुरी ही एक महत्त्वाची क्रिया झाली असून, त्यामुळे प्रत्यक्ष पैसा त्यांच्या अर्थव्यवस्थेत आलेला आहे.

१. अन्नसंकलन : अत्यंत प्राथमिक स्वरूपाची ही अवस्था असून, निसर्गात मुक्त स्वरूपात मिळणारी फळे, फुले, कंदमुळे, शेंगा, मध जमा करणे, भूछत्रे जमा करणे, लहान प्राणी-पक्षी पकडणे, त्यांची शिकार करणे, मासेमारी, खेकडे, कालवं पकडणे आणि त्यावर गुजराण करणे, असे त्याचे स्वरूप आहे. परंतु कमी झालेली जंगले आणि दुर्लभ जंगलसंपदा यामुळे यातून गुजराण होईल एवढे उत्पन्न नाही आणि शिवाय प्रगत समाजाबरोबरील संपर्क, दळणवळण यामुळे ही अवस्था आदिवासी समाजातही फारशी दिसत नाही.

मासेमारीचा पिंजरा

२. शिकार आणि मासेमारी: अन्नसंकलनाप्रमाणेच आज ही अवस्थाही फारशी प्रचलित नाही. एक तर जंगलच शिल्लक नाही; दुसरे त्यातील प्राण्यांची संख्याही म्हणावी इतकी नाहीच आणि तिसरे म्हणजे, शिकारीवर असलेली बंदी. यामुळे आजकाल शिकारही केली जात नाही. क्वचित सणासुदीला प्रतीकात्मक स्वरूपाची अथवा चोरूनमारून बेकायदेशीर झाली तरच ! पण म्हणून ते काही उदरनिर्वाहाचे मुख्य साधन नाही. मासेमारी मात्र मोठ्या प्रमाणावर होते. सरकारी मदतीने जलसिंचन प्रकल्प, पाणलोट क्षेत्रविकास होतो. त्यात मत्स्यबीज आणि मत्स्यपालन केले जाते. मासेमारी मुद्दाम केली जाते. त्यातून त्यांचा उदरनिर्वाह होतोच. शिवाय प्रत्यक्ष बाजारात विकून त्यातूनही चलनाचा प्रत्यक्ष पुरवठा होतो. मासेमारी हा जुनाच व्यवसाय

धनुर्धारी

असून, पारंपरिक पद्धतीने केला जातो. परंतु केवळ मासेमारीवर उपजीविका होऊ शकत नाही. त्यामुळे तो दुय्यम व्यवसाय आहे. मच्छीमारीसाठी गळ आणि जाळी वापरली जातातच.

शिवाय, विशिष्ट प्रकारचे बांबूच्या काड्यांपासून केलेले पिंजरे, जाळी वापरली जातात. भाले आणि धनुष्यबाणाने मासेमारी करणारेही आहेत आणि काही विशिष्ट प्रकारच्या झाडांची पाने, फांद्या पाण्यात टाकून त्याच्यातील द्रव्यामुळे मासे बेशुद्ध होतात आणि त्यांच्या हालचाली मंदावतात. त्यानंतर हे मासे पकडणे सोपे जाते अशा विविध पद्धती मासेमारीसाठी वापरल्या जातात.

३. पशुपालन : अन्नसंकलन, शिकार आणि मासेमारी ही कायमस्वरूपी आणि पूर्ण अशी उपजीविकेची साधने नाहीत. मात्र, अन्नउत्पादन करणे शक्य आहे हे जसे माणसाला समजले, तसे त्याच्या जीवनाचे चित्र बदलू लागले. त्याच्या जीवनाला स्थैर्य मिळाले. प्राण्यांना माणसाळवून त्यांना पाळणे आणि त्यापाठोपाठ त्यांच्यात संकर घडवून त्यांची संख्या वाढविणे, यामुळे दूधदुभते, मांस, कातडी, केस, हाडे मिळविणे, माणसाला शक्य झाले. शिकारीसाठी सोबत म्हणून कुत्रा हा माणसाने पाळलेला पहिला प्राणी. त्यानंतर गाय, म्हैस, घोडा, गाढव, उंट, शेळ्या-मेंढ्या, कोंबड्या, बदक यांचा वापर माणूस करू लागला. आदिम जमातीत हा एक महत्त्वपूर्ण आर्थिक टप्पा आहे.

पशुपालन

४. शेती : शेतीमुळेच मानवाच्या जीवनाला खऱ्या अर्थाने स्थैर्य मिळाले. नवाश्म युगापासून सुरू झालेली ही शेतीपरंपरा ही उपजीविकेची प्रमुख पद्धत आहे. आज बहुतेक सर्व आदिवासींमध्ये ही आर्थिक क्रिया राबवली जाते. शेती हेच उपजीविकेचे मुख्य साधन आहे. शेतीसुद्धा फिरती म्हणजेच भटकी ते स्थिर शेती या स्वरूपात बदलली. भटकी शेती यालाच 'स्थलांतरित शेती' असेही म्हणतात. ईशान्य भारतात याला 'झूम शेती' म्हणतात. जंगलातील काही भाग साफ करून तेथे शेती करणे,

त्यापूर्वी तेथील गवत-पालापाचोळा जाळून त्याची राब तयार केली जाते. काही काळ त्या ठिकाणी शेती केल्यावर ती जागा सोडून दुसऱ्या ठिकाणी जाऊन तेथील झाडे तोडून नव्याने जमीन करून ती शेतीसाठी वापरणे होय. यामध्ये जंगलसंपत्तीचा प्रचंड नाश होतो. महाराष्ट्रातील आदिवासींमध्ये ही प्रथा आता राहिलेली नाही. बहुतेक जमातींमध्ये शेती ही स्थिर स्वरूपाचीच आहे; असे असले तरी आधुनिक तंत्राचा अभाव, पाण्याची आणि जलसिंचनाची कमतरता, डोंगरउतारावरील जमीन या सर्वांमुळे शेतीतून मिळणारे उत्पन्न कमी प्रमाणात, कमी पोषण दर्जाचे, निकृष्ट प्रकारचे असल्याने त्यांच्या अर्थव्यवस्थेस म्हणावी तशी बळकटी यामुळे येत नाही.

५. हस्तव्यवसाय : हस्तव्यवसाय हे काही आदिवासींच्या उदरनिर्वाहाचे मुख्य साधन नाही. त्यांची कामगिरी, त्यांच्या कला, त्यांचे हस्तव्यवसाय हे त्यांच्या दैनंदिन गरजा पूर्ण करण्यासाठी ते वापरत असतात. वेगवेगळ्या टोपल्या, परड्या, मडकी त्यांच्या दैनंदिन वापरासाठी असतात. चित्रकलेला सांस्कृतिक महत्त्व आहे. मुखवट्यांनाही धार्मिक व सांस्कृतिक महत्त्व आहे. परंतु या व्यवसायाला जसजशी बाहेर बाजारपेठ मिळू लागली, तसतसे त्यांना त्यातून उत्पन्न मिळू लागले आणि आज त्यातून रोजगार निर्माण झाला आहे. त्यांच्या अर्थव्यवस्थेवर त्याचा अनुकूल परिणाम होत आहे. मात्र, सर्वच आदिवासी जमातींत त्यांचा असा हस्तव्यवसाय असतोच असे नाही, किंवा असल्यास प्रत्येक कुटुंब, सर्व व्यक्ती त्यामध्ये वाकबगार असतील आणि पैसा कमावतील असेही नाही. आदिवासींच्या कलांचा परामर्श घेणारे स्वतंत्र प्रकरण आहेच; परंतु आर्थिक क्रियांच्या दृष्टीने त्याचे असलेले महत्त्व येथे विचारात घेतलेले आहे.

कणगी आणि टोपल्या

६. मजुरी : जसजशी उद्योगांची प्रगती झाली, औद्योगिकीकरण झाले, तसतसे कामगार आणि मजूर यांची गरज वाढली. विविध धंद्यांसाठी कुशल आणि अकुशल कामगारांची गरज निर्माण झाली. शहरी आणि ग्रामीण लोकांबरोबरच आदिवासी भागातील आदिवासी मनुष्यबळ उपलब्ध होऊ लागले आहे. बहुसंख्य आदिवासी जमातींतून स्त्री-पुरुष मजुरीसाठी बाहेर पडू लागले आहेत. त्यातही कातकरी, ठाकर, कोलाम, वारली यांच्यामध्ये मजुरीचे प्रमाण अधिक आहे. साखर कारखाने, वीटभट्टी, रस्तेदुरुस्ती, ऊसतोडणी, कापडगिरणी या आणि अशा व्यवसायांत मोठ्या प्रमाणावर आदिवासी मनुष्यबळ कार्यरत आहे. वर्षातील काही ठराविक काळ कामधंद्यासाठी ते स्थलांतर करतात. त्यामुळे प्रत्यक्ष आर्थिक परिस्थितीवर त्याचा परिणाम होतो.

परंतु या स्थलांतरामुळे त्यांची गावे अगदी ओस पडतात. कातकरी गावांमध्ये तर फक्त वृद्ध आणि लहान मुले असतात. ७० ते ८० % कार्यक्षम तरुण-प्रौढ स्त्री-पुरुष मजुरीसाठी गावाबाहेर गेलेले असतात. या स्थलांतरामुळे कुपोषण, साथीचे रोग, गुप्तरोग यांसारख्या समस्या त्यांच्यापुढे उभ्या रहात आहेतच, शिवाय कमी मोबदल्यात हे मनुष्यबळ वापरून घेणे, पुरेसे वेतन न देणे या समस्याही पुढे येत आहेत. परंतु काही काळ तरी निश्चित व्यवसायाची गरज भागत असल्याने आर्थिक स्थितीमध्ये फरक पडत आहे.

आदिवासी समाजाचा एक महत्त्वाचा गुणधर्म हा निर्वाही अर्थव्यवस्था (Subsistence Economy) यासाठी तयार होणारे आणि वापरले जाणारे तांत्रिक ज्ञान हेच उपजीविकेचे साधन ठरते. विकास आणि प्रगतीच्या दृष्टीने तंत्रज्ञानाच्या अभ्यासाला महत्त्व आहे. आदिवासींच्या तांत्रिक कौशल्याचा फारसा ऊहापोह कोठेही केला गेलेला नाही.

अत्यंत पारंपरिक आणि पिढ्यान्‌पिढ्यांतून चालत आलेल्या तांत्रिक कौशल्य आणि ज्ञानाचा पुरावा, त्यांच्या जमिनीची धूप थांबविण्यासाठी, जलसिंचनासाठी, पिकांवरील किडी आणि तणांच्या जैविक प्रतिबंधाच्या पद्धती, आरोग्यउपचार यातूनही त्याचे दर्शन होते. समाजाचे उपलब्ध तंत्रज्ञान किंवा तांत्रिक कौशल्य यातून त्या त्या समाजाचे प्रतिबिंब दिसत असे.

शेती, गुरेपालन, कुक्कुटपालन, शिकार, अन्नसंचय, मासेमारी, आरोग्य, घरबांधणी व दुरुस्ती आणि याशिवाय दैनंदिन अशा विविध क्षेत्रांत नित्योपयोगी

तंत्रज्ञानाची गरज भासत असे. या सर्वांची निर्मिती स्थानिक पर्यावरण आणि भौगोलिक परिस्थिती, तसेच उपलब्ध साधनसामग्रीतून निर्माण होत असते. वापरले जाणारे तंत्रज्ञान हे पर्यावरणाशी सुसंगत आणि पर्यावरणातून मिळणारे असते. लोकांना आजूबाजूच्या पर्यावरणाचे योग्य ज्ञान असते. या पद्धतीतून निर्माण होणारे उत्पन्न हे गरजेइतकेच असते. त्यात नफा हा उद्देश नसतो; परंतु अर्थातच त्यातून पर्यावरणाचा समतोल बिघडविणारे प्रदूषण वगैरे काहीही घडत नसते. पर्यावरणावर त्याचा विनाशकारी परिणाम होत नसतो.

मात्र, आधुनिक समाजाच्या संपर्कामुळे आदिवासी अर्थव्यवस्थेत बदल होत आहे.

❑

आदिवासींचा कायदा, न्याय आणि शिक्षा

समाज हा व्यक्तींचा बनलेला असतो. या व्यक्तींच्या विशिष्ट अशा व्यक्तिगत अथवा सामुदायिक वर्तनाला समाजाची मान्यता असते. त्याला एक रीत असते आणि सर्व समाजाचे वर्तन असेच असावे, असे अपेक्षित असते. याविरुद्ध होणाऱ्या वर्तनाला काही शिक्षा, दंड किंवा कारवाईची प्रत्येक समाजात सोय असते. हे रीतीने वागणे म्हणजे कायदा पाळणे आणि तो न पाळल्यास शिक्षेस पात्र होणे. ही साधीसोपी कायदा आणि शिक्षेची पद्धत झाली.

ऑगस्ट कांत यांनी म्हणाले आहे की, ''कोणत्याही आवश्यक कृतीची आवश्यकता दर्शविणारा नियम म्हणजे 'कायदा' होय.''

आपले कायदे हे निश्चित आणि लिखित स्वरूपात असतात. आधुनिक काळात पोलीस, मॅजिस्ट्रेट, न्यायालये असतात; परंतु आदिम समाजात अशा सुविधा नव्हत्या. अगदी अलीकडच्या काळापर्यंत आदिवासींमध्ये त्यांची स्वतःची न्यायमंडळे होती. भारतीय दंडविधानाचे सर्व कायदे आता त्यांनाही लागू असले, तरी ते स्वतंत्र भारताचे नागरिक म्हणून. याशिवाय त्यांच्या त्यांच्या समाजातील स्वतंत्र कायदे, निवाडा मंडळे, शिक्षा त्या त्या समाजात असतात आणि त्यानुसार त्यांचा निवाडाही होत असतो.

आदिम कायदा हा रूढी, प्रथा, परंपरा यावर, तसेच दैवी शक्ती, जादूटोणा, मंत्र-तंत्रावर आधारित असतो. या कायद्याचे वैशिष्ट्य असे –

१. आदिम कायद्यामध्ये फौजदारी कायदेच जास्त प्रमाणावर येतात. एकूण परिस्थिती, हिंसा यामुळे फौजदारी प्रकार वाढतात आणि त्यामुळे फौजदारी कायद्याची गरजही जास्त असते. दुसरे कारण म्हणजे, आदिवासी लोकसंख्या मर्यादित असते. गट छोटे असतात. त्यामुळे व्यक्तींमधील संबंध प्रत्यक्ष स्वरूपाचे असतात. त्यांच्यामध्ये सांस्कृतिक साधर्म्य असते. नीतिमूल्ये, पवित्र-अपवित्र याविषयीच्या कल्पना नक्की आणि एकाच स्वरूपाच्या असतात. व्यक्तीचे जीवन एकमेकांवर अवलंबून असते. त्यामुळे लोकमताविषयी आणि परस्परसंबंधासाठी ते काळजी घेतात. धर्माचा पगडा हा कायदा आणि शिक्षेच्या स्वरूपावर असतो. गुन्हा आणि दुष्कृत्य यामध्ये फरक केला जात नाही. आप्तसंबंधांना खूप महत्त्व असते, त्यामुळे जवळचा की परका, यावर कायदा आणि शिक्षेचे स्वरूप ठरते. व्यक्तीच्या विरुद्ध घडलेला गुन्हा हा कुळाच्या विरुद्ध मानला जातो. शिक्षा ही गुन्हेगार न मिळाल्यास त्याच्या कुळातील आप्तसंबंधितास भोगावी लागते. गुन्ह्याच्या हेतूपेक्षा गुन्ह्याचे स्वरूप आदिवासी कायद्यासाठी महत्त्वाचे असते. नियमभंग करणाऱ्या व्यक्तीला अथवा करू इच्छिणाऱ्या व्यक्तीच्या मनात दहशत निर्माण करणे, हा त्यांचा न्यायदानाचा हेतू असतो.

त्यांच्यामध्ये पोलीस नाहीत, न्यायालये नाहीत, तरीही गावात, समाजात शांतता राखली जाते; शासनव्यवस्था राखली जाते आणि हे काम पंचायतीकडून केले जाते. या पंचायतीचा प्रभाव संपूर्ण गावावर असतो. त्यांचा निर्णय न मानणे, डावलणे हे कोणालाही शक्य नसते. न्यायदान पद्धतीचा विचार करताना पंचायतीचे स्वरूप, गुन्हा सिद्ध करणे, शिक्षांचे स्वरूपही स्पष्ट होते.

बहुसंख्य आदिम जमातींमध्ये पंचायत असतेच असते. ही पंचायत व्यवस्थापनेचेच काम करत असते. शासनव्यवस्था, कायदे करणे हे त्यांच्यामार्फतच घडत असते. गावातील लोकांच्या तक्रारी व भांडणे सोडवून त्यांना योग्य तो न्याय देणे, एखादा गुन्हा असल्यास त्यांच्यावर कारवाई करणे हे काम पंचायतीकडून केले जाते. यासाठी स्वतःच्या जमातीच्या प्रथा, परंपरा, रूढींचा विचार त्यांच्याकडून होतो. आजही प्रगत समाजाच्या संपर्कात आलेल्या जमाती, पोलीस आणि न्यायसंस्था कार्यरत असूनही स्वतःची 'जमात पंचायत' चालवतात; आणि त्याच्याच आधारे

स्वतःचे कायदेही राबवतात. याला वेगवेगळी नावे असली, तरीही 'पंचायत' नावानेच ही संस्था ओळखली जाते. या पंचायतीत पाच ते तेरा असे वेगवेगळे सदस्य असतात. प्रत्येक समाजात त्यांची संख्या, कामाचे स्वरूप आणि नावे वेगवेगळी असतात.

ही जमात पंचायत गावपातळीवर असतेच. शिवाय संपूर्ण जमातीसाठी मोठ्या भौगोलिक भूभागावर काम करणारी असते. ही मोठी पंचायत वर्षं, दोन वर्षांतून एकदा जमते आणि वेगवेगळ्या गावांतील, पाड्यांतील त्या जमातींचे प्रतिनिधी त्या ठिकाणी एकत्र येतात. कातकऱ्यांची पंचायत रायगड जिल्ह्यातील पाली भागामध्ये भरते. पंचायतीचे स्वरूपही साधेसुधेच असते. किरकोळ घरगुती गुन्हे, मारहाण, पती-पत्नीचा व्यभिचार, चेटूक करणे, धान्य चोरणे, कोंबड्या पळविणे, परस्त्रीला पळविणे, खून या आणि अशा कोणत्याही गुन्ह्यासाठी पंचायत काम करते.

दोषी किंवा गुन्हेगार म्हणून ज्याच्याविषयी तक्रार असेल, त्याच्यावरील आरोप सिद्ध व्हावे लागतात. यासाठी पंचायत विविध मार्ग अवलंबते. यासाठी सर्वांसमक्ष गुन्हेगारास बोलावून त्याला त्याच्या गुन्ह्याविषयी जाणीव करून दिली जाते आणि त्याचे गांभीर्य सांगून, शिक्षा सांगून तो गुन्हा मंजूर आहे का, हे विचारले जाते. सर्वांसमक्ष आणि पंचायतीच्या दबावामुळे त्याने गुन्हा कबूल केला तर ठीकच; अन्यथा जमातीचे देव, कुलदेवता, कुलचिन्ह याला स्मरून शपथ घेण्यास सांगण्यात येते. ती खोटी घेतल्यास देवतेच्या कोपाविषयी गुन्ह्यानुसार शिक्षा ठोठावली जाते. उदा. अगदी माफी मागण्यापासून ज्याचा गुन्हा केला आहे, त्याला जेवण देणे, पंचायतीस जेवण, गावजेवण, दारू, कोंबडी देणे, दंड भरणे, धान्य देणे, गावातून निघून जाणे, वाळीत टाकणे, जमातीबाहेर काढणे, फटके मारणे अशा प्रकारच्या शिक्षा ठोठावल्या जातात.

असे कित्येक गुन्हे शाबित करणे, त्यांना शिक्षा ठोठावणे अशी कामे पंचायतीमार्फत नियमितपणे होत असतात. वर्षानुवर्षे प्रत्येक जमातीत अशा यंत्रणा कार्यरत आहेत. त्यावरून जमात ही एक स्वतंत्र, परिपूर्ण समाजव्यवस्था असल्याचे दिसते. आता काळ बदलला आहे. त्यांच्यातील शिक्षणाचे प्रमाण हळूहळू वाढत आहे. विकासयंत्रणा कार्यरत आहेत. आधुनिक समाजाबरोबर त्यांचा संपर्क आहे.

दळणवळण आहे. त्यामुळे त्यांच्यातील पंचायतव्यवस्था जरी कार्यरत असली, तरी गुन्हे वदविण्याची, न्याय देण्याची पद्धत बदलत आहे. पोलीस आणि न्यायव्यवस्थेकडे असे गुन्हे येऊ लागले आहेत. परंतु विवाहविषयक, शरीरसंबंधाविषयी, घटस्फोट किंवा किरकोळ गुन्ह्यांसाठी पंचायतीचे निर्णय घेणे अजूनही लोकांना गरजेचे वाटते आहे.

□

आदिवासी शिक्षण

आदिवासी शिक्षण हा अत्यंत नाजूक विषय असून, या शिक्षणाचे आपण दोन प्रकार करू शकतो. एक म्हणजे, या समाजाचे पारंपरिक शिक्षण, जे त्यांना युवागृहातून मिळते, जे त्यांना घरातील मोठी माणसे, मित्र-मैत्रिणी, आई-वडील किंवा घरातील इतर मंडळी, आप्तजन यांच्याकडून मिळते. या शिक्षणात त्यांचे पारंपरिक ज्ञान, संस्कृती, पद्धती, रीतीरिवाज, इतकेच काय, तर शेतातील कामे, घरबांधणी, घरदुरुस्ती, मासेमारी, शिकार आणि त्यासाठी लागणारी साधने, हत्यारे बनविणे किंवा भगताला आवश्यक असे झाडपाल्याच्या औषधीचे, मंत्र-तंत्राचे काम या प्रकारचे सर्व शिक्षण अगदी बिनबोभाटपणे पारंपरिकरीत्या चालत येते ते मिळते. प्रत्येक जण आपल्या कुवतीप्रमाणे, आपल्या पद्धतीप्रमाणे, आवडीप्रमाणे हे शिकते. परंतु यामध्येही युवागृहासारख्या संस्थांचे प्रमाण कमी होत असल्याने तेथून मिळणाऱ्या शिक्षणावर मर्यादा येत आहे. शिवाय आधुनिक किंवा फॉर्मल एज्युकेशन (Formal Education) जे शालेय स्वरूपाचे आहे, त्याच्या प्रगतीचा वेग जसा वाढत आहे, त्या प्रमाणात पारंपरिक शिक्षणाकडे तरुणवर्गाचे आणि विशेषत: शिक्षित लोकांचे दुर्लक्ष होत आहे. या पारंपरिक पद्धतीच्या शिक्षणाचे, ज्ञानाचे जतन होऊनच आधुनिक किंवा शालेय शिक्षण मुलांना मिळायला हवे.

दुसरे शिक्षण म्हणजे, नवीन पद्धतीचे, पुस्तकी स्वरूपाचे, शाळेतून मिळणारे शिक्षण साक्षरतेचा विचार याच शिक्षणावरून केला जातो. १९९१ च्या जनगणनेनुसार, भारताच्या लोकसंख्येचे साक्षरतेचे प्रमाण ५२.२१%, तर आदिवासी समाजाच्या साक्षरतेचे प्रमाण २९.६०% होते. महाराष्ट्रातील साक्षरतेचे प्रमाण ६४.८७%, तर महाराष्ट्रातील आदिवासी साक्षरतेचे प्रमाण ३६.७९% इतके होते.

भारतातील शिक्षणाचा पाया १८८२ मध्ये इंडियन एज्युकेशन कमिशनच्या स्थापनेनंतर घातला गेला. या कमिशनने आदिवासींना शिक्षण देण्याविषयी काही सूचना केल्या. १८८२-१९२० हा पहिला टप्पा मानला जातो. १९२१ नंतर दुसरा टप्पा मानला जातो. तीन प्रकारच्या शैक्षणिक संस्था या नंतर अस्तित्वात आल्या. त्या म्हणजे, डे स्कूल, दुसरा प्रकार बोर्डिंग स्कूल आणि तिसरा म्हणजे आश्रमशाळा. हे तीनही प्रकार आदिवासी भागात अस्तित्वात होते.

स्वातंत्र्योत्तर भारतीय घटनेने शिक्षणाचे महत्त्व ओळखून प्राथमिक शिक्षणावर भर दिला. प्राथमिक शिक्षण ही राज्य सरकारची जबाबदारी झाली. १९५५ साली मूलभूत शिक्षणाच्या मूल्यांकनासाठी एका समितीची स्थापना केली गेली. प्रत्येक गावात किमान एक शाळा उघडण्याचे ध्येय सरकारपुढे होते. आदिवासी शिक्षणासाठी आश्रमशाळा काढण्याचे उद्दिष्ट नक्की करण्यात आले. आदिवासी भागातील मुलींच्या शिक्षणासाठी अत्यंत दुर्गम भागातही आश्रमशाळा सुरू करण्यात आल्या. याशिवाय स्वयंसेवी संस्थांकडून अशी शाळा चालविण्यास मान्यता असल्याने अशा शाळांचा आणि पर्यायाने शिक्षणाचा प्रसार सुरू झाला. आश्रमशाळांच्या बरोबरीने आदिवासी मुले आणि मुलींसाठी मुंबई, पुणे, नागपूर, अमरावती अशा विविध शहरांतून सरकारी वसतिगृहे उघडण्यात आली, त्यामुळे त्यांना पर्याय प्राप्त झाले.

घरात आणि आजूबाजूला शिक्षणासाठी पोषक असे वातावरण आदिवासींमध्ये नसल्याने प्रसिद्ध सामाजिक कार्यकर्ते कै. ठक्करबाप्पा यांनी आदिवासींना मोफत भोजन, निवास तसेच त्यांच्यामध्ये शिक्षणाचा सार्वजनिक प्रसार व्हावा म्हणून आश्रमशाळेची कल्पना मांडली. प्राचीन गुरुकुलपद्धतीवर आधारित अशी ही पद्धत असून, या पद्धतीत शिक्षक-विद्यार्थी यांच्या एकत्र रहाण्याने संपर्क वाढतो. १९२२मध्ये गुजरातमधील भिल्लांच्या मीराखेडी या गावात पहिली आश्रमशाळा सुरू झाली. यामधून आणि विशेषत: आश्रमशाळेसारख्या योजनेतून आदिवासी शिक्षणास मोठे योगदान दिले आहे.

पहिल्या व दुसऱ्या वर्गात प्रवेश घेऊन शाळेत येणे म्हणजे शैक्षणिक क्षेत्रातील यशाचा निकष ठरत नाही. कारण शाळेत प्रवेश घेतल्यानंतरही नियमित येऊन परीक्षा देऊन पुढील वर्गात जाणे म्हणजेच किमान प्राथमिक, माध्यमिक स्तरापर्यंत शिकत जाणे, हेच खरे शिक्षणव्यवस्थेचे यश आहे. महाराष्ट्रातील आदिवासी मुलींची ८६.७९%, तर मुलांची ८५.१२% इतकी इयत्ता दहावीपर्यंत शालेय गळती झाल्याची नोंद आहे. हे आकडे जरी मागील दशकातील असले, तरी परिस्थिती खूपच सुधारली आहे, असे म्हणता येणार नाही.

आदिवासी भागातील शिक्षणाच्या परिस्थितीसाठी जी कारणे सांगितली जातात, त्यानुसार सामाजिक, आर्थिक घटकच जबाबदार आहेत, असे जाणवते. याबाबतच व्हेरियर एल्विन यांनीसुद्धा असे म्हटले आहे की, एखादा मुलगा किंवा मुलगी शाळेत पाठविणे हा आदिवासी कुटुंबासाठी एक मोठा असा आर्थिक स्वरूपाचा निर्णय असतो. श्रमविभागणीद्वारे कुटुंबासाठी तो मुलगा अथवा मुलगी प्रत्यक्ष अथवा अप्रत्यक्षपणे कुटुंबाचा आर्थिक भार पेलत असतो. या मुलांच्या शाळेत जाण्याने कुटुंबाला दैनंदिन जीवनात आर्थिक प्रश्नांना तोंड द्यावे लागते आणि याच मुख्य कारणाने मुलांची शालेय गळती होते आणि पर्यायाने आदिवासींची शैक्षणिक प्रगती धीम्यागतीने होताना दिसते.

अगदी लहानपणापासून शिक्षणात गोडी न वाटण्याचे दुसरे कारण म्हणजे, आपल्या शहरी सोडाच, पण ग्रामीण भागातील परिस्थितीपेक्षा आदिवासी भागातील परिस्थिती वेगळी असते. भाषाविषयक पुस्तकातून दिसणारे शहरी अथवा ग्रामीण भागातील जीवनापेक्षा त्यांचे जीवनच इतके वेगळे असते की, त्या वर्णनाच्या पाठात आणि कवितेत त्यांना गोडीच वाटू शकत नाही. भारतीय स्वातंत्र्यलढा, भौगोलिक परिस्थिती, धरणे आणि नद्या यापेक्षा त्यांना स्थानिक भागाचा भूगोल, इतिहास, पर्यावरण लवकर समजते. दुर्दैवाने शालेय पुस्तकेसुद्धा शहरांमध्ये वातानुकूलित कार्यालयात बसून लिहिली जातात. त्यामध्ये आदिवासी जीवनाचे, तेथील परिस्थितीचे प्रतिबिंब ते काय बघायला मिळणार? आणि कधीही आगगाडीही न पाहिलेल्या मुलाला इंजिन ते काय समजणार? या अशा अभ्याससाहित्यामुळे मुलांना शिक्षणात गोडी वाटत नाही आणि त्यातील आशयही समजत नाही.

जी परिस्थिती विद्यार्थ्यांची, तीच शिक्षकांची. जर शिक्षक आदिवासी भागातील, तेथील संस्कृतीचे जाणकार नसतील, त्यांना स्थानिक भाषेचे ज्ञान

नसेल, तर त्याचा परिणाम त्यांच्या शिकवण्यावर होतो. बऱ्याच वेळा विद्यार्थ्यांकडे दुर्लक्ष केले जाते, हिडीसफिडीस केले जाते. त्यामुळे शिक्षक-विद्यार्थी यांच्यात एक दरी निर्माण होते.

आदिवासींमध्ये शिक्षणाचे प्रमाण इतर कोणत्याही समाजापेक्षा अथवा शहरी-ग्रामीण भागापेक्षा कमी आहे. त्यातही आदिवासी स्त्रियांच्या शिक्षणाचे प्रमाण पुरुषांपेक्षाही कमी आहे. शैक्षणिक गळतीचेही प्रमाण इतरांपेक्षा आदिवासींमध्ये अधिक आहे; आणि त्यातही आदिवासी मुलींमध्ये ते सर्वाधिक आहे.

आदिवासींमध्ये असलेली निरक्षरता लक्षात घेऊन शासन विविध स्तरांवर शैक्षणिक योजना राबवीत आहे. यात बालवाड्या, अंगणवाड्या, आश्रमशाळा, वसतिगृहे, विद्यावेतन, शालेय आहार योजना या आणि अशा अनेक योजना राबविण्यास सुरुवात केली आहे. त्यातही आदिवासींच्या शिक्षणासाठी आणि त्यांना मुख्य प्रवाहात आणण्यासाठी आश्रमशाळेचे योगदान मोठे आहे.

सर्वसाधारणपणे असे दिसून येते की, जेवढे विद्यार्थी शाळेत असायला हवेत, त्याच्या निम्मेच विद्यार्थी हजर असतात. या गैरहजेरीमागे विविध कारणे असतात. त्यातील सर्वात महत्त्वाचे म्हणजे पालकांची आर्थिक परिस्थिती! मुलगा किंवा मुलगी एकदा दहा वर्षांची झाली की, पालक त्यांना गाईगुरांच्या मागे पाठवितात किंवा शेतमजुरी करण्यासाठी पाठवितात किंवा स्वतःबरोबर स्वतःच्या कामात मदतीसाठी नेतात. लहान भावंडांना सांभाळणे, घरात स्वयंपाक करणे ही कामे तर मुलींसाठी ठरलेलीच असतात.

दिवाळी, होळी किंवा स्थानिक सणांच्या वेळी ज्या वेळी शाळा ४/५ दिवसांपेक्षा अधिक काळ बंद असेल, तेव्हा त्या सुट्टीनंतर मुले पटकन शाळेत येत नाहीत.

निवासी विद्यार्थ्यांना जेवणाबरोबरच शालेय गणवेश, क्रमिक पुस्तके, वह्या व इतर आवश्यक साहित्य आणि याशिवाय डोक्याचे तेल, साबण इत्यादी दैनंदिन वापराचे साहित्यही दिले जाते. मात्र, योग्य वेळी, योग्य प्रमाणात आणि चांगल्या गुणवत्तेचे साहित्य मिळणे गरजेचे असते. यामध्ये क्वचित कधी होणाऱ्या गैरव्यवहारांमुळे अशा चांगल्या योजनांना गालबोट लागते. या योजनांचा ताणही बऱ्याच वेळा शिक्षकांवरच दिसतो. साहित्याची मागणी, साठवण, वाटप, अन्नधान्याची देखभाल अशा कामांत शिक्षकांचा वेळ आणि कष्ट गेल्यामुळे शिक्षकांच्या शिकवण्याच्या

कामावर मर्यादा येतात; जर शिक्षक स्थानिक भागातील नसेल, तर तेथील गैरसोयींमुळेही त्याच्या कामावर परिणाम होतो. त्याची स्वत:ची हजेरी, कामातील उत्साह यावर परिणाम होतो. याशिवाय मध्येमध्ये होणाऱ्या शिक्षकांच्या बदल्या, त्यांची गरज या सर्वांचा प्रत्यक्ष वा अप्रत्यक्ष परिणाम शिक्षणावर होत असतो.

आदिवासी जमातींमध्ये शिक्षक आणि शैक्षणिक साहित्य हे त्यांच्या भाषेत उपलब्ध नसते. त्यामुळे त्यांच्या मातृभाषेत शिक्षण होत नाही. हे शिक्षण मातृभाषेतून द्यायचे झाले, तरी बऱ्याचशा भाषा या बोलीभाषा आहेत. त्यांची स्वत:ची अशी लिपी नाही. त्यांचे स्वत:चे वाङ्मयही नाही. जर आदिवासी भाषांतून पाठ्यपुस्तके निर्माण झाली तर आदिवासी मुलांना शिक्षणाची गोडी वाटू शकेल.

बिगरआदिवासी शिक्षक जर आदिवासी भागात नेमले गेले, तर स्थानिक आदिवासी भाषा व संस्कृती याबाबतचे प्रशिक्षण असणे जरुरीचे असते. अन्यथा शिक्षक आणि विद्यार्थी यांच्यात समन्वय रहात नाही. अशा अनेक कारणांमुळे शिक्षणापासून ते खूप दूर राहतात.

आदिवासी स्त्री

आदिवासी समाजाचा इतिहास अथवा त्याचे मूळ खूप प्राचीन आहे. त्यांच्या जीवनपरंपरा, प्रथा आणि पद्धतींमधून शिकण्यासारखे भरपूर आहे. कोणत्याही समाजास स्त्री–पुरुष अशी दोन मूलभूत अंगे असतात; परंतु पिढीचा आणि संस्कृतीचा वारसा स्त्री चालवीत असते. आदिवासी स्त्रीची जीवनपद्धती जाणून घेण्याचा प्रयत्न येथे केलेला आहे. भारतात शेकड्याने आदिवासी जमाती आहेत. त्याच्या उपजमाती, शाखा, पोटशाखा या सर्वांचे सर्वमान्य आणि समान असे एकच चित्र पाहणे किंवा वर्णन करणे अवघड आहे. परंतु ढोबळमानाने सर्वसाधारण एक असे वर्णन येथे करण्याचा प्रयत्न केलेला आहे. महाराष्ट्राच्या बाबतीत बोलायचे तर गोंड, भिल्ल, महादेव कोळी या जमातींचे येथे प्राबल्य आहे.

कोणत्याही समाजाची सामाजिक स्थिती ही त्याच्या आरोग्य, शिक्षण आणि राहणीमानावरून पडताळून पाहता येऊ शकते. या तीनही बाबींचा विचार आपण आदिवासी स्त्रीच्या अनुषंगाने केला, तर त्या या तीनही पातळ्यांवर संघर्ष करताना दिसतात. मात्र, बऱ्याच अभ्यासावरून असे दिसून आले आहे की, आदिवासी समाजात स्त्रियांना कमीपणाची वागणूक दिली जात नाही. आदिवासी स्त्री दैनंदिन जीवनात कष्टाची बरीच कामे करते. कधी कधी तर त्या पुरुषांपेक्षा जास्त कष्ट करतात. आर्थिक, सामाजिक आणि धार्मिक कार्यात आदिवासी स्त्रिया पुरुषांच्या बरोबरीने सहभागी असतात.

बहुसंख्य आदिवासी जमातींत मुलगा आणि मुलगी यांचा दर्जा सारखाच आहे. म्हणूनच वंशाला दिवा म्हणून मुलगा हवाच, अशी समजूत फारशी दृढ नाही. याचे साधे उदाहरण पाहायचे झाले, तर स्त्री-पुरुषांच्या एकूण प्रमाणाचा विचार करता येईल. भारतीय जनगणनेनुसार इतर समाजांतील स्त्रियांचे प्रमाण १९६१ साली हजारी ९४१, १९७१ साली ९३०, १९८१ साली ९३५ आणि १९९१ साली ९२७ इतके होते. तर, तेच आदिवासी समाजातील स्त्रियांचे पुरुषांच्या तुलनेतील प्रमाण अनुक्रमे ९८७, ९८२, ९८३ आणि ९७२ इतके होते. म्हणजेच आदिवासी स्त्रियांची संख्या इतर समाजांतील स्त्रियांच्या संख्येपेक्षा कायमच अधिक राहिली आहे. मुलीच्या लग्नात मुलाकडून मुलीच्या वडिलांना 'देज' किंवा 'वधुमूल्य' देण्याची प्रथा असल्याने, बेटी ही धनाची पेटी घेऊन येत असते. अर्थात, हे धन अगदी चलनी नसले तरी धान्य-दारू अशा रूपातही असते. त्यामुळे मुलीचा बाप नाराज होण्याची वेळ येत नाही. आपण मागे आदिवासींची विवाहपद्धती पाहिलीच आहे. या सर्व पद्धतीवरून ही स्वयंवर पद्धतीच्या जवळची वाटते. साहजिकच स्त्रीच्या मताचा विचार अधिक दिसतो. आपला जोडीदार निवडण्याचा तिला अधिकार असतो, जसा हा जोडीदार मिळविण्याचा अधिकार आहे, तसाच काडीमोड, घटस्फोट करण्यासाठीही तिला अधिकार आहे.

सर्वच आदिवासींमध्ये घोटुल किंवा युवागृह अस्तित्वात नाहीत; परंतु या ठिकाणी मुलीला जमातीच्या चालीरीती, प्रथा, संस्कृतीचे ज्ञान मिळते. येथेच तिला भावी आयुष्याचा जोडीदारही मिळतो. विवाहपूर्व शारीरिक संबंधातून दिवस जाऊ नयेत म्हणून ती काळजी घेते; परंतु तरीही दिवस गेले, तर ज्या मुलाकडून हे घडले, त्याच्याशीच पंचायत विवाह लावून देते.

विवाहपूर्व शरीरसंबंध स्वीकृत असले, तरी विवाहानंतर ती पतीबरोबरच संबंध ठेवते, परंतु पती जर नपुंसक असेल, तर मात्र असे बंधन स्त्रीवर रहात नाही. मासिकपाळीच्या वेळी शरीरसंबंध ठेवले जात नाहीत. मुलीची मासिकपाळी येण्याच्या वेळी बहुतेक जमातींत काहीतरी सोहळा साजरा करतात. मासिकपाळी चुकू नये यासाठी नदीची प्रार्थना करण्याची पद्धत बऱ्याच ठिकाणी दिसते. स्त्रीचे बाळंतपण बहुधा घरातच होते. नाळ कापणे, नाळ पुरणे, बाळाला आंघोळ घालणे या सर्व गोष्टी घरातच होतात आणि त्यात आईचाही सहभाग असू शकतो. विधवेला आपल्या पतीच्या मालमत्तेत वाटा असतो. विधवेचा पुनर्विवाहसुद्धा होऊ शकतो.

मयतीमध्येही स्त्रिया सहभागी होतात. आदिवासी स्त्री नवऱ्यास देव मानत नाही.

बहुतेक जमातींतील स्त्रिया गुडघ्याइतके लुगडे व चोळी वापरतात; परंतु काही वेळेला लुगड्याऐवजी पंचाही वापरतात. कोलाम आणि माडिआ स्त्रिया मात्र चोळी फारशा वापरत नाहीत. मडिआंमध्ये तर लग्नानंतर चोळी काढून टाकली जाते; परंतु आता ही प्रथा कमी होऊ लागली आहे. विविध प्रकारचे दागिने, गोंदविणे हेसुद्धा ऐपतीप्रमाणे आणि आवडीप्रमाणे आढळून येते.

वारल्यांच्या विवाहात 'धवलेरी' ही एक स्त्रीच असते. लग्नाचा चौक काढणे, घरं, भिंती सारवून लग्नाची जागा तयार करणे आणि एकूणच लग्नविधीमध्ये धवलेरीची मोठी भूमिका असते.

आदिवासींचा मुख्य व्यवसाय हा शेती. लग्नापूर्वी मुलगी वडिलांबरोबर शेतावर जाते, तर लग्नानंतर स्त्री नवऱ्याबरोबर शेतावर पेरणी, गवत कापणे, तण काढणे, लाकूडफाटा गोळा करणे, कंदमुळे व फळे गोळा करणे, राबणी करणे यांसारख्या सर्व कामांमध्ये मदत करते.

खुरपणी करणारी आदिवासी स्त्री

आदिवासी स्त्री पुरुषांप्रमाणेच तंबाखू खाते आणि दारूही पिते.

आदिवासी स्त्रीच्या समस्याही भरपूर आहेत. आरोग्य आणि कुपोषण, त्याचप्रमाणे शिक्षण याविषयी स्त्रियांची परिस्थिती नाजूक आहे. सर्वसामान्यांच्या मनातील आदिवासी स्त्रीची प्रतिमा बरीचशी दूषित आहे; आणि त्याला चित्रपटात

दाखविले जाणारे आदिवासी जीवनही कारणीभूत आहे. सरकार आदिवासींकरिता नवनवीन योजना आणते. त्याच्याकरिता, त्याच्या अंमलबजावणीकरिता शहरी भागातून माणसांची नियुक्ती केली जाते. अशा वेळी शहरातून येऊन या भागात काम करणे तेथील गैरसोयींमुळे या लोकांना अवघड होते. यामुळे स्थानिक आदिवासींना थोडेफार पैसे देऊन त्यांच्याकडून काम करून घेतले जाते. त्यातच जर एकट्या– दुकट्या स्त्रिया कामासाठी आल्या, तर भावनेच्या भरात पैशांची लालूच दाखवून त्यांना वाममार्गास लावले जाते. बाहेरून आलेल्या लोकांकडून निसर्गचित्रणाबरोबरच अपुऱ्या कपड्यांतील आदिवासींचेही चित्रीकरण होते.

चित्रपटातून दाखवली गेलेली आदिवासी स्त्री अगदी कृत्रिम आणि काल्पनिक विश्वातील दाखवली जाते. चित्रपटातल्या आदिवासी स्त्रीसारखी तोकड्या कपड्यांत देहप्रदर्शन करणारी नसून, खरी आदिवासी स्त्री ही स्वच्छंदी वृत्तीची, सतत कष्ट उपसणारी आणि संसार तारून नेणारी अशीच आहे. आदिवासी स्त्रीला समाजात आणि धार्मिक जीवनात मानाचे स्थान आहे. विवाहानंतर कष्ट करणारे दोन हात घरात येतात. कुटुंबाचा वंश ती पुढे नेते, म्हणून वधुमूल्याच्या रूपाने 'देज' देण्याची प्रथा बहुतेक आदिवासी जमातींत आहे. यावरून आदिवासी स्त्रीचा दर्जाच स्पष्ट होतो. घोटुल किंवा युवागृहामध्ये मुलाच्या बरोबरीने सहभागी होऊन आपला जोडीदार स्वत: निवडणारी आदिवासी स्त्री या परंपरेतून स्वत:चे स्वातंत्र्यच सूचित करते.

गवताचा भारा वाहून नेणारे

आदिवासी जंगल आणि पर्यावरण

आदिवासी हे बहुधा जंगलव्याप्त क्षेत्रांत राहतात. त्यांच्या सामान्य आणि दैनंदिन वापरातील खूपशा वस्तू जंगलातून विनामूल्य मिळतात. यामध्ये सरपण, घरगुती वापराच्या वस्तू आणि शेतीची अवजारे, जनावरांसाठी चारा आणि वैरण, औषधी वनस्पती, कंदमुळे यांचा समावेश आहे. शिवाय ससे, छोटे-मोठे पक्षीही ते मारू शकतात. याशिवाय बांबू, चारा, डिंक, हिरडा, बेहडा, नागरमोथा, शिकेकाई, लाख, मध इत्यादी विविध वस्तू गोळा करून त्यावर प्रक्रिया करून त्या बाजारात विकणे किंवा वन खात्याला विकणे ही वस्तुस्थिती असून, बरेचसे आदिवासी प्रत्यक्ष किंवा अप्रत्यक्षपणे आपल्या चरितार्थासाठी जंगलावर अवलंबून असल्याचे दिसते.

ब्रिटिश येण्यापूर्वी बहुतेक सर्व जंगलभाग हा आजूबाजूच्या गावांच्या व्यवस्थापनाखाली होता. काही मंदिराभोवतालची अरण्ये, धर्मसंस्थांची अरण्ये, पवित्र वृक्ष, देवराई अशी गणना होती; आणि काही वृक्षांचीतोड निषिद्ध होती. जंगलसंपदा ही सामाजिक मालमत्ता होती. समाजाकडूनच त्याचे संरक्षण होत होते. लोकांचे आर्थिक जीवन या जंगलसंपदेवर अवलंबून असले, तरी जंगलांना व्यावसायिक स्वरूप प्राप्त झाले नव्हते.

ब्रिटिशांना या जंगलांचा उपयोग महसुलासाठी आणि निर्यातीसाठी होता. १८५५ मध्ये लॉर्ड डलहौसीने जंगलविषयक धोरण स्पष्ट केले, त्यानुसार सागवान

लाकूड राज्याची मालमत्ता झाली. १८५६ मध्ये जर्मन वनस्पतिशास्त्रज्ञ ब्रण्डिस यांची पहिला वनमहानिरीक्षक म्हणून नेमणूक झाली. त्यांनीच वनव्यवस्थापनाचा पाया घातला. १८६५च्या कायद्याने व्यक्तिगत खासगी मालकीची वने सोडून इतर सर्व वने राज्याची असल्याचे नमूद केले. सामायिक मालमत्तेऐवजी ती राज्याची मालमत्ता झाली. यातूनच जनता आणि जंगलांची मालकी व व्यवस्थापन यांच्यात दुरावा निर्माण झाला. जंगलसंवर्धन संरक्षण याविषयी उदासीनता वाढू लागली. एका बाजूला ही उदासीनता आणि दुसरीकडे वाममार्गाने विविध कारणांसाठी होणारी जंगलतोड यामुळे जंगलांनाच घरघर लागली. नव्याने आलेल्या कायद्यामुळे वनवासींच्या वनहक्काला मान्यता मिळाली आहे. त्यांना वनजमिनीत शेती करता येणार आहे. वनक्षेत्रात राहणाऱ्या आदिवासींचे जंगलाशी घनिष्ट संबंध आहेत. रोजगार आणि पोषणासाठी आजही ते जंगलावर अवलंबून आहेत. त्यामुळे या कायद्याने त्यांना दिलासा दिला आहे.

जंगल हे आदिवासींचे निवास आहे. भारतातच नव्हे, तर जगातही मूळ आदिवासी जमाती या जंगलातच वास्तव्य करतात. काही आदिवासी जमातींची नावे ही जंगल अथवा नैसर्गिक साधनसंपत्तीवरून दिल्याचे दिसते. उदा. 'माडिआ' हे नाव 'माड' या वृक्षावरून प्रचलित झाले. काही आदिवासींतील कुलचिन्ह वेगवेगळे वृक्ष अथवा प्राण्यांवरून घेतलेली दिसतात. वर्षानुवर्षे आणि पिढ्यान्‌पिढ्यांच्या वास्तव्यामुळे तेथील नैसर्गिक परिसंस्था आणि आदिवासी जीवनात एक साहचर्याचा नातेसंबंध दिसतो. आपले अस्तित्व टिकविण्याकरिता व जीवन आणि त्याच्या गरजांची पूर्तता या दृष्टीने आदिवासींसाठी जंगलाचे अनन्यसाधारण महत्त्व आहे.

मागे उल्लेख केल्याप्रमाणे बऱ्याच जमातीत कुल किंवा गोत्र यांच्यासाठी वेगवेगळी कुलचिन्हे असतात; आणि ही चिन्हं निसर्गातील घटकांची, प्राणी, पक्षी, झाडं यांच्यावरून घेतलेली असतात; आणि त्या कुटुंबाकडून याची शिकार केली जात नाही अथवा तोड केली जात नाही. गोंडांमध्ये लग्नखांब करण्यासाठी ज्या वृक्षाचे लाकूड वापरतात, त्याची फांदी लग्नाचे वेळी लावण्याची प्रथा आहे. त्यामुळे प्रत्येक लग्नाच्या वेळी नवा वृक्ष लावला जातो. याच वृक्षावर 'पेरसापेन' ही देवता असल्याचे मानले जाते. यामुळे वृक्ष तोडण्यापूर्वी त्या देवतेचे पूजन केले जाते.

वृक्षाची फळे पिकण्यापूर्वी काढली जात नाहीत. पीक काढण्यापूर्वी सर्व समाजाकडून गावपातळीवर पूजा आणि उत्सव साजरा केला जातो. माडिआंमध्ये याला 'पोलवा' असे म्हणतात. आंब्याच्या वेळी होणारा 'मारकू पोलवा' आणि महुआच्या वेळी होणारा 'इरपू पोलवा' हे सण प्रसिद्ध आहेत.

बऱ्याचशा आदिवासी परंपरा या निसर्गाशी संबंधित असतात; आणि त्यातून पर्यावरणविषयक जागृतता दिसते. कोरकूंमध्ये चंद्र, सूर्य आणि पृथ्वी किंवा धरणीची पूजा केली जाते. पावसासाठी आणि योग्य पाऊस पडल्यावरही पर्जन्यदेवाचे आभार मानण्यासाठी काही पूजा केल्या जातात. वारली, कोकणांमध्येही डोंगरदेवाची पूजा केली जाते. त्यांच्या देवदेवताही लाकडामध्ये कोरलेल्या किंवा दगडाच्याच असतात. देवसुद्धा झाडावर किंवा झाडाच्या खाली एका झोपडीवजा जागेत, गावाच्या वेशीवर किंवा गावाच्यामध्ये असतात.

आधुनिकता आणि एकूण विकास याचा विचार करताना गावात निर्माण होणारा कचरा हा विकासाच्या पायरीचा एक निकष ठरतो. अगदी अलीकडच्या काळापर्यंत आदिवासी भागातील कचरा हा पाने, पालापाचोळा, पक्षाची पिसे, प्राण्यांची हाडे, शेण इत्यादी प्रकारचा कचरा होता. परंतु दळणवळण वाढले, संपर्क वाढला आणि बाजाराचे स्वरूप बदलले तसतसे या कचऱ्याच्या जागी प्लॅस्टिक, प्लॅस्टिकच्या बाटल्या, काच, औषधाची वेष्टने अशा स्वरूपाचा न कुजणारा कचरा निर्माण होऊ लागला. यामुळे आदिवासी भागातील मुक्त निसर्गाचाही विध्वंस सुरू झाला आहे; आणि त्या पर्यावरणऱ्हासाचा त्यांच्या जीवनावर हळूहळू, पण निश्चित परिणाम झाला आहे.

❑

आदिवासी समस्या

भारतातील आणि विशेषत: महाराष्ट्रातील आदिवासींचे प्रश्न किंवा समस्या या एक तर त्यांच्या मूळ जीवनपद्धतीप्रमाणे आहेत. त्याशिवाय बदललेल्या काळानुसार आधुनिकतेमुळे नव्याने निर्माण झालेल्या समस्यासुद्धा आहेतच. या समस्या आर्थिक, सामाजिक, सांस्कृतिक, राजकीय, धार्मिक, शैक्षणिक आणि आरोग्यविषयक अशा आहेत.

(१) **स्थलांतरित शेती** : आजकाल ही पद्धत फारशी अस्तित्वात राहिलेली नाही; पण एके काळच्या त्यांच्या या जीवनपद्धतीतून निर्माण झालेली ही समस्या आहे. लाकडे जाळून त्याच्या राखेत बी-बियाणे पसरून त्यात शेती करण्याची पद्धत अतिमागास आहे. त्यातून येणारे उत्पन्न अगदी कमी असते. शिवाय या पद्धतीत जंगलाचा, वृक्षसंपदेचा विनाश मोठ्या प्रमाणावर होतो.

(२) **जंगलविषयक समस्या** : जंगलविषयक कायद्यामुळे आदिवासींच्या जंगलविषयक स्वातंत्र्यावर निर्बंध आले. जंगलातील शिकार, दारू गाळणे, मध, जंगलातील वस्तू, पदार्थ जमा करणे, जंगलात शेती करणे यावर निर्बंध आले. नवीन जंगलधोरणामुळे यात आता फरक पडणार

आहे. कारण त्यांचे वनहक्क त्यांना मिळणार आहेत, असा कायदा झाला आहे.

(३) **वस्तु–देवाणघेवाणविषयक समस्या** : अगदी अलीकडच्या काळापर्यंत विविध वस्तूंची देवाणघेवाण करून काम होत असे; पण आता चलनी अर्थव्यवस्था अस्तित्वात आल्याने वस्तूचे मोल ठरविणे सुरुवातीस त्यांना अवघड होत असे. व्यापारी, सावकार यांच्याकडून पैसा घेऊन लग्नादी कार्यक्रम करणे किंवा कामाचे, कष्टाचे मूल्य घेणे यामध्ये फसवणुकीचे प्रकार सर्रास घडत असत. आता देवाणघेवाणीचे व्यवहार फारसे अस्तित्वात राहिले नाहीत. पैशांची अर्थव्यवस्था त्यांच्या अंगवळणी पडली आहे.

(४) **कामगार आणि मजुरी** : जंगल कंत्राटदाराकडून आजूबाजूच्या परिसरात काम उपलब्ध होते. याशिवाय रस्त्याची बांधणी, दुरुस्ती, साखर कारखान्यात किंवा ऊसतोडणी, द्राक्षतोडणी, जंगली वनस्पती आणि औषधी वनस्पती तोडून आणून देणे यासारखे असंख्य व्यवसाय उपलब्ध झाले आहेत. यासाठी श्रमाचे, कष्टाचे काम करण्यासाठी दलालामार्फत मजूर म्हणून आदिवासी स्त्री–पुरुषांना आणले जाते. अत्यंत कमी मजुरीवर मोठ्या काळासाठी त्यांना वापरून घेतले जाते. शिवाय या अनुषंगाने होणारे त्यांचे स्थलांतर ही फार मोठी समस्या आहे. कामासाठी एका ठिकाणाहून बऱ्याच मोठ्या संख्येने माणसे नेली जातात; परंतु काम झाल्यावर त्यांना गावापर्यंत जवळपासच्या ठिकाणापर्यंत आणून सोडण्याचेही औदार्य दाखविले जात नाही. शिवाय या काळात होणारी रोगराई, कुपोषण, इतकेच काय, बाहेरील जगाशी होणाऱ्या संपर्कामुळे, वेश्यागमनामुळे उद्भवणाऱ्या गुप्तरोगादी समस्या तर त्यांच्यासाठी जीवघेण्या ठरत आहेत. ठराविक काळासाठी होणारे स्थलांतर थोडेफार पैसे देऊन जाते; परंतु त्यातही फसवणूक होतेच. शिवाय नंतर होणाऱ्या आरोग्यविषयक समस्या अधिक गंभीर असतात.

(५) **जमिनीचे हस्तांतरण** : आदिवासी आपली जमीन बिगरआदिवासींना विकू शकत नाही आणि बिगरआदिवासीही ही जमीन विकत घेऊ शकत नाहीत. आदिवासींमधील शिक्षणाचा अभाव, आर्थिक कमजोरी यामुळे

जमीन असूनही ती योग्य प्रकारे कसली जात नाही; अशा परिस्थितीत बिगरआदिवासीस ती भाडेपट्ट्याने, कराराने देणे आणि त्या जमिनीत स्वतःच पुन्हा कसणे. पैशांच्या जोरावर जमिनीचा विकास होतो; पण फायदा धनिकाचाच होतो. अशाही प्रकारे त्यांचे शोषण होते.

(६) **वेठबिगारी** : सरळसरळ वेठबिगारी कायद्याने अस्तित्वात नसली, तरी आर्थिक शोषणाचाच हा एक प्रकार आहे. जमीन खंडाने घेऊन त्यात राबणे किंवा उसनवारीचे पैसे देणे, शक्य नसल्यास त्याची फेड होईपर्यंत मजुरी करत रहाणे, ही दीर्घकालीन समस्या आहे. त्यांच्या अज्ञानामुळे आणि अडाणीपणामुळे त्यांची पिळवणूक होत रहाते.

(७) **संपर्कामुळे झालेल्या समस्या** : आधुनिक समाज, शिक्षित समाज, धर्मप्रसारक यांच्याशी जसा आदिवासींचा संपर्क वाढला, तसे त्यांच्या जीवनात बदलाचे वारे वाहू लागले आणि अटळ असे स्थित्यंतर घडू लागले. अतिप्रगत, श्रीमंत, सुशिक्षित लोकांच्या संपर्कामुळे यांच्यावर एक प्रकारचे दडपण येते. त्यातून एक प्रकारची त्यांच्याविषयीची श्रेष्ठत्वाची भावना, तर स्वतःविषयी न्यूनगंडाची भावना वाढीस लागते. यातून स्वतःची जीवनपद्धती सोडून दुसऱ्याच्या पद्धतीचा स्वीकार होतो आणि सांस्कृतिक संघर्ष निर्माण होतो.

(८) **द्विभाषिकता** : बाह्य संस्कृतीच्या संपर्काचाच एक परिणाम म्हणून सुधारलेल्या भाषांचा स्वीकार केला जातो. त्यामुळे स्थानिक भाषेचा लोप होतो. यातूनही त्यांच्या सामाजिक-सांस्कृतिक जीवनात एक पोकळी निर्माण होते. स्वतःची संस्कृती व भाषा यांचा अधःपात होतो. नैर्ऋत्येकडील राज्यांतील आदिवासींनी सरसकट ख्रिश्चन धर्म व इंग्लिश भाषा स्वीकारल्याने त्यांच्या मूळ संस्कृतीत फार मोठा फरक पडला आहे.

(९) **अनिष्ट प्रथांचा शिरकाव** : बाह्य जगाशी संबंध आल्यावर नवीन गोष्टी वा पद्धती यांचा अवलंब सुरू झाला आणि मूळ त्यांच्या असलेल्या पद्धती मागे पडू लागल्या. आदिवासींत बालविवाह होत नाहीत. वधुवरांची निवड ते स्वतःच करतात. या पद्धतीत फरक पडू लागला. विवाहपूर्व आणि विवाहबाह्य संबंधाविषयीच्या स्वातंत्र्यावर बंधने येऊ लागली.

औरस आणि अनौरस संततीमध्ये फरक होऊ लागला. लैंगिक शिक्षण देणाऱ्या युवागृहासारख्या संस्था बंद पडू लागल्या. नवीन पिढीला सांस्कृतिक शिक्षण देणाऱ्या या संस्थांच्या ऱ्हासामुळे समाजाच्या सांस्कृतिक मूल्यांना तडे जाऊ लागले.

(१०) **व्यसनाधीनता** : मद्यपान हा आदिवासी समाजाचा एक अत्यंत महत्त्वपूर्ण भाग असतो. स्त्री असो वा पुरुष, कोणत्याही वयाचे असो, मोहाची, गुळाची, तांदळाची ताडी, माडी, सल्फी अथवा कोणत्याही प्रकारची दारू घरगुती किंवा गावपातळीवर तयार केली जाते आणि कोणत्याही कार्यक्रमाच्या वेळी तिचे सेवनही केले जाते. परंतु कित्येकदा बऱ्याच लोकांकडून त्याचा अतिरेक होऊन त्याचे पर्यवसान व्यसनात होताना दिसते. दारूचे पर्याय, त्याचे प्रमाण, त्याचे प्रकार यामुळे समस्या अधिक गंभीर होते.

(११) **धर्म आणि जादूमुळे ऱ्हास** : जीवनात न उलगडणाऱ्या प्रश्नांसाठी धर्म व जादू यांचा त्यांना आधार वाटतो. त्याच्या असण्यामुळे त्यांना मानसिक शांतता मिळत होती. त्यांचे व्यावहारिक मूल्य लक्षात न घेता केवळ अवैज्ञानिक अंधश्रद्धेची बिरुदे लावून त्या उखडून टाकण्याने त्यांच्याच मनात याविषयी संभ्रम निर्माण होत आहे. कुठले नीतिनियम पाळायचे व कुठले नाही, हे न समजल्याने ते गोंधळून गेले आहेत.

(१२) **धर्मांतराची समस्या** : शिक्षण, नोकरी, व्यवसाय, विकासकामे यांच्या नावाखाली छोटी-मोठी कामे आदिवासीक्षेत्रांत राबवली जातात; परंतु त्याच्या योग्य अंमलबजावणीसाठी त्यांना आधुनिक प्रार्थनास्थळात यावे लागते. इंग्रजी शिक्षण घ्यावे लागते. हळूहळू त्याचे धर्मांतरही होते. याच धोरणातून संपूर्ण नैर्ऋत्य भारतातील आदिवासी जमाती या पूर्ण विकसित, परंतु ख्रिश्चन झाल्या आहेत. भारताच्या इतर राज्यांतही हा धोका वाढत आहे. परिस्थितीची असाहाय्यता त्यांना धर्मांतरापासून परावृत्त करू शकत नाही.

(१३) **राजकीय समस्या** : आदिवासी जमातींत एक प्रकारचे राजनैतिक संघटन असते. प्रत्येक जमातीचे एक मंडळ असते. त्याच्या साहाय्याने लोकांवर नियंत्रण ठेवणे, छोट्या-मोठ्या संघर्षाचे निराकरण करणे होत असते. परंतु आता अस्तित्वात आलेले सरकारी कायदे, पोलीस, सरपंच

यामुळे जमातीच्या पंचायतीचा अर्थ कमी झाला. पंचायतीच्या तोडग्याचे स्वरूप सर्वसंमत असे. ते महत्त्व आधुनिक न्यायमंडळाला नाही; परंतु त्याला स्वीकारण्यावाचून पर्याय नाही.

(१४) **खोट्या आदिवासींची समस्या** : जितक्या सवलती अधिक तितका गैरवापर अधिक, असा एक मतप्रवाह आढळतो. आदिवासींना मिळालेल्या घटनात्मक तरतुदींमुळे बिगरआदिवासींनी आपण आदिवासी आहोत, असे जाहीर करून प्रमाणपत्रे मिळवून सवलतीही मिळविण्याचे प्रकार घडू लागले आहेत. या गोष्टी जशा उजेडात येऊ लागल्या, त्याप्रमाणे आदिवासी समाजपडताळणी पद्धतही सुरू झाली. यासाठी मानवशास्त्रीय अभ्यासपद्धतीचा उपयोग केला जातो.

आतापर्यंत आदिवासी कोण किंवा त्यांची वैशिष्ट्ये पाहताना वेळोवेळी आदिवासी समाजाचे, संस्कृतीचे वेगळेपण आपण पाहिले. त्यांची नावे आणि आडनावे ही जरी त्यांची मोठी खूण असली, तरीही नावं-आडनावं बदलून आदिवासी असल्याचे दाखविले जाते. त्यामुळे त्यांच्यातील कुळी अथवा कूळ पद्धती, विवाहपद्धत, देवदेवता, प्रथा-परंपरा यांचा मुद्देसूद, साकल्याने अभ्यास करून त्यांच्या जमातीची पडताळणी करता येते.

आज हिंदूंचे कितीतरी देव आदिवासींनी स्वीकारले असले, तरी त्यांचे मूळ देव आहेत (ज्याचा उल्लेख पूर्वीही झाला आहे) ते फक्त त्यांचेच आहेत. हे देव मडक्यात लाल कापडात गुंडाळून ठेवलेले असतात. तसेच त्यांच्या विवाहपद्धती, पूजापद्धती या सर्वातून आणि याविषयीच्या माहितीसंकलनातून आदिम संस्कृतीची दालने उघडली जातात आणि त्याचा उपयोग त्याचा खरेपणा ओळखण्यासाठी होतो. बहुतेक आदिवासींमध्ये मृत्यूनंतर पुरण्याची (दफन) प्रथा आहे. अगदी अलीकडे त्यांनी दहन प्रथा स्वीकारली आहे; या आणि अशा पद्धतींचा उपयोगही त्याचे खरेपण अथवा खोटेपण ठरविण्यासाठी उपयोगी ठरतो.

कोणत्याही समस्यांवर धार्मिक उपाययोजना याचा समावेश आहे. त्याप्रमाणेच धर्मांतर करून घेण्याच्या समस्याही आहेत. धर्मांतरामुळे समस्या सुटल्या नसून, गुंतागुंत वाढली आहे. सांस्कृतिक मूल्यांबाबतही गोंधळ वाढतो.

(१५) **शिक्षणविषयक समस्या** : आदिवासींच्या शैक्षणिक समस्या या तर फारच गंभीर स्वरूपाच्या आहेत. आदिवासींच्या शिक्षणासाठी सरकारी योजना, सुविधा अत्यंत चांगल्या असूनही मिळावे तेवढे यश शिक्षणाच्या बाबतीत मिळालेले नाही. शासकीय आश्रमशाळेत न्याहारी, जेवणासह तेल, साबण इत्यादी साहित्य विद्यार्थ्यांना मिळते; परंतु त्याची गुणवत्ता, पुरवठा, वर्षभर साठवणूक हे जसे समस्यांचे विषय आहेत, त्याचप्रमाणे ते शिजवून मुलांना देणे यासारखी कामेसुद्धा शिक्षकांवरच असल्याने शिक्षकांच्या समस्येत भरच पडली आहे. आदिवासींसाठी तयार होणारी पुस्तके ही शहरी भागात शहरी अभ्यासकांकडून होत असल्याने पुस्तकात दिलेले दाखले, उदाहरणे यासाठी आदिवासी विद्यार्थी अनभिज्ञच असतात. शिवाय आदिवासींची बोलीभाषा खूपच वेगळी असल्याने त्यांना मराठीतून शिकणेही जड जाते. त्यातच राष्ट्रभाषेचा आग्रह अथवा इंग्रजीतून शिक्षण यामुळे शिक्षणाविषयीची नाराजीच वाढते. मेळघाट, अमरावती, गडचिरोलीमधील कोरकू, माडिआ आणि दुर्गम भागातील आदिवासींत ही समस्या अधिक आहे. आदिवासी शाळांत शिकविणारे शिक्षक बहुतेक वेळा बाहेरगावातून केवळ नोकरीसाठी, गरजेपोटी आणि बऱ्याच वेळा बिगरआदिवासी असल्याने शिक्षकांच्या कामासही मर्यादा येतात. शिक्षकांना मुलांची भाषा, संस्कृती माहीत नसते. शिवाय शिक्षक, विद्यार्थी यांचे चांगले नातेही निर्माण होऊ शकत नाही. याशिवाय अन्य पायाभूत सुविधांविषयक समस्या या वेगळ्याच आहेत आणि या सर्वांची परिणती म्हणून शैक्षणिक क्षेत्रांत अपेक्षित यश दिसत नाही.

(१६) **आरोग्यविषयक समस्या** : आरोग्यविषयक समस्यांत दूषित पाणी, साथीचे आजार, मदिरापान, आधुनिक वैद्यकीय उपचारांविषयी संभ्रम, भगत आणि वैदूंवरील विश्वास या समस्या तर स्वपरिचित आहेत; परंतु परक्या लोकांशी संपर्क, आधुनिक समाजजीवनाशी ओळख, पैशांची लालूच, शरीरविक्री करून वेश्याव्यवसाय यामुळे गुप्तरोगाच्या प्रमाणात वाढ आणि यामुळे नवनवीन रोग, अगदी एड्ससारख्या आजारांची लागण या नवीन समस्या निर्माण झाल्या आहेत.

(१७) **कुपोषण समस्या** : आदिवासी भागात रोगराई, विशेषत: कुपोषण होण्याची विविध कारणे आहेत. त्यापैकी महत्त्वाचे कारण म्हणजे, दुर्गम

भागातील आदिवासी ज्या घरात राहतात, त्या घराची सदोष रचना हे होय. अशा आदिवासीचे घर म्हणजे गवताचे छप्पर, कुडाच्या भिंती. अतिपावसाने घरावरील गवत, वासे, तुळया, खांब कुजतात. त्यांना वाळवी लागते. ऐन कडाक्याच्या थंडीत किंवा मुसळधार पावसात उबेसाठी एक लाकडी ओंडका रात्रभर जळत असतो. त्याचा धूर जाण्यासाठी पुरेशा खिडक्या किंवा झरोखे नसतात. घरातच किंवा घराला लागून असलेल्या गोठ्यात गुरे बांधली जात असल्यामुळे त्यांच्या मलमूत्रामुळे रोग फैलावण्यास मदत होते.

कुपोषणाचे दुसरे कारण म्हणजे, आदिवासी भागातील कच्चे रस्ते. दुर्गम आदिवासी भागात पावसाळ्यात सुरुवातीलाच पाऊस पडला की, त्या भागातील रस्ते खराब होतात. नदी-नाल्यांना पूर आला की, कच्चा पूल, पायवाटा वाहून जातात. त्यामुळे जनसंपर्क तुटतो. अशा भागातील आजारी माणसाला किंवा स्त्रीला त्याच्या पाड्यापासून प्राथमिक आरोग्य केंद्रापर्यंत आणण्यासाठी बरेच प्रयत्न करावे लागतात. रोगाची अवस्था गंभीर असेल किंवा त्याला सर्पदंश झाला असेल, तर त्याचा पोत्याची खोळ करून आणताना कदाचित वाटेतच मृत्यू होतो.

कुपोषण होण्याचे तिसरे महत्त्वाचे कारण म्हणजे, आदिवासींमधील अंधश्रद्धा. माणसाला रोग होतो तो देव कोपल्यामुळे किंवा चेटूक लागल्यामुळे, अशी त्यांची कल्पना असते. त्यासाठी भगताकडे जातात. दुर्गम आदिवासी पाड्यात रोगाचा प्रादुर्भाव झाला की, तेथील लोकांची स्थिती दयनीय होते. दवाखाना आणि डॉक्टर यांच्यावर त्यांचा प्रथम विश्वास नसतो. अशा वेळी रोगग्रस्त आदिवासी व त्यांचे कुटुंब भगताचे अंगारे-धुपारे करतात. त्यामध्ये बराच काळ जातो. असे करूनही रोगी बरा न झाल्यास मांत्रिक किंवा भगत काही अघोरी उपाययोजना सांगतो. असे उपाय करून रोगी बरा न झाल्यास शेवटी त्याला दवाखान्यात नेतात. तोपर्यंत बराच काळ गेलेला असतो व रोग पराकोटीला पोहोचलेला असतो. प्राथमिक आरोग्य केंद्रात जाईपर्यंत किंवा स्थानिक डॉक्टर येईपर्यंत वाहतुकीची व्यवस्था न झाल्यास रोगी दगावतो. याशिवाय योग्य, पुरेसे, कसदार अन्न न मिळणे, खाण्या-पिण्याच्या सवयी, पोटात जंत होणे ही कारणे आहेतच. परंतु वर उल्लेख केलेले घटकसुद्धा अप्रत्यक्षपणे परिणाम करणारे आहेत.

आदिवासींच्या समस्यांचे निराकरण व्हावे म्हणून अलिप्ततावाद, समरूपता आणि समसंस्कृतीकरण म्हणजेच Isolation, Assimilation आणि Acculturation यांचा विचार केला जातो. यातील अलिप्ततावाद हा काही फारसा यशस्वी पैलू नाही. यामुळे राष्ट्रीय ऐक्याला तडा जाईल, ही भीती व्यक्त केली जात होती. त्यातही यथार्थता दिसते. ईशान्य भारतातील आदिवासींच्या समस्या हे त्याचेच द्योतक आहे. समरूपता हासुद्धा एक निकष असला, तरी दोन भिन्न संस्कृतींचे समाज एकमेकांत समरूप होऊन विलीन होणे ही एक अवघड गोष्ट आहे. या दृष्टीने आदिवासींच्या मूळ संस्कृतीस धक्का न लागता भारतीय समाजाचाच एक भाग म्हणून अन्य समाजाबरोबर रहाणे हा समसंस्कृतीकरणाचा सिद्धान्त अधिक व्यापक आणि यशस्वी ठरत आहे.

प्रगत समाजाच्या संपर्काने आदिवासींच्या जीवनात अनेक प्रश्न निर्माण झाले. त्यामुळेच त्यांना इतर समाजांच्या संपर्कापासून दूर ठेवणे, हेच योग्य असल्याचे मत डॉ. वेरियर एल्विन यांचे होते. प्रत्यक्षात हे समाज इतरांपासून वेगळे ठेवल्यामुळे ख्रिस्ती धर्मप्रसाराचे कार्य बिनधोक झाले. आज ईशान्य भारतातील १००% आदिवासी जमाती ख्रिश्चन झाल्या आहेत.

अलिप्ततावादाच्या विरुद्ध असे सामिलीकरणाचे धोरण आहे. डॉ. घुर्ये, ठक्करबाप्पा हे या मताचे होते. घुर्ये यांच्या मते, ''आदिवासी हे मागासलेले हिंदूच आहेत. त्यांच्या संस्कृतीत, विवाह, धर्म यांतही साम्य आहे. त्यामुळे त्यांचे सामिलीकरण अवघड नाही;'' परंतु यावरही भरपूर आक्षेप घेण्यात आले आहेत. खऱ्या अर्थाने सामिलीकरण होणार नाही, तर ते वरवरचे प्रशासकीय स्वरूपाचे असेल, अशी ही भावना दिसते. या समाजाचा सांस्कृतिक ठेवा, त्यांचे स्वत्व संपवून प्रगत अन्य समाजाची संस्कृती लादणे योग्य नाही.

या दृष्टीने एकीकरण किंवा Integration ही भूमिका व्यवहार्य आहे. कारण एकीकडे ते राष्ट्रीय जीवनाचे अविभाज्य भाग बनूनही त्यांचे जीवन अबाधित राखणे यातून शक्य आहे. त्यांची भाषा, संस्कृती, जीवनमूल्ये जतन होणे, त्याप्रमाणेच त्यांचा विकास होणे गरजेचे आहे. त्यांचे सक्तीचे सामिलीकरण चुकीचे आहे. मात्र, त्याचे इतर समाजाशी एकीकरण घडविले पाहिजे आणि त्याच वेळी त्यांचे पारंपरिक, सांस्कृतिक जीवनही जतन व्हायला पाहिजे.

आदिवासी : ग्रामरचना, गृहरचना, पोशाख आणि वस्तुसंस्कृती

आदिवासी समाजाचा अभ्यास करताना आणि त्याविषयी माहिती घेताना त्यांची पारंपरिक घरे, त्यांची रचना, गावातील वस्ती, त्यांच्या घरगुती वापरातील आणि दैनंदिन वापरातील मूळ वस्तू आणि त्यांचा पोशाख याची माहिती घेणे क्रमप्राप्त असते. शिवाय या सगळ्यातून त्यांच्या संस्कृतीचे वेगळेपण, त्यांचे निसर्गाशी असणारे नाते आणि त्यांच्या 'इको-संस्कृती'चे दर्शन घडते. आजकालच्या विकास योजनांमुळे त्यांना कायमस्वरूपी चांगली, पक्की घरे मिळू लागली आहेत. डांबरी रस्ते गावागावात पोहोचत आहेत. तरीही अत्यंत दुर्गम भागात, जंगलात, डोंगरउतारावर जी गावे, वस्ती, पाडेपुडे आहेत, तेथे तेच पारंपरिक जीवन दिसून येते. त्या दृष्टीने ग्रामरचना व गृहरचनांचा थोडक्यात परामर्श येथे घेतला आहे.

आदिवासींची घरे ही अगदी साधी आणि नैसर्गिक साधनांपासूनच बांधलेली असतात. आदिवासी गावात गेल्यावर काही ठिकाणी घरे दोन-चार किंवा पंधरा वीसच्या गटागटांनी दिसतात. काही ठिकाणी वस्तीत जवळजवळ घरे असतात. हे लोक पाडा किंवा पुडा असा त्याचा उल्लेख करतात. एका गावात असे छोटे छोटे पाडे असतात आणि हे एकमेकांपासून अर्धा-एक कि.मी.च्या अंतरात विखुरलेले असतात.

भिल्लांमध्ये मात्र घरे दूरदूर शेतामध्ये असतात. डोंगरउतारावरील शेतीमध्ये एकएकटी दिसणारी घरे हेही आदिवासी गावाचे एक वैशिष्ट्य आहे. गावाच्या एका बाजूला स्मशानाची जागा, वाटेत जाता जाता झाडाखाली देव दिसतात. माडिआंच्या गावात जाताना एखाद्या बाजूला दिसणाऱ्या दगडी शिळा लक्ष वेधून घेतात. बहुतेक माडिआंच्या गावात दफनभूमीबरोबरच पितरपूजनासाठी उभ्या केलेल्या दगडी शिळा दिसतात. पुरुषासाठी उभ्या शिळा, तर स्त्रियांसाठी आडव्या शिळा ठेवलेल्या दिसतात. या शिळा मृत व्यक्तींच्या स्मरणार्थ उभारलेल्या असतात. विदर्भातील महाअश्मयुगीन संस्कृतिस्थळांच्या उत्खननामध्ये अशा शिळा मिळाल्या आहेत. त्यावरून या जमातीचे तत्कालीन संस्कृतीशी असलेले साधर्म्य दिसते. कोरकूंची गावे मात्र अगदी मुद्दाम वसविल्याप्रमाणे वाटतात. मेळघाट परिसरातील गावात गेल्यावर कोरकूंची घरे ही अगदी बराकीप्रमाणे समोरासमोर तोंड करून, एका शेजारी एक याप्रमाणे ओळीत असतात. घरांच्या दोन ओळींतून मधोमध गेलेला रस्ता, गाव जितके मोठे, तितक्या घरांच्या ओळी जास्त; परंतु चार-पाचपेक्षा अधिक सहसा दिसत नाहीत. ही अगदी 'टिपिकल' स्वरूपाची वैशिष्ट्यपूर्ण रचना पाहून काही अभ्यासकांना वाटते की, कोरकूंना ब्रिटिशांनी मेळघाट परिसरात सागलागवडीसाठी मुद्दाम आणून वसविले आहे. शिवाय कोरकू भाषा, त्यांची संस्कृती, त्यांची शारीरिक ठेवण आणि त्यांचा देव इंद्रजित या सर्वांमुळे कोरकू हे बाहेरून येऊन मेळघाटात वसविले असावेत, अशी शंका काही तज्ज्ञ व्यक्त करतात. कोलामांची वस्ती ही दूरवर असते. ठाकर आणि कातकरी बहुधा डोंगरावरच राहतात.

आदिवासी घर

बहुतेक आदिवासींची घरे ही कारवी किंवा बांबूच्या पट्ट्या ठोकून, त्याच्या भिंतींना माती आणि शेणाने सारवून गिलावा केलेला असतो. दगड-मातीचा चौथरा करून घराचे जोते जमिनीपेक्षा थोडे उंच केलेले असतात. घराच्या कोपऱ्यात आणि मधोमध बांबू अथवा खांबाच्या साहाय्याने आधार दिलेला असतो. घराचे लाकडी छप्पर हे परिस्थितीनुसार गवताचे, पळस, मोह अथवा सागाच्या पानांनी शाकारलेले असते. काही घरे कौलारूसुद्धा असतात. घराच्या तट्ट्याच्या भिंती काही वेळा छपरापर्यंतही नसतात. त्यामुळे बाहेरची हवा घरात येऊ शकते. घराला खिडक्या नसतातच. दरवाजाही बहुतेक वेळा एकच असतो. घरात खोल्या वेगळ्या अशा नसतात. परंतु स्वयंपाकाची जागा थोडासा आडोसा करून वेगळी असते. बहुतेक आदिवासी भागात गाई-बैल आणि शेळ्यांचा गोठा त्यांच्या घरातच असतो.

घराची अंतर्गत रचना

आदिवासींची वस्ती जंगलात दूरवर असल्याने बऱ्याच वेळा वाघ, बिबटे गावात येऊन गुरे मारून नेतात. यासाठी गुरांचा गोठा हा घरात असण्याची पद्धत बहुतेक आदिवासी भागात असते. भिल्लांची आणि काही ठाकरांची घरे मात्र त्यामानाने मोठी असतात. भरपूर लाकडांचा, उपलब्ध सागवानांचा वापर त्यामध्ये केलेला असतो. कातकरी आणि कोलामांची घरे मात्र दारिद्र्याचे दर्शन घडवितात. वारल्यांची घरे आतून-बाहेरून त्यांच्या कलाकृतीचा वारसा दाखवीत असतात. सणासुदीला किंवा लग्नाच्या वेळी वारल्यांच्या घराच्या भिंतीवर त्यांच्या खास शैलीत काढलेली चित्रे, चौक आणि इतर अनेक प्रकारची रंगीत चित्रे दिसतात.

माडिआंच्या घराचे वेगळेपण म्हणजे त्यांच्या प्रत्येक झोपडीभोवती मोठमोठ्या लाकडी खांबांचे, फळ्यांचे कुंपण असते. त्यामुळे जंगली प्राण्यांना घरात येण्यास मज्जाव होतो. घराच्या मागच्या बाजूला आवश्यक भाजीपालाही लावला जातो.

पाणी, दारू भरून नेण्यासाठी वाळविलेला भोपळा

आदिवासी घराचे दुसरे वैशिष्ट्य म्हणजे प्रत्येक गावात, किमान काही घरांवर तरी वाळलेले मोठ मोठे भोपळे दिसतात. भोपळे भाजीसाठी वापरतातच, शिवाय तारप्यासारखी वाद्ये करण्यासाठी किंवा शेतावर शिकारीला जाताना वाळलेल्या पोकळ भोपळयाचा पाणी भरून नेण्यासाठीही उपयोग होतो. भोपळ्याप्रमाणेच दोडकेही लगडलेले दिसतात. काही आदिवासींच्या घराला विशेषतः महादेव कोळींमध्ये घराच्या बाहेरच ४/६ खांब रोवून वरती पाने अथवा गवत टाकून मंडप तयार केला जातो. त्यातील जमीनही सारवून छान सपाट केलेली असते. आपल्याकडच्या व्हरांड्यासारखी यांची रचना असते. उन्हाळ्यात रात्री झोपण्यासाठी किंवा थंडीत चार-दोन निखारे ठेवून शेकत बसण्यासाठी या मंडपाचा वापर करतात.

आदिवासींच्या घरबांधणीसाठीही काही निश्चित पद्धती असतात. याचा स्वतंत्र आणि सविस्तर ऊहापोह येथे करणे शक्य नाही; परंतु घर कधी बांधायचे, कोठे बांधायचे, त्याचा पाया कोणी खणायचा, केव्हा खणायचा याविषयी प्रत्येक समाजाच्या काही समजुती आहेत. बहुतेक वेळा घराचे तोंड अथवा दरवाजा पूर्व-पश्चिम असतो. दक्षिणेकडे घराचे तोंड असू नये, ही समजूत बऱ्याच समाजांत असल्याचे पाहायला मिळते. हे घर बांधणे भगत, भूमकाच्या सल्ल्याने होत असले तरीही ते स्वतःच स्वतःचे घर बांधू शकतात. जंगलातून साहित्य आणणे, जागा साफ करणे, पाया घेणे, घरबांधणी, छप्पर शाकारणे, घर सारवून गिलावा करणे या आणि अशा सर्व गोष्टी ते स्वतः करतात. सामूहिकपणे एकमेकांना मदत करून पावसाळ्यापूर्वी घरांची डागडुजी केली जाते.

घराप्रमाणेच विविध प्रकारच्या दैनंदिन वापरातील वस्तू आदिवासी स्वतःच तयार करतात. यामध्ये शेतीसाठी लागणाऱ्या, धान्यसाठवणीच्या, स्वयंपाकाच्या आणि इतर अनेक प्रकारच्या वस्तू येतात. आजकाल बाजारात मिळणाऱ्या आधुनिक वापरातील वस्तू, प्लॅस्टिकच्या, धातूच्या वस्तूही त्यांच्या घरात दिसतात. परंतु यातून त्यांच्या संस्कृतीचे प्रतिबिंब दिसत नाही.

कपडे परिधान करणे, पोशाख घालणे हे माणसाने नक्की केव्हा आणि कसे सुरू केले हे सांगणे अवघड आहे. परंतु संरक्षण आणि लज्जारक्षण याच दोन हेतूंनी त्याची सुरुवात झाली असावी. बहुतेक सर्व आदिवासी जमातींत अत्यंत मोजके आणि थोडेच कपडे अंगावर असतात. परंतु पारंपरिक कपड्यांमध्ये आता खूपच फरक झाला आहे. पूर्वी आदिवासी पुरुष बहुधा लंगोटीवरच असत. क्वचित कधी तरी गुडघ्यापर्यंत धोतर असे. भिल्लांमध्ये बिनगळ्याचा सदरा किंवा बंडी असे. पागोटे हे भिल्लांत प्रतिष्ठेचे मानले जाते. त्यानंतर त्याच्या जागी पायजमा वापरात येऊ लागला.

पारंपरिक पोशाखातील कोकणा स्त्री

आता आता तर शर्ट-पँटसुद्धा नियमित वापरतात. स्त्रियांच्या पोशाखातही कमालीचा फरक पडला आहे. स्त्रियांचा पोशाख हा चोळी आणि काष्ट्याचे मांडीपर्यंत घट्ट लुगडे असा असे. ठाकर आणि वारली स्त्रिया टॉवेल अथवा पंचा गुंडाळतात. विवाहित माडिआ आणि गोंड स्त्रिया चोळी घालत नाहीत; फक्त मांड्यांपर्यंत घट्ट साडी नेसतात. बऱ्याचशा आदिवासींत चोळी, लुगडे आणि डोक्यावरून कापड घेण्याची प्रथा आहे. सोबत काही आदिवासींचे पेहराव दाखविण्यासाठी छायाचित्रे आहेतच. परंतु आजकाल बहुतेक आदिवासींत पुरुषांसाठी धोतर, कुर्ता, पायजमा, पँट, शर्ट, तर स्त्रियांसाठी नऊवारी अथवा गोल साडी वापरली जाते; परंतु वयस्कर मंडळी, दुर्गम भागात किंवा पारंपरिक आदिवासी भागातील मंडळी आपला पारंपरिक पोशाख वापरणेच पसंत करतात.

दागदागिन्यांच्या बाबतीतही अशाच परंपरा दिसतात. स्त्रियांपेक्षा पुरुषांत दागिने वापरण्याचे प्रमाण कमी आहे. परंतु भिल्ल पुरुषाच्या हातात चांदीची कडी असतात. काही वयस्कर पुरुषांत कानात बाळी दिसते. भिल्लांप्रमाणेच कोलाम, कोरकू, गोंड, वारली पुरुषही दागिने घालतात. इतर कोणत्याही जमातीपेक्षा भिल्ल, ठाकर, गोंड, वारली, कोकणा, माडिआ स्त्रियांमध्ये आभूषणांचे प्रकार आणि वापर जास्त आहे. याविषयी छायाचित्रासह माहिती 'आदिवासी कला' या प्रकरणात आली आहे.

पोशाख, दागदागिन्यांप्रमाणेच गोंदवून घेण्याची पद्धतही पुरुषांपेक्षा स्त्रियांत अधिक आहे. दंडावर, हातावर, मनगटावर, छातीवर गोंदवले जाते. त्यावर नवऱ्याचे, भावाचे नाव किंवा काही शुभचिन्हे, चंद्र, सूर्य, तुळस अशी चित्रे गोंदविलेली असतात. कृष्ण, पांडुरंग किंवा हिंदू देवदेवतांची चित्रे किंवा नावही कोरले जाते.

□

आदिवासी कला

अगदी अलीकडच्या काळापर्यंत कला आणि तीही आदिवासी कला ही स्वतःपुरती, गरज म्हणून, शोभा म्हणून किंवा परंपरा म्हणूनच राहिली होती. अलीकडे मात्र ते उपजीविकेचे साधन होऊ शकते, ही जाणीव आदिवासींमध्ये झाली. इतकेच नाही, तर काही विशेष कलांना आधुनिक समाज, शहरी संस्कृतीकडून इतके पाठबळ मिळाले की, या कलेचा प्रसार झाला. त्यांना व्यावसायिकता लाभली; परंतु त्याचा सरसकट फायदा आदिवासी कलाकारांना झालेला नाही. काही मूठभर, बोटावर मोजण्याइतकेच लोक असतील की, ज्यांना त्याचा प्रत्यक्ष फायदा झाला. व्यवसाय व बाजारपेठ हा वेगळा विषय आहे; आणि आपली कला, आपल्या संस्कृतीचा वारसा सांभाळणे हा वेगळा विषय आहे. या ठिकाणी वेगवेगळ्या प्रकारच्या आदिवासी कला आणि त्यांचे सांस्कृतिक स्वरूप यावर चर्चा केली आहे. आदिवासी कलांचे जे मुख्य प्रकार पडतात त्यांत शिल्पकला, मातीकाम, चित्रकला आणि रंगकाम, लाकूड, आणि बांधकाम, मुखवटे करणे, विणकाम, वेशभूषा, केशभूषा, गोंदवणे आणि दागदागिने बनविणे या सर्वांचा समावेश होतो. त्याचप्रमाणे मौखिक कला, ज्यात लोकगीते व लोककला यांचा समावेश होतो. तसेच संगीत, वादन आणि नृत्यकला याही विशेष महत्त्वाच्या कला आहेत. विविध

प्रकारच्या मूर्ती आणि देवता यांचा विचार करताना एक गोष्ट नक्की की, आदिवासी हे निसर्गपूजक आहेत. निसर्गापासून संरक्षण व्हावे यासाठी त्यांच्या देवदेवता या जंगलात, गावाबाहेर असतात. त्यांचे स्वरूपही साधेसुधे, दगडधोंड्यांच्या रूपात असते. वारल्यांचा नारनदेव, भिल्लांचा दुंदल, कोरकूंचा हुलादेव, गोंडांचा बडादेव हे सर्व दगडधोंड्यांच्या स्वरूपातच असतात. मात्र, लाकूड आणि दगड यांपासून बनविलेले वाघोबा बऱ्याच गावांत दिसतात. ही मूर्ती सपाट आकाराची, वरच्या बाजूस नाक-डोळे काढलेली अशी दिसते. वाघ हे भिल्लांचे कूळही आहे; परंतु त्याच्याशिवाय अनेक देवता आदिवासी भागात आहेत. मृत व्यक्तींच्या नावे उभी केलेली स्मारके ही गोंडांमध्ये दिसतात. याला 'शिणोली' असे म्हणतात. या शिळा बहुधा उंच आणि सपाट असतात. पश्चिम महाराष्ट्रात या शिळा छोट्या असतात आणि त्यावर कोरलेलेही असते. वीर किंवा वीरगळाच्या रूपाने त्याचा उल्लेख असतो आणि आदिवासी भागात किंवा बिगरआदिवासी भागातही हे दिसते. शिणोली हे लाकडी खांबाच्या रूपातही असू शकते. या लाकडी खांबांवर विविध प्रकारची नक्षी कोरलेली असते. पाने, फुले, पशुपक्षी यांचा यात समावेश असतो.

लाकडी देवदेवताही आदिवासींमध्ये आहेत. त्याचे स्वरूप हे कुलचिन्हाचे प्रतीक असे असते. कोलामांची माराईदेवी किंवा मरीआईदेवी ही लाकडाची असते. दगड आणि लाकडाच्या प्रमाणात धातूचे देव आदिवासींमध्ये अगदी क्वचितच दिसतात. मेळघाट, बस्तर आणि विदर्भात ओतीव लोखंड किंवा शिसे अथवा मिश्रधातूंच्या मूर्ती किंवा दिवे करण्याची पद्धत दिसते. उपलब्ध बाजारपेठेमुळे हरणे, जंगली प्राणी, माणसांच्या प्रतिकृतीही त्यामध्ये आता तयार होऊ लागल्या आहेत. गोंडांचा बदिरमदेव, वारल्यांचा कणसरी हे धातूचे असतात.

बिहार, ओरिसा, मध्य प्रदेश, गुजरात, आंध्र प्रदेश आणि महाराष्ट्रातील आदिवासी जमातींमध्ये चित्रकला, रंगकामाची पद्धत आहे. महाराष्ट्रातील गोंड, परधान आणि विशेषतः वारली हे चित्रकलेसाठी प्रसिद्ध आहेत. वारली पेंटिंग्ज हल्ली शहरातील घरांतून आणि हॉटेल्समधूनही दिसतात. देशाच्या सीमाही या चित्रपरंपरेने ओलांडल्या आहेत.

ठाणे जिल्ह्यातील जव्हार-मोखाड्याचा परिसर म्हणजे वारलींचा परिसर. वारली समाज हा महाराष्ट्रातील एक मोठा आदिवासी समाज. हा समाज किंवा हे लोक प्रसिद्ध आहेत ते आपल्या चित्रशैलीमुळे. वारलींची चित्रे साधी-सोपी, परंतु

वैशिष्ट्यपूर्ण आणि आता तर या चित्रकृती आणि चित्रशैली जागतिक स्तरावर जाऊन पोहोचल्या आहेत. त्यांना बाजारपेठ उपलब्ध होत आहे. चित्रनिर्मितीच्या साहित्यसाधनात कमालीचा फरक पडला आहे. तरीही संस्कृतीच्या पाऊलखुणा या चित्रांतून जतन होत आहेत. आदिवासी संस्कृतीही आज झपाट्याने बदलत आहे. तिला नवे संदर्भ प्राप्त होत आहेत. रूढी, परंपरा आणि लोकजीवनाचे दर्शन अद्यापही या चित्रसंस्कृतीतून होत आहे, हे नक्कीच महत्त्वपूर्ण आहे.

पुराश्मयुगीन काळापासूनच मानवाची चित्रसंस्कृती आकार घेऊ लागली. दैनंदिन जीवनाच्या अनुभवातून आद्य कलेचा जन्म झाला. भीमबेटकासारख्या संस्कृतिस्थळातून असंख्य गुहाचित्र मिळाली आहेत. शिकार, प्राणिजीवन आणि लोकजीवन अशी विविध प्रकारची चित्रे यामध्ये आहेत. आदिवासी चित्रसंस्कृतीही पुराश्मयुगीन चित्रकलेशी साधर्म्य दाखविते. साधी, सोपी आणि नैसर्गिक रंगांनी रंगविलेली ही चित्रे भौमितिक आकारावर आधारलेली असतात. पारंपरिक वारली चित्रे म्हणजे शेणाने सारवलेल्या मऊ भिंतीवर कावेने रंगविलेल्या पृष्ठभागावर, तांदळाच्या पिठीने अथवा चुन्याने पांढऱ्या रंगात ही चित्रे रेखाटलेली असतात किंवा चुन्याच्या पांढऱ्या पृष्ठभागावर कावेच्या रंगाने काढली जातात. याशिवाय गेरू, काजळी, हळद-कुंकू, झाडांचा चीकसुद्धा यासाठी वापरला जातो. या सर्व चित्रांचा साचा एकच असून, आडव्या-उभ्या रेषा व गोल आणि त्रिकोण यांच्या साहाय्याने त्यांची चित्रे पूर्ण होतात.

वारली चित्रकला म्हणजेच भौमितिक आकृत्या आणि त्यातून उलगडत जाणारे जीवन फक्त दोन त्रिकोण आणि गोल त्यांच्याआधारे मानवी आकृत्या बनतात. गोलाच्या साहाय्याने डोके दाखविता येते, तर त्रिकोणाच्या साहाय्याने धड दाखविता येते. या त्रिकोणाची टोके एकमेकांना जोडून धड तयार केले जाते. खालच्या त्रिकोणाच्या दोन रेषा पाय दाखवितात, तर वरच्या त्रिकोणाच्या सुरुवातीच्या दोन रेषा हात दाखवितात. तसेच आकृती स्त्रीची असल्यास गोलाच्या मागे अजून एक गोल काढून अंबाडा दाखविला जातो. त्रिकोणाचा लांबडेपणा, वक्रता, बाक यांद्वारे विविध स्थितीही दाखविता येतात. याच प्रकारे अन्य चित्रे, प्राणी, पक्षी यांच्याही आकृत्या तयार केल्या जातात. गोल आणि त्रिकोणाच्या आकृत्याही त्यांना निसर्गातूनच उपलब्ध झाल्या असाव्यात, असे काही वारली चित्रकारांचे म्हणणे आहे. चित्रातील गोल हे चंद्र-सूर्याचे प्रतिनिधित्व करतात, तर त्रिकोण हा

पानाच्या आकारासाठी असावा.

पुराश्मयुगीन चित्रपरंपरेशी नातं सांगणारी वारली चित्रकला नैसर्गिक साधनातूनच फुलते. सहजसुलभ आकारातून चित्रांची मांडणी होते; परंतु ही चित्रे व्यापक आणि जीवनाच्या विविध अंगांना स्पर्श करणारी असतात. पुराश्मयुगीन चित्रांत शिकारीचे चित्रण प्रामुख्याने दिसते. कारण तत्कालीन मानवाची मुख्य गरज तीच होती. मुख्य कामही तेच होते. वारली चित्रकलेत शिकारीबरोबर धार्मिक कार्ये, शेताची राखण, लावणी, मळणी अशी शेतातील कामे, प्राणी दिसतात. याबरोबरच भातशेती, तांदूळ सडणे, ताडीची झाडे, झाडावरून ताडी उतरविणे ही दृश्ये विशेषकरून दिसतात. वारलींच्या जीवनातील भाताचे महत्त्व आणि ताडीचे महत्त्व नेमकेपणाने चित्रातून व्यक्त झालेले दिसते. याशिवाय दैनंदिन लोकजीवनसुद्धा चित्रातून रेखाटलेले दिसते. नैसर्गिक घटकांमध्ये नदी, नाले, डोंगर, जंगल हे घटकही चित्रात रंगविलेले दिसतात. निसर्गाचे सान्निध्य त्यांच्या जीवनास लाभले आहे. साहजिकच त्यांच्या कलेत निसर्गचित्रण मोठ्या प्रमाणावर दिसते. या चित्रांचे विषय तरी कसे, तर आजूबाजूचे डोंगर, दऱ्या, नद्या, जंगल, जंगलात घडणारे शिकारी दृश्य इत्यादी वेगवेगळ्या प्रकारचे. बऱ्याच वेळा त्यात वाघासारखे प्राणी, सरपटणारे प्राणी, पक्षी, माकड, बैल असे सर्व प्रकारचे प्राणीही हजेरी लावून जातात. आजूबाजूला फिरताना, शिकार करताना अथवा लाकूडफाटा जमा करताना किंवा गुरे चरताना सहजपणे दिसणारे एखादे दृश्य त्यांच्या कुंचल्यातून साकारते. अशा चित्रांचे पारंपरिक स्थान म्हणजे घराच्या भिंती. त्याशिवाय आजकाल ही चित्रे कागद अथवा कॅनव्हासवरसुद्धा काढली जातात. कोल्हा, माकड, सुसर, विंचू, साप आणि ससे या प्राण्यांभोवती गुंफलेल्या असंख्य लोककथा या चित्रातून दाखविल्या जातात. लग्नप्रसंगी झोपड्या सारवून रंगविणे हे महत्त्वाचे असते. या चित्रांची सुरुवात 'चौक काढणे' या प्रकारापासून केली जाते. ही चित्रे काढणाऱ्या स्त्रियाही समाजात वेगळ्या ओळखल्या जातात आणि त्यांना 'धवलेरी' असे म्हणतात. लग्नप्रसंगी काढल्या जाणाऱ्या चित्रात लग्नविधी, मोठ्या आकाराचे बाशिंग, वरात, मांडव यांसारखी चित्रे प्रामुख्याने असतात.

आपले बहुतेक सण हे शेती व्यवसायाशी आणि ऋतुचक्राशी जोडलेले असतात. वारली समाजात त्यांच्या पारंपरिक सणांबरोबर नागपंचमी, दसरा, दिवाळी आणि शिमगा हे सण मोठ्या प्रमाणावर साजरे होतात. त्यानिमित्ताने घराच्या भिंती

सारवून त्यावर चित्रे रंगविली जातात. सणासुदीला घराच्या बाहेरील भिंतींवर कोयरीसारखी चित्रे काढली जातात. बऱ्याच वेळा हाताची मूठ तांदळाच्या पिठीत अगर चुन्यात बुडवून त्याचे ठसे उठवले जातात. काही वेळा पाना-फुलांची नक्षी कोरली जाते. गृहसजावटीची आणि आनंद व्यक्त करण्याची ही पारंपरिक पद्धत आजही सांभाळली जात आहे. यातूनच तर संस्कृतीचे जतन होत असते.

वारली चित्रसंस्कृतीमध्ये दिसून येणारा अजून एक आविष्कार म्हणजे नृत्यप्रकाराचे चित्र.

वारली चित्रकला : तारपा नृत्याचे चित्र

आदिवासींच्या जीवनात नृत्याला एक आगळेवेगळे स्थान आहे. वारलींच्या नृत्याचे प्रकारही अनेक आहेत. ज्याप्रमाणे नृत्याचा आनंद हा सामूहिकरीत्या घेतला जातो, त्या नृत्याचे दृश्य चित्रातूनही चितारले जाते. या नृत्यप्रकारात 'तारपा नृत्य' हा एक प्रसिद्ध नृत्यप्रकार आहे. तारपा हे एक वाद्य असून, दुधीभोपळा, सांडाची पाने यांच्या साहाय्याने बनविला जातो. कोणत्याही सामाजिक, सांस्कृतिक कार्यक्रमात तारपा आवर्जून वाजविला जातो. तारपा नृत्याच्या वेळी प्रथम तारपा वाजविण्यास सुरुवात होते, त्या वेळी स्त्री-पुरुष एकत्र येऊन एकआड एक उभे राहून रिंगण

करतात. या नृत्यप्रकारात व्यक्तीलाधरून (साखळी करून) एका ओळीत सर्वजण उभे राहतात. ओळीमधील पहिली व्यक्ती एका हातात काठी घेऊन उभी राहते. या ओळीच्या समोर उभे राहून तारपा वाजविणारी व्यक्ती तारपा वाजविण्यास सुरुवात करताच ओळीत उभे असलेल्या व्यक्ती अशा रीतीने फेर धरून नृत्य करतात की, तारपा वाजविणारी व्यक्ती मध्ये राहून एकात एक जाणाऱ्या वर्तुळात नृत्य करणाऱ्या व्यक्ती येतात. सुरुवातीची व्यक्ती काठी जमिनीवर आपटून ठेका धरते, तर तारप्याच्या ठेक्यावरून व्यक्ती अंग घुसळून नृत्य करतात. हे बहारदार नृत्य कित्येक तास चालू राहते. रिंगणाचे उलटसुलट फिरणारे प्रकार अगदी सहजसुलभ असतात. विविध कार्यक्रमांत जसे हे नृत्य असते, त्याचप्रमाणे या नृत्यातील रिंगण, लय, ताल याच्या सामूहिक आविष्काराचे चित्रण चित्रातूनही पाहायला मिळते. तारपा नृत्याप्रमाणेच गौरीच्या वेळी होणारे गौरी नृत्य, होळीच्या वेळी होणारे 'बोहाडा किंवा भवाडा' हे अन्य नृत्यप्रकारही प्रसिद्ध आहेत. गौरीच्या वेळी होणारा 'गौरी नाच' हा फक्त बायकांचा असतो, तर पुरुष मंडळींच्या कसरतीचा असतो तो 'ढोल नाच.' या, उलट बोहाडा हा नाच कमी आणि सार्वजनिक उत्सव जास्त. बोहाडा हा शिमग्याच्या आसपास शेतीतील कामे संपल्यावर साजरा होणारा विरंगुळ्याचा उत्सव अक्षय्यतृतीयेपर्यंत साजरा होतो. थाप, धाकटा बोहाडा आणि मोठा बोहाडा असे तीन दिवस हा साजरा होतो. बोहाडा गावातील कोणत्याही वस्तीवर साजरा केला जातो. नृत्य, एखादे कथानक किंवा लोककथा सादर करण्याची ही पद्धत. यामध्ये मातीचे, गवताचे किंवा कागदी लगद्याचे मुखवटे करून ते चेहऱ्यावर बसविले जातात. विशेष म्हणजे हे मुखवटे गावातील वारली कलाकारानेच बनविलेले असतात. वारली लोक जसे त्यांच्या चित्रकलेसाठी प्रसिद्ध आहेत, तसेच मुखवटे बनविण्याच्या कलेतही वाकबगार आहेत. विविध प्राण्यांची तोंडे, देवतांचे चेहरे

बोहाड्यातील सोंग

करून त्याचे मुखवटे तयार केले जातात. अत्यंत सुबक आणि प्रमाणबद्ध असे मुखवटे वारली लोकजीवनात महत्त्वाचे आहेत. हे नृत्यप्रकार, मुखवटे बनविण्याची कारागिरी जशी कलासंस्कृतीमध्ये येते, त्याप्रमाणेच या नृत्यांची मुखवट्यांचीही चित्रे काढली जातात.

चित्रकला किंवा मूर्तिकलेचे हे शिक्षण निरीक्षणातून परंपरागतरीतीने आलेले असते. सर्वच वारली हे चित्रकार किंवा कलाकार असतात असे नाही; परंतु प्रत्येक गावात कोणी ना कोणी चित्रकार असतातच आणि चित्रांची ही परंपरा ते जाणीवपूर्वक जपत असतात. ही चित्रे तयार करताना रफ स्केच वगैरे प्रकार नसतो किंवा मुखवट्यांसाठी प्रमाणबद्धता, मोजमापे नसतात. या कलाकृतींच्या निर्मितीसाठी कोणतेही प्रशिक्षण नसते. ही परंपरा अलिखित आहे; पण तिचे जतन होत असते. ही चित्रे काढणारा केवळ चित्रकार नसतो, तर वारली जीवनाची खऱ्या अर्थाने ओळख असणारा कारागीर असतो. आज आधुनिकता आणि शहरीकरण याचा स्पर्श वारलींच्या जीवनाला झालेला आहे; परंतु चित्रांच्या पारंपरिक प्रतिमेला अजिबात धक्का लागलेला नाही. चित्रांचे विषयही थोड्याफार फरकाने तेच राहिलेले आहेत. या आदिवासी कलाकृतींना बाजारपेठ मिळवून देण्यासाठी, त्यांचा दर्जा सुधारण्यासाठी आधुनिक तंत्र आणि साहित्याचा वापर वाढून कमी कालावधीत अधिक कलाकृती निर्माण व्हाव्यात, त्या दृष्टीने काही खासगी संस्था आणि सरकारपातळीवर प्रयत्न होत आहेत. त्यातूनच वारली कला नवा चेहरा धारण करत आहे. प्रदर्शन किंवा कलाकारांच्या प्रशिक्षण योजनेतून या आदिम कलेने देशाच्या सीमा ओलांडून परदेशातही प्रवेश केला आहे.

आदिवासी आणि त्यातही वारलींची चित्रे ही बरीचशी निसर्गचित्रे प्रकारचीच असतात. त्याला कारण त्यांचे मुक्त नैसर्गिक जीवन. शेती, ताडी काढणे या आणि अशा सर्व चित्रांत मुक्त-स्वच्छंदी जीवन, निसर्ग, झाडे, प्राणी नेहमी डोकावतात. विविध प्रकारचे प्राणीजीवन त्यांच्या चित्रांत दिसते. यापूर्वी उल्लेख आलेला वाघ देव किंवा वाघ्या हासुद्धा चित्रांत दिसतो. वाघाबरोबर हिमाई ही स्त्रीदेवता आणि पाच डोक्याचा पांचशिऱ्या हा देवही वाघाबरोबर रंगवितात. हिरवा देव हा मोराच्या रूपातील देव आहे. शेताच्या कामात मदत करणारा बैल, तसेच गाई व शेळ्या चित्रांतून दिसतात.

मासेमारी, भातशेतातील किंवा नदीतील, तळ्यातील मासे, मासेमारीच्या

बांबूच्या जाळ्या, साडीच्या साहाय्याने मासे पकडणे अशा प्रकारची मासेमारीविषयक चित्रे प्रसिद्ध आहेत. भातखाचरातील बेडूक, खेकडे, नारळाच्या झाडावरील पक्षी, घरटी बांधणारे पक्षी, घराच्या छपरावर बसलेले मुंगूस हे प्राणीही चित्रांत असतात.

वारल्यांच्या चित्रांत घोड्यांना सांस्कृतिक महत्त्व दिसते. देवाचे वाहन म्हणून घोड्यांना वारली लोककथेत स्थान आहे. पंचशिऱ्या हा बऱ्याच वेळा घोड्यावर बसलेला, एका हातात तलवार, तर एका हातात भाला घेऊन असतो. लग्नाच्या वरातीमध्ये वधुवर लग्नचौकात घोड्यावर बसलेले दाखवितात; परंतु खूप वेळा स्त्रिया या पुरुषांच्या पुढे बसलेल्या दाखवितात. यातूनही नकळतपणे आदिवासी स्त्रीचा दर्जा दिसून येतो.

वारली चित्रांत दिसणारा अजून एक प्राणी म्हणजे माकड. जंगल आणि मोकळ्या प्रदेशात माकडं नेहमी असतातच. आजूबाजूच्या भागात वाघ किंवा कोल्हे, लांडगे अथवा साप दिसतातच. ही माकडं विशिष्ट आवाज करून इतर प्राणिमात्रांना सावध करतात. यामुळे माकडांचे स्थान मोठे असते. त्यामुळेच घराच्या छपरांवर अथवा झाडांवर माकडे मुद्दाम दाखविण्यात येतात. याशिवाय शेळ्या, मेंढ्या, घराचे रक्षण करणारा कुत्रा, गावामध्ये शेतात नेहमी दिसणारे नाग, नागाचे वारूळ, एकमेकांसमोर आलेले नाग आणि मुंगूस, झाडावर चढणाऱ्या खारी, खारीच्या पाठीवरील पांढरे पट्टे असे विविध बारकावेही या चित्रांतून स्पष्ट होतात.

आदिवासी लोकांत आणि त्यातही वारली, कोकणा, ठाकर, कोलाम यांच्यामध्ये मुखवट्याला विशेष महत्त्व आहे. या मुखवट्यांच्या वापराचा उद्देश वेगवेगळा असतो. वारल्यांमध्ये बोहाडाच्या वेळी तर भिल्लांत होळीच्या वेळी आणि कोलामांत दंडार नृत्याच्या वेळी मुखवटा वापरला जातो. हे मुखवटे वेगवेगळ्या प्रकारचे आणि वेगवेगळ्या साहित्यातून केलेले असतात. हे मुखवटे मातीचे, शेणाचे, लाकडाचे, भाताच्या तुसाचे, शेणमातीच्या मिश्रणाचे किंवा कागदाच्या लगद्याचे असतात. मातीचे मुखवटे हे वजनाने जड असतात आणि टिकण्यासही नाजूक असतात. त्याची मोडतोडही लवकर होते. या मुखवट्यांसाठी पांढरी माती, चिकणमाती वापरली जाते. शेणाचे मुखवटे त्या मानाने हलके असतात. पण त्याला कीड लागण्याचा धोका असतो. शेण-माती एकत्र मिसळून केलेले मुखवटे हे शेणाच्या चिकटपणामुळे काहीसे टिकाऊ असतात. काही वेळेला त्याच्यातच भाताचे तूस,

साळीचा, धान्याचा कोंडा मिसळल्याने मुखवट्याला हलकेपणा प्राप्त होतो. शिवाय टिकाऊपणाही वाढतो.हे मुखवटे करताना स्वच्छ माती चाळून, चांगली मळून त्यामध्ये डिंक, बेलफळाचा रस घालून गरजेनुसार शेण, भाताचे तूस घालून हाताने मुखवटे केले जातात व सुकविले जातात. वाळल्यावर ज्या ठिकाणी तडे जातील ते डिंकाने भरून लिंपून त्यावर लेप देऊन पुन्हा वाळविले जातात. त्यानंतर त्याला रंगविले जाते. नाक, डोळे काढले जातात. ही कला जाणणारे पारंपरिक कलाकार असतात; परंतु आता साच्याच्या साहाय्यानेही मुखवटे केले जातात.

लाकडाचा मुखवटा करण्यासाठी खोडाचे लाकूड वापरले जाते. मोठ्या आकाराचे लाकूड घेऊन ते मागील बाजूने पोकळ करून पुढच्या बाजूने त्याला आकार दिला जातो. हा मुखवटा बराच जड असतो. शिवाय आता लाकूडही फारसे उपलब्ध नाही. जंगलतोडीवरही मर्यादा असल्याने आणि मुखवटे लावून वावरणे अवघड असल्याने हे मुखवटे फारसे प्रचलित राहिलेले नाहीत. कागदाचे मुखवटे करण्याची कला ही त्यामानाने नवीन असून, अधिक प्रचलित झाली आहे. माती आणि लाकडाचे मुखवटे वापरण्यात येणाऱ्या अडचणी यामध्ये नाहीत. वर्तमानपत्राचे कागद पंधरा-वीस दिवस पाण्यात भिजवत ठेवून त्यानंतर ते एकजीव कुटले जातात. त्यामध्ये डिंक मिसळून एकजीव मिश्रण केले जाते. त्यानंतर लगद्याचा मुखवटा बांधला जातो; किंवा एकावर एक थर देत योग्य आकारात मुखवटा साकारला जातो; त्यानंतर हा मुखवटा कडक उन्हात वाळवून मग त्यावर रंगरंगोटी केली जाते. वारली, कोकणांमध्ये हे मुखवटे प्रसिद्ध आहेत. जव्हार भागातील कलाकारांनीही यात मोठी प्रसिद्धी मिळविली आहे. हे मुखवटे भिंतीवर लावण्यासाठी ज्याप्रमाणे केले जातात, त्यापेक्षा बोहाडा, होळी इत्यादी कार्यक्रमांत तोंडावर लावण्यासाठी त्याचा अधिक वापर होतो. तोंडावर मुखवटा लावल्यावर दिसण्यासाठी, श्वास घेण्यासाठी नाक, डोळ्यांच्या जागी भोकं ठेवलेली असतात. त्यातून कलाकार बाहेरचे पाहू शकतो. याशिवाय कासव, हरीण, माकड, गाय किंवा विविध कामं करतानाच्या मानवी प्रतिकृतीही आजकाल तयार केल्या जातात. प्रदर्शनात, संग्रहालयात असे पुतळे आवर्जून मांडले जातात. ही आदिवासी कलेला मिळालेली दादच म्हणावी लागेल.

कोलामांचा दंडार, वारल्यांचा भवाडा आणि भिल्लांच्या होळीत या मुखवट्या

सोंगाचे महत्त्व असते; परंतु या प्रथा आता दुर्मीळ होत चालल्या आहेत.

दैनंदिन गरजांसाठी लाकडाचा वापर केला जातो. जंगलातील लाकडापासून आवश्यक त्या गोष्टी बनविल्या जातात. काही अगदी साध्या, ढोबळ, तर काही अगदी शैलीदार कोरीव काम केलेल्या. शेतीला लागणारे विळा, कोयता, कुऱ्हाडीचे दांडे किंवा या वस्तू पाठीवर अडकविण्यासाठी केलेली खोबण ही जशी लाकडाची असते, तशीच पाण्याचा माठ ठेवण्याची आढी, झोपायची बाज येथपर्यंत बऱ्याच गोष्टी या लाकडाच्या असतात. लाकडी मुखवट्याचा उल्लेख वर आलेलाच आहे. परंतु लाकडी फण्या, तंबाखूच्या डब्या, लग्नखांब अशा कितीतरी आकर्षक वस्तू लाकडापासून केलेल्या असतात.

गोंडांचा लग्नखांब

गोंड, माडिआ, परधान या आदिवासी जमातींच्या लग्नमंडपामध्ये लग्नखांब उभारण्याची प्रथा आहे. मोह, पांगारा, साग किंवा कुलचिन्हं असलेल्या वृक्षाचे लाकूड आणून त्यावर निरनिराळ्या आकृत्या कोरल्या जातात. बऱ्याच वेळा लाकूड आणून त्यावर कोरीव काम करण्याचे काम नवरा मुलगाच करतो. काही खांब बुटके, तर काही खांब उंचच उंच असतात. त्यावर चारही बाजूंनी नक्षी कोरलेली असते. काही वेळा एकाच खांबात चारही बाजूंनी वरपासून खालपर्यंत मधे मधे पट्ट्या लावून कुलुपे लावलेली असतात. सूर्य, चंद्र, देवदेवता, सांकेतिक प्रतीके, नक्षी असते. एकाच खांबात कोरलेल्या घंटा, घुंगरू पहावयास मिळतात. काही वेळेला स्थानिक लोककथांच्या आधारे प्रतिकृती कोरल्या जातात. या खांबाची पूजा करण्याची, खांबाच्या साक्षीने विवाह करण्याची प्रथा या जमातीत दिसते. पूर्वी सर्रास आढळणारे लग्नखांबही आता दुर्मीळ होऊ लागले आहेत. बऱ्याचवेळा गावामध्ये विशिष्ट ठिकाणी हे लग्नखांब ठेवून तेच तेच वापरले जातात. कोरकूंच्या गावात इंद्रजित देवतेच्या प्रतिकृतीही अशाच लाकडामध्ये कोरलेल्या असतात.

लग्नखांबांशिवाय विविध प्रकारची वाद्ये ज्यात मोठी ढोलकी, ड्रम यासाठी लाकूड लागते, तसेच चिपळ्या, टप्पा, टिचकुरी, झामलो अशी विविध वाद्ये, ज्यात लाकडांवरील कोरीव काम पहायला मिळते. यासाठी आदिवासीविषयक संग्रहालये

आवर्जून पाहायलाच हवीत.

आदिवासींचा वाघ्यादेव किंवा वाघोबा, बडादेव, हिरवादेव, गोंडांचे सात देव, सातशिऱ्या, नारनदेवाच्या प्रतिमा लाकडातही कोरलेल्या दिसतात.

लाकडाच्या तंबाखूच्या डब्या आणि फण्यासुद्धा विशेष सौंदर्याविष्कार म्हणून पाहावी लागतील. विशेषतः माडिआंत आणि गोंडांत लाकडात कोरलेल्या तंबाखूच्या डब्या किंवा कठीण कवचाच्या बिया आतून पोकळ करून रिकाम्या केल्या जातात. ज्यामध्ये तंबाखू भरता येईल, तर बाहेरून त्या कोरून त्यावर नक्षी काढली जाते. एका बाजूने विशिष्ट प्रकारे छिद्र करून त्यातून ही डबी अडकविण्याची सोय केली जाते. याशिवाय पक्षाच्या, बोटीच्या, प्राण्याच्या आकारांतही डब्या कोरल्या जातात.

केस विंचरण्याच्या फण्या आणि कंगवेसुद्धा अत्यंत आकर्षकरीत्या लाकडात कोरले जातात. या फण्यांना माडिआंमध्ये सांस्कृतिक महत्त्वही आहे. आपल्याला आवडलेल्या किंवा अतिसुंदर तरुणीला फणी देण्याची पद्धत आहे आणि ज्या तरुणीकडे अधिक फण्या ती सर्वांत सुंदर, असा समाज आहे. केसांच्या खोप्यात अशा फण्या अडकविणे हा सौंदर्यभूषणाचाच एक भाग आहे. फण्यांच्या दातांची संख्या किती असावी, याविषयीही काही संकेत असतात. या फण्यांवर कोरीवकाम, नक्षी, पानाफुलांची चित्रे, प्राण्यांची चित्रेही कोरली जातात. घरगुती वापराच्या वस्तूत मातीची भांडी, माठ, तवा, हंडे हे येतातच. शिवाय आजूबाजूस असणारे लाल-पांढरे भोपळे वाळवून, आतून पोकळ करून बिया, गर काढून टाकून त्याचा उपयोग जंगलात पाणी नेण्यासाठी, ताडी पिण्यासाठी, वाढून घेण्याच्या डावाप्रमाणे असा करतात. भोक पाडून बांधण्यासाठी वापर केला जातो. बाहेरून बांबूच्या बारीक कामट्यांनी विणून किंवा गोणपाटाचा आधार देतात. पानाच्या पत्रावळ्या, बांबूच्या टोपल्या, सूप, परड्या घराघरातून केल्या जातात. मातीचे जाते, मातीची गुडगुडी हे प्रकार घरगुती कलाकृती प्रकारात येतात.

जंगलामधून मिळणारा बांबू हा विविध प्रकारच्या टोपल्या, कणगी बनविण्यासाठी वापरला जातो. नैर्ऋत्य भारतातील राज्यांपेक्षा आपल्याकडे बांबूच्या उत्पन्नाचे प्रमाण कमी आहे, तरीही जंगलातून मिळणाऱ्या या बांबूंचा सर्रास उपयोग होताना दिसतो. धान्य साठविण्यासाठी विविध आकाराच्या कणग्या तयार केल्या जातात. अत्यंत बारीक विणीच्या, उभ्या-आडव्या पट्ट्यांनी तयार केलेल्या टोपल्या

अत्यंत घट्ट विणून आतून-बाहेरून शेण व मातीने सारवून त्यामध्ये धान्य साठविले जाते. शेतातून आलेले धान्य या कणगीत भरून वर्षं-वर्षं साठविले जाते. शेणाने सारवल्यामुळे आतील धान्याला कीड लागत नाही. त्यामुळे या कणगीत धान्य वर्षं-वर्षं साठवून ठेवता येते.

बांबूकाम करण्यापूर्वी वस्तू काय तयार करायची आहे आणि त्याचा आकार, प्रमाण कसे हवे, हे ठरवून ओला बांबू तासून त्याचे छलके काढून घेतले जातात आणि मग वीण घेतली जाते. अत्यंत कौशल्याचे हे काम दीर्घकाळ चालणारे असते. बांबूपासून मासे पकडण्याची जाळी, पिंजरे, फासे बनवितात. या जाळ्यातही इतके विविध प्रकार, आकार आणि रचना असतात की, त्याची वर्गवारी करणेही अवघड होते. साध्या काड्या आणि छलक्याची अशी काही रचना असते की, मासे प्रवाहातून आल्यावर त्या जाळीत अडकतात आणि आतून त्यांना बाहेर पडणे किंवा पुन्हा मागे येणे शक्य होत नाही आणि ते जाळ्यात अडकून पकडले जातात. बांबूचा उपयोग तारपा, पुंगी, पावा, बासरी अशी वाद्ये करण्यासाठीही होतो. केवळ उपयोगासाठी, आवश्यकता म्हणून जसा या सर्व वस्तूंचा उपयोग होतो, तसेच त्यातील कलाविष्कारही अप्रतिम असतो. या सर्व वस्तूंना आता बाजारपेठ मिळू लागल्याने त्याचे महत्त्व वाढले आहे.

संपूर्ण भारतात वेगवेगळ्या प्रकारचे दागिने, आभूषणे या बाबतीत इतकी विविधता आहे की, क्वचितच अशी विविधता बाहेर बघायला मिळेल. स्त्रियांचे दागिने आहेतच; परंतु पुरुषांचेही दागिने पाहायला मिळतात. सर्वच समाजांत दागदागिने वापरण्याची प्रथा आहे. आदिवासी समाजही त्यात मागे नाहीत. त्यांच्या दागिन्यांच्या प्रकारांतही विविधता आहे. प्रत्येक समाजाचे काही वैशिष्ट्य आहे. विशेष दागिने आहेत. पायाच्या बोटांपासून डोक्यापर्यंतच्या सर्व शरीरभागावर दागिने घातले जातात. प्रचलित दागिन्यांपेक्षा हे दागिने थोडेफार वेगळे आहेत. हे दागिने पितळ, कथील, मिश्रधातू किंवा चांदीचेही असतात. शिवाय दगडी मणी, बांबू, गवताच्या बिया, कवड्या यांपासूनही केलेले दिसतात.

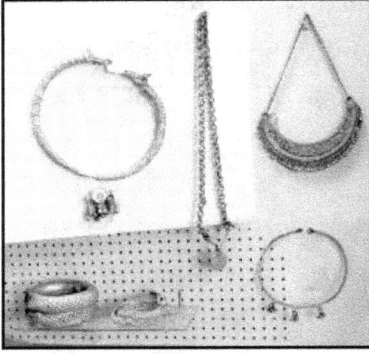

पारंपरिक दागिने

भिल्ल, कोरकू, माडिआ आणि गोंड यांच्यात दागिन्यांची अधिक विविधता आणि प्रकार दिसून येतात. गळ्यात गळसरी, हसली व माळा, तर हातात कडी, बांगडी, कंकण, बाजूबंद, वाकी, अंगठी, पायात पैंजण, कडी, वाळा, मंगळसूत्र, जोडवी, कानात कर्णफुले, मासोळ्या, बुगडी, लवंग, नाकात चमकी, नथ, नथनी, मुंदी म्हणजे अंगठ्या असे विविध प्रकारचे दागिने घालतात. पुरुषही कानात बाळी, दंडात, मनगटात कडे घालतात. भिल्ल, कोरकू, गोंड जमातींमध्ये पुरुष मोठ्या प्रमाणावर दागिने घालतात.

आदिवासी क्रांतिकारक

असंख्य क्रांतिकारक, देशभक्त आणि स्वातंत्र्यसैनिकांच्या सेवेने, त्यागाने, प्रयत्नाने आणि बलिदानाने आपल्याला स्वातंत्र्य मिळाले. आपण स्वातंत्र्यात जन्मलो आणि वाढलो. त्यामुळे पारतंत्र्यातील वेदना आपणास माहीत नाहीत. हे स्वातंत्र्य मिळविण्यासाठी कित्येकांनी आपापल्या परीने प्रत्यक्ष वा अप्रत्यक्षपणे हातभार लावलेला आहे. कित्येक योद्धे प्रसिद्धी पावले. त्यांची कीर्ती झाली. परंतु कित्येकांची नावे आपणास माहीत नाहीत. ही परंपरासुद्धा खूप मोठी आणि प्रदीर्घ आहे.

राजस्थानात महाराणा प्रतापाच्या खांद्याला खांदा देणारा पुंजा भिल्ल आणि छत्रपती शिवाजीराजांना साथ देणारे मावळ्यांमध्ये अनेक वनवासी वीर होते.

नागरी जीवनापासून दूर, तथाकथित विकासापासून दूर, निसर्गाच्या आश्रयाने राहणाऱ्या असंख्य आदिवासी जमाती भारतात आहेत. या देशातील या आदिम समाजांनी आपल्या ताकदीप्रमाणे स्वातंत्र्यलढ्यात भाग घेतला होता. इतिहासात त्याची नोंद आहे. आपल्यालाही त्याची माहिती असायला हवी. याच उद्देशाने काही आदिवासी क्रांतिकारकांविषयी आणि त्यांच्या संघर्षाविषयी येथे लिहिले आहे. जेव्हा जेव्हा पारंपरिक स्वातंत्र्यावर आघात झाला किंवा जीवनपद्धती धोक्यात

आली, तेव्हा तेव्हा आदिवासींनी बंडाचे निशाण फडकाविले. ब्रिटिश अमदानीच्या सुरुवातीलाच मध्य भारतात इ.स.१८१८ ते १८५८ या काळात इंदूर ते नांदूर, बागलाण ते बुऱ्हाणपूर या भागात भिल्लांनी ब्रिटिशांविरुद्ध मोठा लढा दिला होता. यामध्ये स्त्रियाही मागे नव्हत्या. खाज्या, भीमा, तंट्या आदिवासींनी या लढ्याचे नेतृत्व केले होते. शेकडो स्त्री-पुरुषांना अटक झाल्याची सरकारी नोंद आहे; परंतु इतिहासात याची नोंद नाही. सातपुडा पर्वताच्या आंबापाणीच्या परिसरात भागोजी नाईकला पकडण्याचा विडा उचलणाऱ्या, परंतु त्यातच मृत्यू पावलेल्या कॅप्टन हेन्रीचे स्मारक शिंगोटीच्या जंगलात अजूनही आहे.

ईस्ट इंडिया कंपनीचे दलाल आणि जमीनदारांविरुद्ध देशाच्या विविध भागांत आदिवासी आंदोलने झाल्याच्या नोंदी आहेत. महादेव कोळी आदिवासींनी अनेक संघर्ष केल्याचे दाखले इतिहासात आहेत. ठाण्याजवळ जव्हार संस्थान आहे. जव्हार हा खरं तर वारल्यांचा प्रांत. परंतु चौदाव्या शतकापासून तेथे महादेव कोळींचे राज्य होते. शिवरायांनी ज्या वेळी सुरतेवर छापा घातला त्या वेळी जव्हारहून जाताना जव्हारच्या राजांनी छत्रपतींचा सत्कार जव्हार येथे केला होता. ते स्मारक जव्हार येथे आजही उभे आहे.

पेशवाईमध्ये डोंगरी किल्ले काबीज करणाऱ्या कोळ्यांच्या कुशलतेची मोठी वाखाणणी केल्याचा उल्लेख पेशवे दप्तरात आहे. १७६१ मध्ये त्र्यंबकजवळचा किल्ला महादेव वीरांनी जिंकल्याचा उल्लेख पेशवे दप्तरात आहे. पेशवाई बुडाल्यावर रामजी भांगरे याने महादेव कोळी साथीदारांच्या मदतीने लुटालूट करून ब्रिटिशांना सळो की पळो केले होते. पेंढाऱ्यांचे हल्ले, तंट्या भिल्ल यांचा इतिहासातील उल्लेख किंवा ब्रिटिशांच्या लेखी त्यांचा उल्लेख जरी गुन्हेगार आणि दरोडेखोर असला तरी स्थिरस्थावर होऊ पाहणाऱ्या ब्रिटिशांसाठीही ही एक डोकेदुखी होती.

अठराव्या शतकाच्या उत्तरार्धात ब्रिटिशांनी भारतामध्ये बऱ्यापैकी जम बसविला होता. अगदी सुरुवातीच्या काळात संथाल, छोटा परगणा भागातील मुंडा, गोंड आदी जमातींमध्ये तिलका मांझी याने मोठे आंदोलन उभारले होते. १७५० ते १७८४ या काळात याने मोठी आदिवासी फौज जमा केली होती. निरनिराळ्या प्रकारे ब्रिटिशांवर हल्ले करून त्यांना जेरीस आणले होते.

१८५७ च्या राष्ट्रीय उठावाअगोदर दोन वर्षे म्हणजे १८५५ मध्ये संथाल आदिवासींनी ब्रिटिशांविरुद्ध बंड उभारले होते. सिद्धू आणि कान्हू या बंधूंनी या बंडाचे नेतृत्व केले होते. १६ जुलै १८५५ रोजी भागलपूर जिल्ह्यातील पियालापूर

येथे संथाल आणि ब्रिटिश यांच्यात घनघोर लढाई झाली. दोन्हीकडचे असंख्य वीर कामी आले. इंग्रजांचा पराभव झाला. नंतर मात्र ब्रिटिशांनी संथालांवर पोलीस कारवाई करणे, जमिनी ताब्यात घेणे, त्यांच्यावर विविध गुन्हे दाखल करणे अशा कारवाया सुरू केल्या. सिद्धू आणि कान्हू यांना पकडण्यासाठी बक्षीस लावले. फेब्रुवारी १८५६ मध्ये हे बंधू पकडले गेले आणि त्याच वेळी त्यांना गोळ्या घालून मारण्यात आले. हे युद्ध भविष्यसूचक ठरले. यातूनच मोठी घबराट आणि दडपशाही सुरू झाली. कार्ल मार्क्स यांनी 'Notes on Indian History' या पुस्तकात या लढ्याचा उल्लेख केला आहे.

त्याहीपूर्वी भिल्ल आदिवासींनी ब्रिटिश सत्तेविरुद्ध १८१८ पासूनच लढे उभारले होते. हारिचा, काजीसिंग असे अनेक भिल्ल नेते या काळात होऊन गेले. याप्रमाणेच महादेव कोळ्यांनी आपली भक्कम संघटना उभारून ब्रिटिशांविरुद्ध लढा उभारला होता. रावाजी भांगरे आणि भागोजी नाईक हे महादेव कोळी क्रांतिकारक होते. इ.स.१८३० ते १८४८ च्या काळात भिल्ल कोळ्यांनी बंड उभारून सरकारी खजिन्याची लूट केली. रावाजी भांगरे यांच्या अटकेसाठी बक्षीस लावण्यात आले. भागोजी नाईक हा तरुण आपली पोलिसातील नोकरी सोडून स्वातंत्र्यलढ्यात पडला. त्याने सरकारी लूट केली. इंग्रज सैन्यावर हल्ला केला; परंतु एका बेसावध आणि विश्रांतीच्या वेळी फितुरीमुळे नाईकांचा घात झाला.

मुंडा आदिवासी जमातीतही बिरसा मुंडा हा एक क्रांतिकारक होऊन गेला. बिरसाचा जन्म रांची जिल्ह्यातील एका मुंडा कुटुंबात सन १८७५ मध्ये झाला. अगदी त्या काळातही ख्रिस्ती मिशनऱ्यांचे त्या भागात भरपूर काम होते. त्यामुळे लहानपणापासूनच बिरसा मिशनरी शाळेतच शिकू लागला. परंतु आदिवासींवर होणारा अन्याय आणि अत्याचार यामुळे तो अंतर्मुख होत असे. केवळ भात आणि पैशांच्या बदल्यात धर्म बदलणाऱ्या फादरचे स्वरूप बिरसाने ओळखले होते. त्यातूनच मिशनऱ्यांचे खरे स्वरूप आणि तत्कालीन हिंदू धर्मातील दांभिकता त्यांना स्वस्थ बसू देईना. एके दिवशी झालेल्या फादरबरोबरील भांडणातून त्याने आंदोलनाची तयारी चालू केली. त्याच्या आंदोलनाचा रोख सावकार, जमीनदार, दलाल, ब्रिटिश अधिकारी यांच्यावर होता. त्यातूनच त्यांनी स्वातंत्र्यासाठी रणशिंग फुंकले. ऑगस्ट १८९५ मध्ये बिरसास ब्रिटिशांनी अटक केली आणि त्याची तुरुंगात रवानगी झाली. काही काळ तुरुंगात काढल्यावर बिरसाची सुटका झाली. त्यानंतर बिरसाने मुंडा आणि आदिवासी तरुणांना हाक देऊन सैन्याची जमवाजमव करून ब्रिटिश यंत्रणेवर

हल्ले करण्याचे तंत्र अवलंबिले.

सन १८९९ च्या ख्रिसमसच्या मुहूर्तावर बिरसाच्या फौजेने चर्च, पोलीस आणि सरकारी कचेऱ्यांवर हल्ले केले; परंतु दुर्दैवाने आपल्याला असलेल्या फितुरीच्या शापामुळे बिरसा पुन्हा पकडला गेला. आद्य क्रांतिकारक वासुदेव बळवंत फडके किंवा भगतसिंग यांच्याप्रमाणेच हा तेजस्वी क्रांतिकारक ब्रिटिशांच्या हातात सापडला. तुरुंगामध्ये विषप्रयोगाने त्याचा दुर्दैवी अंत झाला. आज भारताच्या संसद भवनात बिरसा मुंडा यांचे तैलचित्र लावण्यात आले आहे. एक आदिवासी क्रांतिकारक म्हणून बिरसाची नोंद घ्यावीच लागेल.

महात्मा गांधींनी देशाच्या स्वातंत्र्यासाठी सविनय कायदेभंगाची चळवळ सुरू केल्यावर मूठभर मीठ हातात घेऊन ब्रिटिशांच्या कायद्याचा भंग केला. त्याचे व्यापक आणि विस्तृत परिणाम देशभरातून उठू लागले. ब्रिटिशांच्या कायद्याचे उल्लंघन करणे हा एक मोठा हेतू होता. यालाच अनुसरून आत्ताच्या रायगड जिल्ह्यातील ब्रिटिशांनी ताब्यात घेतलेल्या वनजमिनीत घुसून वनविषयक कायदे तोडण्याला गती आली.

आदिवासी तर जंगलपुत्र. त्यांचे आश्रयस्थानच जंगल. चिरनेर गावानजीक गावकऱ्यांनी वनजमिनीत घुसून कोयत्याने गवत कापून ताब्यात घेतले आणि 'जंगल का कायदा तोड दिया' अशी घोषणा सामूहिकपणे दिली. तो दिवस होता २५ सप्टेंबर १९३०. हे रोखण्यासाठी ब्रिटिशांनी प्रथम लाठीमार केला. तरीही गावकरी हटत नाहीत, हे पाहून त्यांनी गोळीबार सुरू केला. या गोळीबारात एकूण बारा सत्याग्रही जंगलामध्ये हुतात्मा झाले. यांच्यामध्ये सर्वप्रथम हौतात्म्य पत्करले तो होता एकवीस वर्षांचा नाग्या महादू हा कातकरी. या चिरनेर खटल्याचे वकीलपत्र डॉ. बाबासाहेब आंबेडकर यांनी घेतले होते. शासकीय गॅझेटियरमध्ये नाग्या कातकऱ्याचे नाव पहिले आहे. पुढे यथावकाश गावात हुतात्मा स्मारक झाले; परंतु त्यावर नाग्याचे नाव नव्हते. ते नाव यावे म्हणून आदिवासी युवकांनी स्वातंत्र्यामध्येही आंदोलन केले आणि त्यानंतर नामरूपाने नाग्या स्मारकावर अवतरला आणि त्याच्या बलिदानाची ओळख जगाला झाली.

अशाच प्रकारचा दुसरा प्रसंग आहे तो कोल संग्रामाचा. छोटा नागपूर भागातील जंगल त्यावेळी ईस्ट इंडिया कंपनीच्या ताब्यात होते. कंपनी सरकारने जंगली मालाच्या उत्पन्नासाठी आणि कर जमा करण्यासाठी बाहेरून आणलेले काही दलाल नेमले होते. हे दलाल जंगलवासी आणि आदिवासींवर दडपशाही करत, प्रसंगी अत्याचारही करत. दडपशाहीखाली दबलेल्या आणि गांजलेल्या आदिवासींनीही

२५ डिसेंबरच्या रात्री दलालांच्या घरांवर हल्ले चढविले. हे हल्ले दलाल अत्याचार करीत म्हणून त्यांच्यावर प्रत्यक्ष बेतले होते; परंतु प्रत्यक्षात नियम करणारे ब्रिटिश सरकार असल्याने त्यांचा रोख ब्रिटिशांकडेच होता. दलालांच्या घरांवर लागोपाठ हल्ले आणि जाळपोळ होत राहिल्याने ब्रिटिश अधिकाऱ्यांच्या नेतृत्वाखाली एक पलटण त्या भागात आली. आदिवासींचे बंड आणि तेही जंगलभागात असल्याने ब्रिटिश अधिकाऱ्यांना त्याच्या स्वरूपाची कल्पना आली नाही आणि ते गाफील राहिले. पर्यायाने ब्रिटिशांच्या या पलटणीची दाणादाण उडाली.

त्यानंतर मात्र कंपनी सरकारने पाटणा येथून बंदुका, तोफांसह हे बंड मोडण्यासाठी नवीन पलटणी पाठविल्या. या आधुनिक शस्त्रांसमोर कुऱ्हाडी आणि भाल्यांचा कसा काय टिकाव लागणार? या ब्रिटिश फौजांनी आदिवासी वस्त्यांना वेढा घातला. त्यांची बायका-मुले पकडून ताब्यात घेतली आणि घरादारांची, धान्याची राखरांगोळी केली.

आदिवासी बंडखोरांची सर्व रसद तोडून त्यांचे पारिपत्य केले. वरकरणी हा सरकारचा विजय होता. तो दिवस होता २० मार्चचा. जवळजवळ तीन महिने एका निबिड जंगलात, आपल्या छोट्या साधनसामग्रीसह कोल आदिवासींनी ब्रिटिश सत्तेविरुद्ध दिलेला हा संघर्ष नक्कीच महत्त्वपूर्ण ठरतो. जाचक नियमांविरुद्ध केलेले ते एक मुक्ती आंदोलन होते.

याशिवाय जंगल कायद्याच्या विरोधात १९३०मध्ये नाशिक जिल्ह्यातील बागलाण व कळवण तालुक्यांतील कोकणा वनवासींनी जंगल सत्याग्रह केले. ऑक्टोबर १९३० मध्ये झालेल्या चणकापूर गावातील जंगल सत्याग्रहासाठी हजारो कोकणा आदिवासी सामील झाले होते. दुर्दैवाने तेथे झालेल्या गोळीबारात १०० आदिवासी मृत्युमुखी पडले. त्यांना हौतात्म्य मिळाले.

१८७८ ते १८८९ या काळात ब्रिटिशांना सळो की पळो करणारा तंट्या भिल्ल हा सरकारलेखी दरोडेखोर होता; परंतु आतून त्याची मदत स्वातंत्र्यसैनिकांना होत होती. असे एक की अनेक एकांडे लढणारे अथवा सत्याग्रहाच्या रूपाने ब्रिटिशांशी संघर्ष करणारे आदिवासी आपापल्या परीने झुंजत होते.

❑

परिशिष्ट

आमचे अनुभव

मेळघाटात माझ्या कामाची सुरुवात डिसेंबर २००० ला झाली. एक कुतूहल आणि नवीन लोक, प्रदेश पाहायला मिळेल, या आशेने मी मेळघाटात आलो होतो. मेळघाटात कामही करावं, असं मनापासून वाटत होतं. एम.एस.डब्ल्यू. (MSW) झाल्यानंतर तसा फिल्डवर्कचा फारसा अनुभव नव्हता. कॉलेजमध्ये प्रॅक्टिकल म्हणून जे काही फिल्डवर्क केलं होतं तेवढंच. पण मेळघाटात आल्यावर फिल्डवर्क म्हणजे काय? ते पुरतं कळलं आणि एन्जॉयही केलं.

माझ्या कामाची सुरुवात 'आरोग्य' या विषयानं झाली. तसं एक वर्ष काम करायचं म्हणून मी मेळघाटात आलो होतो. त्यामुळे एका वर्षात काय काय करायचं? याचा अंदाज घ्यायचा ठरवलं. 'मेळघाट मित्र' तेव्हा १२ गावांमध्ये अभ्यासवर्ग चालवायचे. त्या अभ्यासवर्गातील मुलांच्या वैयक्तिक स्वच्छतेबाबत काम करायचं ठरवलं. हे काम करत असताना पुढील कामाचा अंदाज घ्यायचं ठरवलं. सुरुवातीला शाळेतील मुलांची वैयक्तिक स्वच्छता यावर काम केलं. प्रत्येक गावामधील शाळेत जाऊन शाळेतील मुलांना तपासणं, त्यांच्या नोंदी ठेवणं, नेमक्या आणि सोप्या अडचणी ओळखणं, त्या सोडवण्यासाठीची उपाययोजना करणं ही कामं केली. सुरुवातीस खूप सोपं वाटणारं काम नंतर कठीण होत गेलं. अनेक अडचणी यायच्या. या लोकांच्या राहण्या-खाण्याच्या सवयी, सण-उत्सव, परंपरा

या समजल्याशिवाय कोणत्याच कामाचे नियोजन करता येत नव्हते. अनेक वेळा कामाची खूप तयारी, नियोजन करूनसुद्धा काही उपयोग व्हायचा नाही. कोणती ना कोणती अडचण यायचीच. एखाद्या प्रश्नावर बोलताना नवीन प्रश्न निघायचे आणि मूळ विषय बाजूला रहायचे.

पण याचा एक फायदा होत गेला. मेळघाटात काय काय काम करायला हवं, हे कळायला लागलं. अनेक विषय निघायला लागले. म्हणून फक्त कुपोषणावर काम करायचं, अशी सुरुवात केल्यानंतर मेळघाट मित्र शिक्षण, संपूर्ण आरोग्य, शेती, लोकसंघटन, बचतगट, परसबागा इ. कामांकडे आपोआप वळले.

मी मुख्यतः आरोग्याच्या कामात जास्त लक्ष घातलं. वैयक्तिक स्वच्छतेपासून सुरुवात केल्यानंतर आम्ही संपूर्ण आरोग्याच्या कामाचे नियोजन केले. प्रत्येक गावात एक महिला 'आरोग्यमैत्रीण' म्हणून निवडली. खूप काम करावं लागेल, असं समजलं होतंच. खूप सावकाश कामाला सुरुवात केली. प्रत्येक पाऊल टाकण्यापूर्वी खूप चर्चा व्हायच्या, वाद व्हायचे, वेळ खूप लागायचा.

बालमृत्यू रोखण्याचे काम करायचे म्हणजे त्यासंबंधीचे व्यवस्थित प्रशिक्षण असणे आवश्यक होते. त्यासाठी मी डॉ. अभय बंग यांच्या 'सर्च' संस्थेमध्ये 'नवजात बाळाची काळजी' या विषयावरचे प्रशिक्षण घेतले. गावातीलच एका शिक्षित, अर्धशिक्षित महिलेस प्रशिक्षण देऊन गावातच बाळाची काळजी कशी घेता येईल, अशा प्रकारचे ते काम होते. आमच्या आरोग्यमैत्रिणींना आम्ही प्रशिक्षण देण्यास सुरुवात केली. सुरुवातीस खूप अडचणी आल्या. बालमृत्यू सर्वेक्षण चालू होते. आजही करतो आहोत. आरोग्यमैत्रिणींना आम्ही पहिल्या पूर्ण दिवसभरात एकही शब्द बोलायला लावू शकलो नाही. पूर्ण दिवसभरात वेळेसह विषयांचे नियोजन आम्ही केले होते. एकूण चार–पाच विषय होते; पण आम्ही एकही विषय पूर्ण करू शकलो नाही. कारण एक तर त्या आरोग्यमैत्रिणींच्या आयुष्यात अशा प्रकारचं काही काम ऐकिवातच नव्हतं. दुसरं, अशा प्रकारच्या बैठकी, प्रशिक्षण त्यांना पूर्ण नवीन होतं. कुठूनतरी 'दुसऱ्या देशातून' आलेल्या लोकांबरोबर बोलणं, त्यांच्या परंपरेत बसणारं नव्हतं. त्याचा परिणाम एकच झाला; जेवढ्या वेळात आम्हाला त्यांचे प्रशिक्षण संपवायचे होते, त्यापेक्षा कितीतरी जास्त वेळ लागला. खूप बदल करावे लागले. भाषा बदलावी लागली. नवीन पद्धती शोधाव्या लागल्या. त्यांच्याबरोबर अनेक बैठका घेऊन, चर्चा करूनच विषय निवडावे लागले. गावांमध्येही बैठका घ्याव्या लागल्या.

गावात बैठका शक्यतो सकाळी लवकर किंवा रात्री उशिरा घ्याव्या लागतात. दिवसभर लोकांना शेतावर कामानिमित्त जावं लागतं. त्यामुळे लोकांच्या सोईनेच बैठका होत. गावातील लोक बैठकीत बोलतीलच असं नाही. खूप वेळा फक्त आपणच बोलत असतो. लोक फक्त माना डोलावतात. सुरुवातीला वाटायचं, त्यांना पूर्ण समजलंय; पण त्यात खूप अडचणी असायच्या. गावातील पटेल, भुमका किंवा सरपंच, पंच यांपैकी कोणी जर बैठकीस असेल तर तोच एकटा बोलणार सर्व प्रश्नांची उत्तरे तोच एकटा देणार. इतर लोक एकही शब्द बोलत नाहीत. त्यामुळे लोकांची नेमकी अडचण लक्षात यायची नाही. सरपंच, पटेल हे लोक थोडेसे बाहेर फिरलेले असल्याने त्यांच्या फायद्याच्या किंवा त्यांना हव्या त्या गोष्टीच ते बोलत. इतर लोकांना काही कळतही नसे. शिवाय गावात कोणी सरकारी अधिकारी, बाहेरचे लोक आल्यास याच लोकांना भेटत. ग्रामसेवक, तलाठी या लोकांची ऊठबस यांच्याच घरी, त्यामुळे गावातील इतर लोक यांना वचकून असत. कोणीही यांच्याविरोधात आवाज उठवत नाहीत. खऱ्या गोष्टी आणि अडचणी सहसा बाहेर येत नाहीत. यासाठी बैठकीपूर्वी किंवा नंतर छोट्या गटांमध्ये किंवा एकेकट्याला गाठून बोलणं खूप महत्त्वाचं असतं. त्यालाही खूप वेळ द्यावा लागतो. एकच प्रश्न अनेक प्रकारे विचारून उत्तरे काढावी लागतात. काही लोकांच्या घरी मुद्दाम मुक्काम करावा लागायचा. त्यातून अनेक गोष्टी समजायच्या. लोक नेमकं कशाला आणि कोणाला घाबरतात, हे कळायचं. पुढच्या बैठकीस या सर्वांचा विचार करावा लागायचा.

एखाद्या विषयाची तयारी करून, अभ्यास करून ठराविक कामासाठी जरी एखाद्या गावात गेलो, तरी गावात गेल्यानंतर कोणतं काम निघेल, याचा नेम नसायचा. गावातील भांडणे मिटवायची, आजारी लोकांना दवाखान्यात न्यायचे, लोकांना वेगवेगळ्या प्रकारचे अर्ज, तक्रारी लिहून द्यायच्या, दारुड्या माणसांना चुकवायचे, अशी अनेक प्रकारची कामं आपोआप निघायची. यातून ठरविलेले काम सुरू झाले तरी ते पूर्ण होईलच याची शाश्वती नसायची. कारण लोकांच्या तत्कालिक अडचणी सोडविल्याशिवाय लोकांचा सहभाग मिळत नाही, हे अनुभवानं कळालं. म्हणजे एखाद्या आजारी माणसाला औषधोपचार केल्याशिवाय त्या कुटुंबातील एकही व्यक्ती आपल्या कामात सहभागी होणार नाही आणि जर उपचार केला नाही तर रोषाला आपणच जबाबदार!

सुरुवातीच्या काळात सरकारी कर्मचाऱ्यांशी जुळवून घेऊन काम करण्याचा प्रयत्न केला. एकाही कर्मचाऱ्याची लेखी तक्रार आम्ही करत नव्हतो, तोपर्यंत भांडणे करावी लागली. हे लोक गरीब लोकांची अतोनात पिळवणूक करताहेत. ट्रकच्या ट्रक रेशनचे धान्य खुल्या बाजारात मध्य प्रदेशात विकले जाते. यासाठी आवाज उठवावाच लागला. त्यामुळे गावातील काही लोक, ज्यांचे आमच्यामुळे थोडेफार नुकसान झाले, ते आमच्याविरोधात बोलू लागले. लोकांनाही भडकवू लागले. त्यांना शिक्षकांनीही साथ दिली. रोज नवीन काहीतरी घडू लागले.

पूर्वीचे म्हणजे सहा/सात वर्षांपूर्वीचे मेळघाट आणि आत्ताच्या मेळघाटात राजकीयदृष्ट्या फरक पडलाय. २००४ च्या विधानसभा निवडणुकीवर ४० गावांनी बहिष्कार टाकला होता. त्यामुळे आता राजकीय पुढारीही सावध झाले आहेत. आम्ही लोकांना बोलायला लावतो, भांडायला लावतो, हे त्यांना बघवत नाही. कोणत्या ना कोणत्या कारणाने त्यांनी आम्हाला त्रास देण्यास सुरुवात केली आहे. यासाठी त्यांनी गावातीलच काही लोकांना हाताशी धरले आहे.

मेळघाटात रस्त्यांची अवस्था अतिशय वाईट आहे. विशेषतः पावसाळ्यात परिस्थिती खूपच बिघडते. एका गावावरून दुसऱ्या गावाला जाता येईलच असे नाही. नद्या आणि नाल्यांना पूर आल्यावर अनेक गावांना सहजपणे जाता येत नाही. या भागात येणारी S.T. पावसाळ्यात बंद होते. त्यामुळे मेळघाटाच्या बाहेर जाणे किंवा बाहेरून मेळघाटात येणे अवघड होते. खासगी जीपने जीव मुठीत घेऊन प्रवास करावा लागतो. आश्चर्य वाटेल; पण एका जीपमधे ३५/४० लोक बसून प्रवास करतात.

आमच्याकडे मोटारसायकल होती. तरीसुद्धा अशा रस्त्यांनी मोटारसायकल चालवणे म्हणजे कसरतच करावी लागते. याच मोटारसायकलवरून आम्ही अनेक आजारी लोकांना, मुलांना दवाखान्यात पोहोचवले आहे. पंक्चर झाल्यानंतर अनेक वेळा ५/६ कि.मी. मोटरसायकल ढकलली आहे. अनेक वेळा पडलोही आहे. अपघातही झाले. सुदैवाने किरकोळ जखमांवरच निभावले. आजपर्यंत कोणताही मोठा अपघात झाला नाही. S.T. चा प्रवासही खूपच त्रासदायक असतो. परतवाड्याहून चिलाटी आहे फक्त ८० कि.मी. पण एवढे अंतर येण्यासाठी S.T. ला कधी चार तास, तर कधी दिवसभरही लागतो. बस कुठेही खराब होऊ शकते. कधी कधी अशी बंद पडते की, दुरुस्ती करता येत नाही. मग जंगलातून चालत जाण्याशिवाय पर्यायही

नसतो. आम्ही अनेक वेळा २०/२५ कि.मी. जंगलातून चालत चिलाटीस आलो आहोत.

आम्ही मागील काही वर्षं 'धडक मोहिमे'चे आयोजन करत आलो आहोत. एकूण नऊ गावांमध्ये वैद्यकीय मदत पोहोचवणे, उपचार करणे आणि महत्त्वाचे म्हणजे आरोग्यशिक्षण देणे हा या धडक मोहिमेचा उद्देश होता. पावसाळ्यातील तीन महिने आम्ही महाराष्ट्रातील वैद्यकीय महाविद्यालयातील विद्यार्थ्यांना मेळघाटात बोलावतो. स्वतःच्या खर्चाने येऊन असे विद्यार्थी काम करतात. सलग काही वर्षे धडक मोहिमेचे आयोजन केल्याने खूप काही शिकता आले. प्रत्यक्ष लोकांच्या घरांत शिरून अडचणी समजून घेता आल्या. लोकांना खूप फायदा झाला. नऊ गावांतील प्रत्येकापर्यंत आम्ही पोहोचू शकलो. लोकांच्या खऱ्या अडचणी, सवयी कळल्या. त्याप्रमाणे आम्ही कामात बदल करत गेलो. सुरुवातीच्या काळात लोक घरातही येऊ द्यायचे नाहीत. त्यांचा आमच्यावर विश्वास नव्हता. पण हळूहळू लोकांना कळू लागले. लोक आमची वाट बघायचे. ज्या घरात मुलास डायरिया झाला असेल, त्या घरातील लोक आम्हाला बघितल्यावर लगेच पाणी गरम करायला ठेवायचे. आमच्याकडून घरच्या घरी ORS तयार करवून घ्यायचे. आम्हाला बघितल्यावर मुलांना लगेच आंघोळ घालायचे. स्वच्छ कपडे घालायचे. मुले आमच्याबरोबर दिवसभर फिरायची. गावातील कार्यक्रमांत, सणात आम्हाला आग्रहाने निमंत्रण असायचे. जेवणाचे आमंत्रण असायचे. लोकांच्या घरी लोकांचे अन्न खायला आम्हाला कधी लाज वाटली नाही. भूक लागल्यावर आम्ही मागून खायचो, यामुळे लोकांचा आमच्यावरचा विश्वास वाढला. गावातील प्रत्येक व्यक्ती आम्हाला ओळखू लागली.

या धडक मोहिमेच्या काळात सर्वांत जास्त त्रास आम्हाला भुमकाने दिला. भुमका हा प्रत्येक गावात असतोच. भुमका म्हणजे आदिवासींचा मांत्रिक. कोणत्याही सणामध्ये याला विशेष महत्त्व असते. याच्याशिवाय गावाने कोणताही निर्णय घ्यायचा नसतो. कोणी आजारी असेल तर भुमका उपचार करणार. त्याने जर आजारी मुलाच्या आई-वडिलांना सांगितले की, मुलास कोणाकडे न्यायचे नाही, कोणास दाखवायचे नाही, तर मग आम्हाला ते आजारी मूल पहायलाही मिळत नसे. हळूहळू आम्ही पालकांना समजावले. काही भुमकांवरही उपचार केले. त्यांनीच मग आम्हाला मदत करायला सुरुवात केली. सर्व गावांत नाही; पण काही गावांत

भुमका त्यांचे पेशंट आमच्याकडे पाठवायला लागले. आम्हाला बोलावू लागले. हा बदल आमच्यासाठी मोठा होता. आमच्या कामाची ती पावतीच होती.

मधुकर माने

पहिल्यांदा मेळघाटात येतानाचा प्रवास इतका भयानक होता की, वाटत होते, आपण एक जग सोडून दुसऱ्या जगात प्रवेश करतोय की काय? नुसतं जंगल. सगळीकडे सुकलेली झाडे दिसत होती. कशाची होती ते माहीत नव्हते. नंतर माहिती झाली. रस्ता संपत नव्हता; मधे कुठेही गाव लागत नव्हतं. तरीही लोक रस्त्यावर उतरत होते. जंगलात जात होते. एस.टी. पुढेच जात होती.

मी ज्या गावात उतरलो ते गाव म्हणजे एक लाकडाची वखार आहे, असे मला वाटले. रस्त्याच्या बाजूने नुसते लाकडाचे खांबच खांब दिसत होते. त्यांच्या मागे लाकडाचीच घरे दिसत होती. मला जिथे जायचे होते ते घर लोकांनी दाखवले. पुढे माझा सहकारी होणारा मित्र त्याच दिवशी मी ज्या एस.टी.ने आलो त्याच गाडीने परतवाड्यास परत गेला. मला एकट्याला सोडून. घर गावापासून दूर होतं. दुसरं कोणी घरात नव्हतं. समोर नुसतं जंगल दिसत होतं. हळूहळू भीती वाटायला सुरुवात झाली होती. गावातील एक तरुण माझी सोबत करण्यासाठी आला आणि माझी 'मेळघाट मित्र'मधील एक कार्यकर्ता म्हणून सुरुवात झाली.

सुरुवातीचे दिवस : दररोज एक-दोन गावं सहकाऱ्यांबरोबर पायी नाही तर गाडीने फिरणं, गावातील लोकांशी ओळख करून घेणं, सहकारी लोकांशी कसे बोलतात ते पाहणं, ते काय सांगतात ते ऐकणं, तसं काम करायचा प्रयत्न करणं, काम करणं, असं नियमित सुरू होतं. दिवसातला वेळ जेवण, चहा, नाष्टा करणे या गोष्टींनाही जात होता. सर्वजण मिळून जेवण करायचो. एकाने चूल पेटवायची, दुसऱ्याने भाजी चिरायची, तिसऱ्याने फोडणी द्यायची आणि चौथ्याने आवराआवर व साफसफाई करायची. पण ही कामं निश्चित ठरलेली नव्हती. सगळे मिळूनच करायचो. पण कामात एक नियमितता होती, लय होती. आमचे वाद-विवाद झाले तरी ते तेवढ्यापुरतेच असायचे. त्यांचा परिणाम दुसऱ्या कामांवर व्हायचा नाही.

दररोज कुणी काय करायचे? कुठे जायचे, हे सर्व महिना पूर्ण व्हायच्या आधी नियोजन झालेले असायचे. महिन्याचे शेवटचे दोन दिवस हे फक्त अहवाल

लिहिणे आणि पुढील महिन्याचे नियोजन करणे यासाठी असायचे. त्यामुळे दररोज सकाळी उठल्यावर प्रत्येकाची दिशा ठरलेली असायची. आदल्या रात्रीच त्यावर काही बदल असतील, तर तेही केलेले असायचे. गाडी एकच असल्याने जवळच्या गावांना जाणाऱ्याने पायी व लांबच्या गावी जाणाऱ्याने गाडीने जायचे. एकाच वाटेवरची गावे असतील तर गाडीने सोडणे व परत येताना घेऊन येणे हेही ठरलेले असायचे. दिवसभरात काय कामे झाली, गावातील इतर काही घटना असतील तर त्या घटना, पुढे आपण काय करायचे वा नाही, याबाबत जेवताना चर्चा व्हायची. असे सर्व व्यवस्थित काम चालायचे.

भाषा : येथली भाषा फक्त येथेच वापरली जाणारी आहे. येथे कोरकू भाषा फक्त बोलीभाषा आहे; तिला लिपी नाही. त्यामुळे तिचा वापर शिक्षणासाठी करण्यात येत नाही. एका पिढीकडून दुसऱ्या पिढीकडे ती ऐकून, वारंवार वापरून हस्तांतरित होते. या भाषेत हिंदी, तसेच काही इंग्रजी व मराठी शब्दांचा वापरही कधी कधी केला जातो. तसेच काही महत्त्वाच्या गोष्टींना या भाषेत शब्दच नाहीत किंवा एकच शब्द दोन सारख्या अर्थांनी वापरला जातो किंवा इतर भाषांतील शब्द यासाठी वापरला जातो. जसे, स्वागत करण्यासाठी व धन्यवाद देण्यासाठी एकच 'रामराम' हा शब्द वापरला जातो. शाळेसाठी 'इस्कूल' हा इंग्लिश शब्द वापरला जातो. ही सर्व गावे मध्य प्रदेशच्या जवळ असल्याने मराठीपेक्षा हिंदीचा वापर या भागात सर्रास केला जातो. प्रत्येक घरात कोरकू भाषा बोलली जाते; बाजारात, गावात व्यवहार करताना हिंदी भाषा वापरली जाते; तर मुलांना शाळेत मराठी भाषा शिकविली जाते. या तीन वेगवेगळ्या भाषांमुळे मुलांना मराठी शिकण्यास, समजण्यास वेळ लागतो.

शिक्षणात या समस्या नेहमीच येतात. पुरुषांपेक्षा महिला कोरकू भाषेचा वापर जास्त करतात. त्यामुळे त्यांच्याशी बोलताना कोरकू भाषेचा वापर केला तरच त्या योग्य ती माहिती देतात किंवा कामात सहकार्य देतात.

राहणीमान : वरून एकसारख्या दिसणाऱ्या घरांतून ही माणसे राहतात; पण तरीही प्रत्येकाचे घर, राहणीमान ज्याच्या त्याच्या कुवतीप्रमाणे असते. मुख्यतः सागवानाच्या लाकडांचा मुबलक वापर करून हे लोक घरे बांधतात. (खरे तर बांधणे म्हणण्यापेक्षा उभी करतात म्हणावे लागेल.) त्याबरोबर बांबूच्या (बासच्या) लहान लहान पट्ट्यांचा वापर करून तट्ट्या व झिंज्या (पट्ट्या उभ्या-आडव्या

लावून एक बांधणी तयार करणे. ती जास्त जवळजवळ असल्यास 'तट्ट्या' व लांब लांब असल्यास 'झिंज्या' म्हणतात.) तयार करून त्यांचा भिंतीसाठी व वरती कौलांखाली घालण्यास वापर करतात. भिंतीसाठी लावलेला तट्ट्या आतून–बाहेरून लिंपून घेतात. लिंपण्यासाठी माती, पाणी, भाताचे–गव्हाचे तूस, शेण यांचा एकत्रित वापर करून प्लास्टर तयार करतात. घरावरचे छप्पर कौलांचे असते. कौलेही गावातच तयार केली जातात. त्यामुळे घर उभारण्यासाठी काहीही विकत आणावे लागत नाही. सर्वकाही येथेच असते.

घरात धान्य ठेवण्यासाठी कोठी तयार केली जाते. या कोठ्याही चिखल, शेण, भाताचे तूस, बांबू यांचा वापर करूनच बांधतात. या कोठ्याही घरातील गरजेप्रमाणे असतात. शेती जास्त असेल तर मोठ्या कोठ्या, शेती फारशी नसेल तर लहान कोठ्या. प्रत्येक घराचे तीन आडवे व तीन उभे भाग असतात. पहिला भाग ओसरी, तसेच शेवटच्या भागासही ओसरीच म्हणतात. मधला भाग बसण्या–उठण्यास, जेवणासाठी वापरला जातो, तर दोन्ही बाजूंना स्वयंपाक करण्याची सोय असते.

घरास कुठेही खिडकी नसते. तसेच प्रकाश येण्याची कुठलीही व्यवस्था नसते. एकासमोरील एक असे तीन दरवाजे सोडले तर प्रकाशासाठी काही व्यवस्था नसते. सर्वसाधारण याच नमुन्याची सर्व घरे असतात. यात कोणताही बदल करण्यास ते तयार नसतात. आता काही व्यक्ती नवीन घर बांधताना विटांचा वा मातीचा वापर करून घर बांधतात; पण तेही अशाच प्रकारची घरे बांधतात. फक्त भिंती व छप्पर बदलते. लहान लहान खिडक्या वापरल्या जातात.

घरामध्ये फारशी भांडी नसतात. नियमित वापरास लागणाऱ्या काही वस्तू सोडल्यास (स्वयंपाकाची भांडी) इतर काहीही नसते. त्याचबरोबर कपडेही फारसे नसतात. त्यामुळे घरांना भक्कम दरवाजे नसतात. तसेच त्यांना कुलुपाची फारशी व्यवस्था नसते. आत्ता आत्ता (३–४ वर्षांपासून) कुलुपांचा वापर करण्याचे प्रकार वाढले आहेत.

कपड्यांचा वापर लोक बाहेरगावी जाताना, तसेच सण, उत्सव, यात्रा असे काही कार्यक्रम असताना जास्त चांगल्या प्रकारे करतात. पण शेतावर, जंगलात काम करताना मात्र कमीत कमी कपड्यांचा वापर केला जातो. पुरुष धोतर, बंडी, तर स्त्रिया परकर–ब्लाऊज, शाल यांचा वापर करतात. सध्या पँट–शर्टचा वापर

वाढला आहे. महिला सहावारी, नऊवारी साड्या वापरतात. कपड्यांचे रंग भडक असतात. पुरुषांनी डोक्याला पागोटे वापरणे विशेष मानले जाते. मोठ्यांसमोर लहानांनी पागोट्याशिवाय जाणे म्हणजे मान न राखणे किंवा वळण चांगले नसल्याचे लक्षण समजतात. सध्या ही पद्धत मागे पडत चालली आहे. तरीसुद्धा लग्नकार्य, पूजापाठ अशा ठिकाणी हे मानले जाते. स्त्रियांना गळ्यात, हातात (मनगट, दंड) व पायात घालण्यासाठी चांदीचे दागिने असतात. पैसे कुठेही गुंतवण्यापेक्षा दागिने खरेदी करून यामध्ये पैसे गुंतवतात. घरातील जनावरे बैल, म्हैस, बकरी इत्यादींवरूनही त्यांची परिस्थिती लक्षात येते. जास्त शेती असणारी कुटुंबे कामासाठी घरगडी म्हणून काही लोकांना रोजगारावर ठेवतात.

पावसाळ्यात व हिवाळ्यात मुख्यतः शेतीची कामे असतात. या काळात लोक फारसे रिकामे नसतात. पण, उन्हाळ्यात मात्र सर्वच लोक रिकामे असतात. त्या वेळी त्यांना रोजगारासाठी स्वतःची गावे सोडून बाहेरगावी जावे लागते. लोकांचा रोजचा आहार हा घरातील उपलब्ध धान्यावर अवलंबून असतो. जे धान्य जास्त असेल तेच धान्य दररोज खाण्यासाठी वापरले जाते. न थकता हे लोक रोज एकाच प्रकारचे साधे अन्न खात असतात. बाजारादिवशी काहीतरी भाजीपाला खरेदी करणे, तसेच काहीतरी मांसाहारी खाणे हेही होत असते.

प्रत्येक गाव एकसारखे असते. गावाच्या मधोमध रस्ता, रस्त्याच्या दोन्ही बाजूंना घरे एकमेकाला चिकटूनच असतात, रेल्वेच्या डब्यासारखी. प्रत्येक घरासमोर लाकडाचा एक मांडव असतो. यास 'मंडा' म्हणतात. याचा वापर लोकांना बसण्यासाठी, रात्री जनावरांना बांधण्यासाठी, हिवाळ्यात मका व उन्हाळ्यात मोहासारख्या वस्तू वाळविण्यासाठी करतात. तसेच जनावरांचा चारा ठेवण्यासाठीही याचा वापर केला जातो. प्रत्येकाच्या गरजेप्रमाणे 'मंडा' लहान–मोठा असतो. या मंड्याखाली लोकांना बसण्यासाठी लाकडाची फळी ठोकून 'पलकी' तयार केलेली असते.

चंद्रकांत जगताप

पहिला दिवस

ही गोष्ट आहे २५ जुलै १९९८ ची. या दिवशी मी प्रथमच माझ्या तीन मित्रांसोबत मेळघाटात काम करण्यासाठी जात होतो. मी मेळघाटचे फक्त नाव ऐकून

होतो. आम्हाला परतवाड्याहून मोशी ते काजलडोह ही गाडी होती.

परतवाडा स्टेशनवरून ही एस.टी.बस ४ वा. हाथरूकडे जाण्यासाठी निघाली. चिक्कार गर्दी, वेगवेगळ्या प्रकारचे वास (दारू, डिझेल, कोंबड्या इ.) परतवाड्याचा गुरुवारचा बाजार करून ही आदिवासी मंडळी या गाडीत बसली होती. मी खिडकीच्या शेजारची सीट पकडून बसलो. शेजारी लोक काय बोलत होते ते कळत नव्हते. माझ्या शेजारची बाई मला 'आमा जिमू बोको' असे विचारत होती; परंतु मला काहीही कळत नव्हते. नंतर कळले की, ती बाई कोरकू भाषेत बोलत होती. तुझे नाव काय, विचारत होती. कोरकू ही आदिवासींची बोलीभाषा आहे.

मी बाहेर पहात होतो. तेवढ्यात एस.टी. वाहकाने मला तिकीट विचारले, तर मी 'चार हाथरू' असे सांगितले. त्याने पैसे घेतले व तिकीटाच्या पैशातूनच ४०रुपये परत दिले आणि पुढे निघाला. मी तिकीट मागितले तर म्हणाला, ''साहेब, तुम्ही नवीन दिसता. हाथरूमध्ये तिकीट देतो की, बिलाला लावायला पाहिजे का म्हणजे ऑफिसमध्ये सादर करायचे आहे का?'' माझ्या शेजारील माणसाने मला हिंदीत सांगितले की साहेब तिकीट के पैसे से ४० रुपया वापस दिया ना तो तिकीट कैसा मिलेगा? हमारे देश में ऐसा ही होता है.'' मी काय समजायचे ते समजून गेलो. नवीन असल्यामुळे काही बोललो नाही. त्याने हाथरूमध्ये न चुकता चार तिकिटे दिली.

एस.टी. बस ७-८ कि.मी. पुढे गेली आणि साचेबंद सागवानाचे जंगल सुरू झाले. रस्ता आडवळणे घेत होता. रिमझिम पावसात गाडी घाटातून पुढे पुढे जात होती. मी प्रथमच जंगलाचा प्रवास करत होतो. घाटाचा रस्ता सुरू झाला की, काही लोकांची पोटे खाली व्हायला सुरुवात झाली. पोटातील माल बाहेर येत होता. कोणी खिडकीतून तोंड बाहेर काढू लागले. या घटनेकडे चालक व वाहकाचे काहीही लक्ष नव्हते. रोजचेच असावे असे ते शांत होते. त्यामुळे गाडीत खूप दुर्गंध पसरला. माझ्या बाजूची बाई मात्र झोप काढत होती.

पुढे गाडी सेमाडोह या ठिकाणी थांबली. तेथे हॉटेल 'भुमकाबाबा' होते. हॉटेलमालक 'आओ भगवान, बैठो भगवान' असे म्हणत होता. ''ताजी रबडी है'', असे म्हणत काम करत होता. हे 'भगवान' मला चमत्कारिक वाटले. ग्राहकांना हा माणूस भगवान समजत आहे. असे कधी ऐकले नव्हते. भगवानला आम्ही विचारले, ''क्या गरम है?'' भगवान म्हणाला, ''साहेब, आप दहीरबडी लिजिए, यह हमारी

स्पेशल रबडी है। सेमाडोह में कोई भी आदमी भगवान के पास की दहीरबडी खाकर ही जाता है।'' आम्ही दहीरबडी घेतली. दहीरबडी म्हणजे बासुंदीमध्ये दही मिक्स.

सेमाडोहपासून आम्ही पुढे निघालो. पुढे अंधार झाल्यामुळे जंगल दिसत नव्हते. परंतु रस्ता खूपच खराब होता. आता माझ्या बाजूला एक माणूस बसला होता. तोसुद्धा हाथरूला जात होता. हाथरूचाच होता. तो म्हणाला, ''सर, यह जंगल शेर का है, पुरे मेळघाट में इतना घना जंगल कही भी नहीं है।'' माझ्या मनात भीती होतीच. गाडीला काही झाले आणि २-४ वाघ आले तर काय होणारे?

एकदाची आमची एस.टी. बस रात्री ८.३० वा. हाथरूला पोहोचली. रिमझिम पाऊस सुरू होता. आमची पुण्याची मंडळी जीपने थोड्या वेळापूर्वीच पोहोचली होती. आम्ही अंधारातच एका रेस्ट हाऊससमोर आलो. तेथे पुण्याचा ग्रुप होताच. बॅगा ठेवल्या. आजचा मुक्काम येथेच, असे कळले. उद्या सकाळी चिलाटी या गावात जायचे होते. खूप भूक लागली होती. सर्वांनी जवळचा शिधा काढला आणि तोच काढून खाल्ला.

माणिकबाईंनी सर्वांशी ओळखी करून दिल्या आणि आता येथेच झोपू उद्या पुढील नियोजन करू, असे सांगून आंथरूण पकडले. आम्ही ४ जणांनी मात्र सर्वांच्या मध्ये जागा पकडून घेतली. मनात अंधाराची व जंगलाची भीती होती. मला रात्रभर झोप लागली नाही. रात्रभर भरपूर पाऊस सुरूच होता. पहाटे मला झोप लागली. सकाळी ६ वा. आम्ही उठलो. माणिकबाई बाहेर आल्याआल्या सांगत होत्या की, रात्री येथे वाघ आला होता. आपल्या शेजारच्या घरातून बकरीचे पिल्लू घेऊन गेला. ते ऐकताच माझ्या पोटात भीतीचा गोळाच आला आणि मनात विचार केला, येथे काम करायचे नाही. कधीही आपल्या जीवाचे बरेवाईट होऊ शकते.

आम्ही चार जणांनी दिवसभर विचार केला की, आपण ४ दिवस थांबून परत जायचे; येथे रहायचे नाही. परंतु मन म्हणत होते, ''घाबरून का जातोय? समाजसेवा, तीसुद्धा आदिवासींची कोण करणार? कोणीतरी जीवावर उदार होऊन काम करावेच लागेल. आदिवासीसुद्धा माणसं आहेत; मग माणसाला काय घाबरायचे?'' आणि मी व माझा साथीदार तुकाराम आम्ही येथेच राहून काम करण्यास तयार झालो, एका जिद्दीने.

आम्ही चिलाटीत राहून आता एक महिना पूर्ण झाला आहे. परंतु लोकांशी फारसे बोलणे होत नाही. मदन नावाचा तरुण फक्त आमच्याशी बोलतो; सोबत राहतो. आम्ही रोज वेगवेगळ्या गावी जाऊन येत असू; परंतु लोक बोलत नसत.

मला या प्रश्नाचे उत्तर शोधायचे होते. असेच एके दिवशी मी नापडा नदीवर धबधबा पहात बसलो होतो. तेथे गावातील मनसू हा म्हातारा आला. मी त्याला विचारले, ''बाबा, तू गाव के जानवर संभालता है। यहाँ के लोग बात क्यूं नही करते?'' त्याचे उत्तर आम्हाला मिळाले.

''येथील लोकांनी पहिला पूर्ण कपडे घातलेला माणूस पाहिला तो म्हणजे फॉरेस्ट कर्मचारी. आदिवासी पूर्ण कपडे घातलेल्या या माणसाला 'जांगडी' असे म्हणतात. या जांगडीने येथील लोकांवर इतके अन्याय, अत्याचार केले की, हे वाघाला घाबरत नाहीत; परंतु जांगडीला घाबरतात. तुम्हीसुद्धा जांगडी आहात. त्यामुळे येथील लोक तुमच्याशी बोलत नाहीत, तुम्हाला पाहून पळून जातात. त्यांच्याशी मैत्री करायची असेल, विश्वास संपादन करायचा असेल, तर गावात रोज रात्री आदिवासी लोक भजन गातात. ('फणगाई' कोरकू भाषेत.) तेथे येत जा, म्हणजे तुम्ही जांगडी नाहीत, हे लोकांना पटेल आणि ते तुमच्याशी बोलू लागतील. मैत्री वाढवतील.''

ही गोष्ट ऐकून मला फार राग आला. असे काही असेल असे वाटलेच नव्हते. मी बाबांचे आभार मानले आणि रोज रात्री न चुकता गावात भजनाला जात राहिलो. आज १२ गावांतील सर्व माहिती आहे ती फक्त बाबांमुळेच.

एकदा अभ्यासवर्ग पाहण्यासाठी सकाळीच मी व मास्तर ताई एका गावाला आमच्या मोटरसायकलने पोहोचलो. गावच्या शाळेत शिक्षक मुलांचा वर्ग घेत होते. आम्हाला पाहताच ग्रा.पं.चे सरपंच आमच्याकडे आले. म्हणाले की, ''गावात नवीन घर बांधून ३ महिने झाले आहेत. आता ३ महिन्यांनी रेंजरसाहेब घराचा (Primary Openion Report (POR) फाडत आहेत. नाही तर १०,००० रुपये मागत आहेत. माझ्याजवळ काहीही पैसे नाहीत. तेव्हा तुम्ही काहीतरी करा.''

आम्ही वर्ग पाहून सरपंचाच्या घरी गेलो. रेंजर २ गार्ड सोबत घेऊन घरासमोर बाजेवर बसले होते. आम्ही साहेबांना रामराम केला. बोलणे सुरू झाले. रेंजरसाहेब म्हणाले, ''या सरपंचांनी हे घर अवैध लाकूडतोड करून बांधले आहे. त्यामुळे या लाकडांचा पंचनामा करून (POR) फाडायचा आहे. लाकडांची अंदाजे किंमत २५,००० रुपयांपर्यंत जाईल.'' मी म्हणालो, ''साहेब, सरपंच POR साठी तयार आहेत. आपण POR फाडावा. दंड भरण्यास ते तयार आहेत. परंतु POR हा ३ महिन्यांपूर्वीचा असावा. कारण ३ महिन्यांपासून तुम्ही कामावर नव्हता; गैरहजर

होता. नाही तर आम्ही तुमच्या वरिष्ठांना सांगू. कारण तुम्ही ३ महिने काय केले? ३ महिन्यांत एकही वेळा गावात आला नाहीत, हा याचा अर्थ होतो.'' साहेब म्हणाले, ''तुम्ही यामध्ये लक्ष घालू नका.'' मी म्हणालो, ''साहेब, ठीक आहे. तुम्हाला निस्तार हक्क माहीत असेल. वन विभाग प्रत्येक वर्षी प्रत्येक कुटुंबाला १० लाकडे व ४० बास देते. या सरपंचांनी १० वर्षांपूर्वी घर बांधले होते. त्यांचा निस्तार हक्क १०० लाकडे व ४०० बास आहे. तो त्यांना मिळालाच पाहिजे.'' साहेब म्हणाले, ''निस्तार हक्क बंद झाला आहे.'' मी म्हणालो, ''तसे लिहून द्या?''

यावर साहेब काहीच बोलले नाहीत. गाडीत बसून रागारागाने निघून गेले. त्यानंतर सरपंचाने आम्हाला आग्रहाने जेवायला लावले. आताही रेंजर भेटतात; परंतु काही बोलणे होत नाही.

आम्ही चिलाटीला सुरुवातीला वन विभागाच्या निवासस्थानात रहात होतो. ते निवासस्थान बांधल्यापासून तेथे कोणीही रहायला आले नव्हते. ते रिकामेच होते. आम्ही तेथे ३ महिने राहिलो. ३ महिन्यांनी नवीन वनरक्षक तेथे रहायला येणार होते. ते देशमुखांची जहागिरी असल्यासारखे वागायचे. त्यांनी आम्हाला एका दिवसात निवासस्थान खाली करायला सांगितले.

आम्ही त्यांना वरिष्ठांचे पत्र दाखवून ४ दिवसांची सवलत मागून घेतली; परंतु दुसर्‍याच दिवशी सकाळी आम्ही नसताना आमचे सामान त्यांनी खोलीबाहेर काढले व खोलीला कुलूप लावून गेले. आम्ही दुसर्‍या गावाहून येऊन पाहतो तर सामान बाहेर. खूप राग आला; परंतु आम्ही शांतपणे घेतले. शाळेतील पडवीत आमचा पसारा हलवला.

दुसर्‍या दिवशी गावकर्‍यांनी श्रमदानातून आम्हाला १०x१० ची झोपडी बांधून दिली. ही झोपडी म्हणजे झोपडीच होती. पावसाळ्यात झोपडी गळत असे. आम्ही प्लास्टिक टाकून खाली झोपायचो. झोपडीच्या चारी बाजूंनी गवतच गवत होते. आमच्या संस्थेचे अध्यक्ष गोळेकाका झोपले की, त्यांचे पाय झोपडीबाहेर यायचे.

या झोपडीत आम्ही ३ महिने राहिलो; परंतु हे दिवस फार मजेचे होते. आता चांगले घर झाले आहे; परंतु झोपडीची आठवण जात नाही. ज्यांनी ज्यांनी ही झोपडी पाहिली, ते लोक 'तुम्ही शून्यातून विश्व निर्माण केले आहे.' असे म्हणतात. झोपडीत राहतानाच एके दिवशी चिलाटीचे पोलीस-पाटील यांनी आम्हाला चांगले

घर बांधण्यासाठी एक जागा दिली. आज याच जागेवर 'मेळघाट मित्र'ची इमारत उभी आहे.

चिलाटीपासून ५ कि.मी. वर 'सुमिता' नावाचे गाव आहे. या गावात पहिली ते चौथीपर्यंत शाळा आहे. सुमिताला आमचा तोताराम नावाचा 'बोकोमित्र' आहे. गावात शाळा फक्त नावालाच भरायची. शिक्षक महिन्यातून एखादी चक्कर मारायचा. लोकांना धमकावून तक्रार करू नका, असं सांगायचा.

लोकसुद्धा शिक्षकाला घाबरायचे व शाळा बंद पडायची. आम्ही वारंवार फक्त त्यांना तक्रार करा, असे सांगत असू. लोकांनीच पुढे यावे, ही आमची भावना होती. वर्षभर लोक गप्प होते; परंतु २६ जानेवारीच्या ८ दिवस अगोदर गावात मोठी बैठक झाली. शिक्षकाची वरिष्ठ अधिकाऱ्यांकडे तक्रार करायचे ठरले. सर्वांनी त्यासाठी वर्गणी जमा केली. कोणीही शिक्षकाला घाबरायचे नाही, असे ठरले. हे ठरवून लोक चिलाटीला आमच्याकडे आले. आमच्यासोबत वरिष्ठ अधिकाऱ्यांकडे चला म्हणाले. आम्ही फक्त सोबत गेलो. जाताना लोकांनी शाळेला कुलूप लावले होते. २६ जानेवारीला झेंडावंदन होणार नाही, असे लोकांनी वरिष्ठ अधिकाऱ्यांना सांगितले आणि काय गंमत! वरिष्ठ अधिकाऱ्यांनी या गावासाठी चांगला नवीन शिक्षक दिला आणि त्या शिक्षकाची आणखी दुर्गम भागात बदली केली. लोकांचा विजय झाला. त्यांना खूप बरे वाटले. नवीन शिक्षकाने या शाळेचा कायापालट केला. ती शाळा आज तालुक्यातील चांगल्या शाळांमध्ये गणली जाते.

'मेळघाट मित्र'च्या कामाची सुरुवात जरी आरोग्याच्या कामाने झाली असली तरी आरोग्याच्या कामासोबतच आम्ही शिक्षणाचे कामसुद्धा तेवढ्याच उत्साहाने केले.

मेळघाटातील शिक्षणाची मुख्य अडचण म्हणजे येथील कोरकू बोलीभाषा. सर्व गावांमध्ये प्राथमिक शाळा सुरू झाल्या आहेत. येथील शिक्षक हा शहरातला मराठी बोलणारा. शिक्षक मराठी, मुलांची भाषा कोरकू, अभ्यासक्रम मराठी भाषेतून, शिक्षकाला कोरकू भाषा येत नसल्यामुळे तो मुलांना तोडक्या-मोडक्या हिंदीतून शिकवतो. त्यामुळे मुले गावात चौथीपर्यंत शिकतात आणि आश्रमशाळेत त्यांना काही येत नसल्यामुळे ते परत पहिल्या वर्गात बसतात. हे कोठेतरी थांबवण्यासाठी आम्ही शाळेतील मुलांना कोरकू भाषेतून खेळांद्वारे शिकवणारे त्यांचे मित्र 'बोकोमित्र' गावागावांत तयार केले. कोरकू भाषेत 'बोको' म्हणजे मुलगा.

बोकोमित्रांची निवड करायची होती. आम्ही गावागावात जाऊन ही कल्पना

मांडली व गावानेच एखादा तरुण निवडून द्यावा, असे बैठकीत ठरले. या प्रकारामुळे आम्हाला ६ चांगले तरुण मिळाले. त्यातील २ तरुण सध्या कार्यालयीन काम सांभाळतात.

बोकोमित्र रोज अभ्यासवर्ग घेत असत. त्यांना अनुभव मिळण्यासाठी त्यांना मेळघाटाबाहेर पुण्याच्या चांगल्या शाळेत अनुभव देण्याचे ठरले. पुण्याला घेऊन जाण्याचे ठरले. हे बोकोमित्र प्रथमच एवढा दूरचा प्रवास करणार होते.

पुण्याच्या अक्षरनंदन शाळेत या बोकोमित्रांना अनुभव देण्याचे ठरविले. अमरावती ते पुणे हा प्रवास ट्रॅव्हलने केला. हा प्रवास १४ तासांचा होता. पुण्यातील मोठमोठ्या इमारती पाहून या तरुणांना आश्चर्य वाटायला लागले. एका इमारतीत ५० घरे असतात, असे त्यांना सांगितल्यास त्यांना पटेना. कारण मेळघाटात एका गावात ५० घरे असतात. याचा अर्थ एका इमारतीत मेळघाटातील एक गाव बसेल. अशा किती इमारती पुण्यात असतील.

त्यांनी पुण्यात सारसबाग, पर्वती, शनिवारवाडा इ. गोष्टीही पाहिल्या. त्यांना टाटा मोटर्स मध्येसुद्धा इंडिका प्लांट मध्ये कसे काम चालते, हे दाखवले. ३ मिनिटांत एक गाडी (कार) तयार होते, ते दाखविले.

मेळघाटातील २ तालुक्यांसाठीचे प्रकल्प कार्यालय धारणीला आहे. काही कामानिमित्त आम्ही धारणीला गेलो होतो. प्रकल्प कार्यालयातील काम संपवून धारणीला उपजिल्हा रुग्णालयातच काही अपघातग्रस्त रुग्णांना पाहण्यासाठी गेलो होतो. रुग्णांशी बोलत असतानाच एक आदिवासी महिला कोरकूमध्ये डॉक्टरांशी बोलत होती. ''डॉक्टरसाहेब, माझ्या मुलीला काहीही करून वाचवा. मी गरीब आहे.'' डॉक्टर अमरावतीला मुलीला घेऊन जाण्यासाठी गाडीच्या डिझेलचे ५००० रुपये मागत होता. या रुग्णालयात डॉक्टरसुद्धा कोरकूच होता. कारण या रुग्णालयात आदिवासींची संख्या जास्त असते. त्यामुळे रुग्णांना अडचण येऊ नये म्हणून आदिवासी डॉक्टरांची नेमणूक या रुग्णालयातच करण्यात आली होती.

मी मध्येच त्या महिलेची चौकशी केली. त्या महिलेच्या १८ वर्षांच्या मुलीचे बाळंतपण याच रुग्णालयात आज सकाळीच ४ तासांपूर्वीच झाले होते; परंतु मुलगी बेशुद्ध पडली होती. रक्त कमी असल्यामुळे मुलीला रक्ताची आवश्यकता होती. त्यासाठी रक्ताची सोय अमरावतीला होणार होती. आणि शासकीय अम्ब्युलन्ससाठी येणारा डिझेलचा खर्च करण्यासाठी डॉक्टर या महिलेला डिझेलचे पैसे मागत होता. त्या

आदिवासी महिलेसोबत नातेवाईकसुद्धा नव्हते. त्यामुळे पैशाची सोय होत नव्हती. आणि त्या महिलेचे गाव धारणीपासून १८ कि.मी. वर होते. त्या गावाला जाऊन पैसे आणेपर्यंत तिची मुलगी वाचेल की नाही, याचा भरवसा नव्हता, असे डॉक्टरांनी सांगितले होते.

मी त्या महिलेचे म्हणणे एकून घेतले. त्या महिलेला सोबत घेऊन डॉक्टरांच्या ऑफिसमध्ये गेलो. डॉक्टरांना म्हणालो, ''डॉक्टर, या महिलेच्या मुलीला अमरावतीला आता घेऊन जायचे आहे. तुम्ही ॲम्ब्युलन्सची सोय ५ मिनिटांत करा. डॉक्टरने मलासुद्धा डिझेलसाठी आमच्याकडे पैसे नसतात.'' असेच उत्तर दिले. मी त्यांना म्हणालो, ''डॉक्टर, कशासाठी पैसे असतात आणि कशासाठी पैसे नसतात, हे तुम्ही मला सांगू नका. आदिवासींसाठी सरकारी पैशाचा वापर का करत नाही, हेच कळत नाही. तुमच्यापेक्षा दुसरा नसलेला आदिवासी डॉक्टर नक्कीच बरा.''

आणि मी त्यांच्यासमोरच आदिवासी आयुक्तांना फोन लावून हे सर्व प्रकरण सांगितले; आणि या बाळंतीण बाईच्या मृत्यूला जबाबदार कोण? नंतर आयुक्तांनी फोन डॉक्टरांकडे देण्यास मला सांगितले आणि २ मिनिटांतच त्या बाईला तेथून अमरावतीकडे रवाना करा, अशा सूचना दिल्या. परत मला सांगितले की, तुम्हाला माझे प्रकल्प अधिकारी ५ मिनिटांत भेटायला येतील. जर पाच मिनिटांत ॲम्ब्युलन्स नाही निघाली तर मला फोन परत करा. आणि काय गंमत! पाच मिनिटांत ॲम्ब्युलन्स त्या महिलेला घेऊन अमरावतीकडे रवाना झाली.

ती आदिवासी महिला हे लक्षात ठेवून मला चिलाटीला भेटायला आली आणि म्हणाली, माझी मुलगी व नात तुमच्यामुळेच वाचली आहे. आतासुद्धा ती कधी तरी मला भेटत असते.

एकदा मा. मुख्यमंत्र्यांचा मेळघाटचा दौरा धारणीजवळच्या गावात निश्चित करण्यात आला. तशी तयारीसुद्धा सुरू झाली. मध्येच मा. मुख्यमंत्र्यांना मेळघाटातील अतिदुर्गम भाग पाहण्याची इच्छा झाली आणि त्यांनी तसे त्यांच्या सचिवांना सांगितले. ''मला मेळघाटातील अतिदुर्गम भागात जायचे आहे. तुम्ही अमरावतीला Chief Forest Officer (CFO) होता, तर माझा दौरा अत्यंत दुर्गम भागात ठेवा.'' मा. सचिवांनी हा दौरा हाथरू व रुईपठार या गावांना होणार, अशा सूचना जिल्हाधिकारी कार्यालयाला पाठवल्या आणि एकच गोंधळ उडाला. हाथरू भागात व्यवस्था करणे, हाथरू ते रुईपठार ८ कि.मी.चा रस्ता २ दिवसात तयार करणे

हेलिपॅड तयार करणे, यासाठी जिल्हाधिकारी ते ग्रामसेवक सर्वजण या दौऱ्याच्या कामाला लागले.

दोन दिवसांत झाडून सर्व अधिकारी हाथरू भागात ठाण मांडून बसले. सर्वच कसे छान दाखवण्यासाठी अंगणवाड्या, शाळा, ग्रामीण आरोग्य केंद्र, रेशनिंग, रस्तादुरुस्ती सर्व व्यवस्थित करून ठेवले. १८ डिसेंबर १९९९ ला स. ८.३० वा. दौरा निश्चित झाला होता. हाथरू भागात राहायची चांगली सोय नसल्यामुळे अधिकारी सेमाडोह, कोलकास या ठिकाणी थांबले. मा. मंत्री सकाळी ८.३० वा. येणार नाहीत; त्यांना ९ तरी वाजतील. आपण तोपर्यंत पोहोचू, असा विचार अधिकाऱ्यांनी केला असावा; परंतु मा. मुख्यमंत्र्यांचे हेलिकॉप्टर ८.२५ लाच हाथरूला उतरले. त्यांना घेण्यासाठी त्या वेळी एकही अधिकारी उपस्थित नव्हता, म्हणून आम्ही व ग्रामीण आरोग्य केंद्रचे डॉक्टर त्यांना घ्यायला गेलो. आम्ही त्यांचे स्वागत केले आणि आमची ओळख करून दिली. त्यांनी विचारले, ''जिल्हाधिकारी कोठे आहेत?'' आम्ही ते आले नाहीत, असे सांगितले. आमची भाषा ओळखून त्यांनी आम्हाला विचारले, ''तुम्ही कोठले?'' मी गंगाखेडचा सांगितले. डॉक्टरसुद्धा लातूरचे होते. त्यांनी मराठवाड्याची पोरं म्हणून आम्हाला शाबासकी दिली. त्यांनी सभा न घेता 'मला गावं पाहायची आहेत,' अशा सूचना दिल्या. हाथरूला आश्रमशाळा, ग्रामीण आरोग्य केंद्र पाहून त्यांचा मोर्चा चिलाटीकडे वळला. चिलाटी गावात ते फिरले. दोन ठिकाणी काळा (बिनदुधाचा) चहा प्यायले. घरे पाहिली. दोन कुपोषित बालके पाहिली.

एका कोपऱ्यात महिलांचा जमाव होता. तेथे मुख्यमंत्री गेले. त्यांनी महिलांना काय काय अडचणी आहेत, हे विचारले. महिला लाजत होत्या; परंतु मी एका महिलेला तयार केले. ती चिलाटीची वयस्कर बाई होती. ती म्हणाली, ''पोरा, तू कोण आहेस माहीत नाही. मी माझ्या आयुष्यात प्रथमच पोलीस पाहिला. तुझ्यामागे इतक्या जिपा पाहिल्या. आम्हा आदिवासींना कोणी वाली नाही. कोणीही येतो आणि आम्हाला आश्वासने देतो किंवा आमची फसवणूक करून जातो. तू राजा आहेस. आम्हाला काही नको; फक्त लाईटची सोय कर. आम्ही लाईट पाहिली नाही.'' मुख्यमंत्री म्हणाले, ''बुढी माँ यहाँ तो लाईट है। कभी कभी जाती होगी। इतना तो सहन करना पडेगा।'' मी लगेच बोललो, ''साहेब, ही लाईट, हे पोल मागील १५ वर्षांपासून असेच उभे आहेत. आजपर्यंत १५ वर्षांत १५ दिवससुद्धा येथे

लाईट आलेली नाही.'' याचा खुलासा त्यांनी जिल्हाधिकाऱ्यांना विचारला. जिल्हाधिकारी व्यवस्थित उत्तर देऊ शकले नाहीत, तेव्हा स्वतः मुख्यमंत्र्यांनी ''१५ दिवसांत लाईट येईल.'' असे आश्वासन दिले; परंतु आजपर्यंतसुद्धा लाईट आलेली नाही. परंतु दाईचे ते बोलणे मी कधीही विसरू शकत नाही.

उन्हाळ्याचे दिवस होते. प्रचंड ऊन पडत होते. सकाळीच आम्ही सुमिताला जाण्यासाठी तयारी करत होतो. एवढ्यात रुईपठार या गावाची ४-५ माणसे आम्हाला म्हणाली, ''रुईपठार गांव में आग लगी हैं । सात घर जलकर राख हो गये है । और आग चालूच है । पानी भी नही । फिरभी लोग आग को रोकने की कोशिश कर रहे है । आप जल्दी चलीए ।'' आम्ही लगेच राजदूत गाडीवरून तिघेजण गावात पोहोचलो. घरे जळून राख झाली होती. दोन बकऱ्या जळाल्या होत्या आणि दोन घरांमध्ये गॅप असल्यामुळे आग शांत झाली होती. लोकांची प्रचंड रडारड चालली होती. अन्नधान्य, बियाणे, भांडी, कपडे सर्वकाही म्हणजे संपूर्ण संसारच जळून राख झाला होता. आम्ही चिखलदरा तहसीलदार यांना वायरलेस करून या घटनेची माहिती दिली. तसेच उपविभागीय अधिकारी, प्रकल्प अधिकारी, जिल्हाधिकारी यांना वायरलेस करून माहिती दिली. आम्ही गावात परत येऊन सर्वांसाठी खिचडी केली. लोक जेवले नाहीत. रात्री तहसीलदार यांनी येऊन पंचनामा केला. तत्काळ मदत म्हणून गहू व तांदळाचे वाटप केले.

आम्ही गावागावांत जाऊन बैठका घेतल्या व रुईपठार जळीतग्रस्त लोकांसाठी अन्नधान्य व पैशांची मदत उभी केली. आम्ही मेळघाट मित्रांनी एक दिवस उपवास करून ती मदत रुईपठार जळीतग्रस्त घरांना दिली. एकूण पाच गावांमध्ये आम्ही बैठका घेतल्या. ९०० किलो धान्य जमा केले.

शासकीय पातळीवर आम्ही प्रकल्प अधिकारी यांची भेट घेऊन सर्व घटना सांगितली. प्रकल्प अधिकाऱ्यांनी दोन दिवसांनी रुईपठार गावात कपडे, भांडी व संसारोपयोगी साहित्याचे वाटप केले. गटविकास अधिकाऱ्यांनी घरकुल योजनेअंतर्गत या लोकांना घरे बांधून देण्याचे आश्वासन दिले.

अशा प्रकारे सर्वांनी मिळून जळीतग्रस्तांना मदतीचा हात दिला. त्यामुळेच आज आदिवासींमध्ये आपण आपल्या लोकांना मदत करू शकतो, हे सर्व रुजले आहे. अशा घटनांना सर्वजण मदतीचा हात देतात.

रामेश्वर फड

जंगलसंपत्ती, तुमची-माझी की आदिवासींची?

एम.एस.सी. मानवशास्त्राचा अभ्यास करताना आदिवासी भागात बरीच फिल्डवर्क करण्याची संधी मिळाली. आम्ही जेव्हा जेव्हा फिल्डवर्कला जायचो, तेव्हा प्रत्येक वेळी आमच्याकडे काही नवीन अनुभव असायचे आणि हे अनुभव एका डायरीमध्ये जतन करून ठेवावे, असे वाटायचे; परंतु वेळेअभावी हे सर्वच अनुभव लिहिणे शक्य झाले नाही. आतासुद्धा मला आलेले अनुभव लिहिताना कोणता प्रसंग मी येथे नमूद करू, असे झाले आहे. अगदी विचारांती या प्रश्नाचे उत्तर मी शोधून काढले आणि मला आलेल्या अनुभवांतील एक प्रसंग आपल्यापुढे ठेवावा, असे मला वाटले.

भीमाशंकरच्या घनदाट जंगलात वसलेले एक सुंदर आदिवासींचे गाव. या गावात महादेव कोळी आदिवासी राहतात. त्यांच्या संस्कृतीचा अभ्यास करण्यासाठी आम्ही एका गावात गेलो होतो. हे गाव आम्हा सर्वांसाठीच नवीन होते. या गावात दिवसातून दोनच गाड्या जातात. म्हणून जी गाडी मुक्कामी जाते, त्या गाडीने आम्ही तेथे पोहोचलो. तेथे पोहोचल्यावर आम्ही खरंच घाबरलो. कारण रात्रीची वेळ होती. रस्त्यावर दिवे नव्हते. गावातील, घरांमधील दिवेदेखील गेले होते; परंतु गावातील लोकांच्या मदतीने आम्ही गावातील प्रतिष्ठित व्यक्तीच्या घरी मुक्कामासाठी पोहोचलो. घरातील लोकांनी लगेचच आम्हाला तिथे मुक्कामाची परवानगी दिली. सकाळी उठून मी जेव्हा बाहेर अंगणात आले, त्या वेळी त्या गावाच्या प्रेमातच पडले. कारण त्या गावात एक वेगळेच सौंदर्य लपलेले आहे. आजूबाजूला सह्याद्रीच्या रांगा आणि घनदाट जंगल. एक वर्षापूर्वी सरकारने भीमाशंकर हे अभयारण्य म्हणून घोषित केले होते. त्या वेळी अभयारण्यातील रहिवाशांमुळे जंगलाला धोका होईल, म्हणून त्यांचे स्थलांतर करायचे, असा प्रस्ताव होता. तेथील लोकांचे पुनर्वसन करण्याचा निर्णय सरकारी अधिकाऱ्यांनी घेतला होता. त्या संदर्भात तेथील लोकांना त्याची कल्पनाही देण्यात आली होती.

आम्ही गावात होतो त्या वेळीच गावातील लोकांची एक सभा होती. त्या सभेमध्ये ते याच विषयावर चर्चा करणार होते. आम्हालादेखील त्यांनी या सभेला बोलावले. सभेला गावातील प्रौढ लोक, तरुण मुले उपस्थित होती. सभेमध्ये त्यांनी त्यांच्या पुनर्वसनाचा प्रश्न मांडला. त्यांचे असे म्हणणे होते की, काही दिवसांपूर्वी काही सरकारी अधिकाऱ्यांनी गावाची आणि जंगलाची पाहणी केली. या

आदिवासींपासून जंगलाला हानी पोहोचू शकते आणि त्यामुळे त्यांना दुसरीकडे घरे देण्यात यावी, असा प्रश्न उभा केला. पुनर्वसनामुळे गावकरी व्यथित झाले होते. तसे पाहायला गेले तर या लोकांचे पुनर्वसन करून त्यांना नवीन जगाचे दर्शन घडविणे आणि त्यांची प्रगती करणे हे खरंच व्हायला हवे; परंतु त्यांच्यापासून जंगलाला हानी पोहोचेल म्हणून त्यांचे पुनर्वसन, ही गोष्ट काही केल्या पचनी पडत नव्हती. मानवशास्त्राची विद्यार्थिनी असल्यामुळे एखाद्या गोष्टीचा सर्व दृष्टीने विचार करण्याची मला सवय आहे. तेव्हा मी या गोष्टीचा नीट विचार केला आणि माझ्या मनात असे आले की, जंगलसंपत्ती ही आदिवासींनीच जतन केलेली संपत्ती आहे. भारतातील अर्थव्यवस्था ही शेतीवर अवलंबून आहे; परंतु आदिवासी हे जंगलात रहात असल्याने त्यांचे अर्थकारण किंवा जगण्याचे साधन ही जंगलसंपत्ती आहे. हे लोक त्यांच्या प्रत्येक वाडीमध्ये (छोट्या वस्तीमध्ये) देवराई जतन करतात. देवराई म्हणजे वेगवेगळ्या झाडांनी व्यापलेला छोटासा परिसर. त्याची ते पूजा करतात. देवराईमधील झाडांची ते कधीही तोड करीत नाहीत. त्या वेळी मला असा प्रश्न पडला की, जे लोक देवराईची पूजा करतात, ते विनाकारण झाडांची तोड का करतील? या प्रश्नाचे उत्तर मला त्यांच्याबरोबर चर्चा करताना समजले. आदिवासी हे जंगलात रहात असल्याने त्यांची उपजीविका ही त्यावरच अवलंबून असते. ते लोक जंगलातील झाडांची तोड करतात, ही गोष्ट ते मान्य करतात; परंतु ती रोजच्या उदरनिर्वाहासाठी आणि लागणाऱ्या इंधनासाठी. ही तोड कोणत्या झाडाची करायची तसेच कधी करायची, या गोष्टींचे ज्ञान त्यांना उपजतच असते. त्यामुळे पुन्हा त्या झाडाची वाढ चांगल्या प्रकारे होते आणि जंगलसंपत्तीची निगा नीट राखली जाते. म्हणूनच तर त्या जंगलावर, तेथील जमिनीवर त्यांचाच हक्क आहे. आणि त्यामुळेच त्यांना तेथून हलवून दुसरीकडे राहण्यास जागा देण्यापेक्षा त्यांनी तेथेच राहून त्यांची प्रगती करायला हवी. आदिवासींमुळेच देवराईंना संरक्षण मिळाले आहे; जंगलात विविधता जपली गेली आहे. उपजीविकेसाठी थोड्याफार जंगलसामग्रीचा वापर झाला, तरी त्यामागे बाजारू वृत्ती नाही. आजवर जगलेली जंगलेही आदिवासींमुळेच जगली आहेत.

हेमलता शेडगे

आदिवासी भागात जाऊन काम करण्याची इच्छा मानवशास्त्र या विषयाने

व पुण्यातील महाराष्ट्र मानवविज्ञान परिषदेमुळे पूर्ण झाली. विविध शास्त्रीय पद्धती वापरून व प्रत्यक्ष तेथे राहून एखाद्या समुदायाचा अभ्यास करणे यातील मजा काही औरच! शहरी जीवन सोडून आदिवासी भागात जिथे बऱ्याचशा मूलभूत सुविधांचा अभाव असतो, अशा ठिकाणी राहणं खरं तर सुरुवातीला कठीणच होतं; पण तशीही सवय होत गेली.

आदिवासी म्हटलं की, डोळ्यांसमोर येतं ते त्यांचे जीवन, त्यांचे झोपडीवजा घर, त्यांचा पारंपरिक पोशाख, दागिने, त्यांची कला, त्यांचं राहणीमान व त्यांची हलाखीची परिस्थितीसुद्धा! आदिवासी हे मूलतः जंगलात भटकणारे, जंगलातील साधनसंपत्तीवर जगणारे होते. कालांतराने ते शेती करायला लागले व स्थिर जीवन जगू लागले. अजूनही कोलामांसारख्या जमाती त्यांच्या पारंपरिक कामांमध्ये आहेत. काही जमातींमध्ये लोक शिकले, पुढे गेले. त्यांनी आधुनिक तंत्रज्ञानाचा उपयोग करून शेतीमध्ये सुधारणा केली; पण हा विकास ठराविक जमातींपुरताच मर्यादित राहिला.

शिक्षण हा विकासातील एक महत्त्वाचा घटक. शिक्षणामुळे माणसाला बऱ्याच गोष्टी समजतात; समज येते. पण अजूनही आदिवासी भागामध्ये हे प्रमाण कमीच आहे. आता थोड्याफार प्रमाणात ही जागरूकता निर्माण होत आहे. तरीही काही (अतिमागास) जमातींमध्ये हे प्रमाण नगण्यच आहे. रोजचा दिवस कसा तरी घालवायचा, पोट भरण्यासाठी काही काम करायचे, इतकीच त्यांची अपेक्षा. आपणच आपला विकास करू शकतो, ही भावना अजूनही त्यांच्यामध्ये रुजलेली नाही. याला बरेचसे घटक कारणीभूत आहेत. सध्याची आपली शिक्षणपद्धती, यावर बऱ्याचदा चर्चा होते. ती चांगली की बरी, यात काय बदल असावेत, याचाही ऊहापोह होत असतो. आपल्याला येथे शिक्षण दिले जाते, ते त्या त्या राज्यातील मुख्य भाषेतून. त्यामुळे त्यांची बोलीभाषा सोडून इतर भाषेत शिकणं खूपच जड जातं. सुरुवातीला जर त्यांच्याच भाषेत समजावून सांगितलं, तर विषय समजायला सोपा जाईल. शिक्षणाची आवड निर्माण होण्यासाठी एखादा विषय समजण्यासाठी याचा उपयोग होईल. गणित, शास्त्र यांसारखे क्लिष्ट विषय सोपे करून सांगितले, जर त्याची गोडी लागली, तरच शिक्षण घेण्यासाठी मुले पुढे येतील. घरात शिक्षणाचे वातावरण नसते. शिक्षकांना आदिवासी भागात येऊन काम करणे नको असते. जबरदस्तीने किंवा नाइलाजाने (बऱ्याचदा) ते या भागात येतात. या सगळ्या

पार्श्वभूमीवर मुलं शिकणार कशी? पावसाळ्यात तर बऱ्याचदा गावांचा संपर्कच तुटतो. शिक्षणासाठी पाचवीनंतर जवळच्या मोठ्या गावात किंवा शहरात जावे लागत; म्हणून बऱ्याचदा मुलांचा शिक्षणातील रस कमी होऊ लागतो व सहावी/सातवीनंतर मुलं शाळा सोडतात.

मुलींच्या बाबतीत पारंपरिक विचार केला जातो की, मुलींना शिक्षणाचा उपयोगच काय? त्यांची लग्नंच लावायची व मार्गी लावायचं, हीच विचारसरणी- हे सगळं पार करून कुणी पुढं गेलंच तर बाहेरच्या स्पर्धेला त्यांना तोंड द्यावं लागतं. कुटुंबातील इतर सदस्यांचा पाठिंबा मिळेलच याची शाश्वती नसते. सोबत पैशांची अडचण तर असतेच. त्यामुळे शिक्षणाकडे फारसा ओढा नसतो; जर एकही गोष्ट अनुकूल नसेल, तर पुढे जायची आकांक्षा निर्माण होत नाही. आरोग्य म्हणजे फक्त काम करता येणं, एवढीच व्याख्या असणारे हे लोक अजूनही डायरिया, न्यूमोनिया, मलेरिया यांसारख्या आजारांनी आजारी होत असतात. सोबत रक्ताची कमतरता, पोषक आहाराचा अभाव या गोष्टी तर सवयीच्याच आहेत. या सर्वांना उत्तर म्हणून पर्याय असतो तो वैदूंचा. हे पारंपरिक वैदू त्यांच्याजवळील वनस्पती, औषधींचा वापर या लोकांवर करतात. वैदूंवर या लोकांचा प्रचंड विश्वास. याशिवाय गावच्या पटेल जमातीतील प्रमुखावरही त्यांचा असाच विश्वास. तो जे म्हणेल, त्यावरही चटकन् विश्वास ठेवला जातो.

आदिवासी भागातील आरोग्ययंत्रणा हा एक स्वतंत्र लेखाचा विषय होईल. सरकारी आरोग्ययंत्रणा अस्तित्वात आहे, याचं अस्तित्व जाणवेल एवढीच काय ती यंत्रणा. सरकारी प्राथमिक केंद्रात व उपकेंद्रात डॉक्टर व इतर स्टाफची कमतरता, लोकांचा आदिवासी भागात काम करण्याचा निरुत्साह, कामातील तत्परतेचा अभाव हाही प्रकर्षाने जाणवतो. त्याचबरोबर आजकाल आदिवासी लोकांचा RMP (Registered Medical Practioners) वरील विश्वास वाढला आहे. जेव्हा सर्व उपाय करून संपतात, परिस्थिती हाताबाहेर जात आहे, असं वाटलं, तर या लोकांवर अवलंबून राहिलं जातं. RMP म्हणजे डॉक्टरकीची डिग्री न घेतलेले, कुठल्याही डॉक्टरच्या हाताखाली काम केलेले लोक. हे लोक पोटापाण्याचा धंदा म्हणून गावातून फिरत असतात. हे लोक इंजेक्शन व गोळ्या घेऊन गावात जातात. बऱ्याचदा सरकारी आरोग्यव्यवस्था दूर असते किंवा वेळेवर उपलब्ध होऊ शकत नाही. अशा वेळेस RMP त्यांच्यासाठी वरदान ठरतात. इंजेक्शनवरचा वाढता

विश्वास आणि सरकारी आरोग्य केंद्रामार्फत मिळणाऱ्या गोळ्यांवर अविश्वास हेच जास्त प्रमाणात दिसून येते. तरीही एखाद्या आजाराच्या साथीमध्ये सरकारी यंत्रणाच कामी येते. आदिवासींना आरोग्याचा मूलभूत हक्क मिळावा, त्यांचे जीवनमान (आरोग्याचे) सुधारावे यासाठी विविध स्तरांवर प्रयत्न चालू असतात. वरच्या स्तरावर वेगवेगळ्या योजना बनवल्या जातात; पण या योजना राबवताना होणारे मॉनिटरिंग हे कमकुवत असते. त्यामुळे या योजना व्यवस्थितरीत्या मुळापर्यंत पोहोचू शकत नाहीत. बऱ्याच ठिकाणी स्वच्छ पाण्याची मूलभूत सुविधाही लोकांना मिळत नाही; मग वैयक्तिक स्वच्छता कुठून ठेवणार? तसेच क्लोरिनेशनचा अभाव बऱ्याच ठिकाणी असतो. सर्वकाही कागदोपत्री आणि व्यवहार मात्र आलबेल चाललेला आहे, असे दाखविले जाते. मग मध्येच काही साथ पसरली की ही यंत्रणा जागी होते आणि नियंत्रणासाठी जंगजंग पछाडले जाते. स्वच्छतेच्या बाबतीत थोडीफार जागरूकता दिसून येते. म्हणजे घर नियमित साफ केले जाते; शेणाने सारवले जाते; पण सांडपाण्याचा निंचरा होण्यासाठी पुरेशी व्यवस्थाच नसते. कचरा गावाच्या टोकाला कुठेतरी फेकला जातो. पावसाळ्यात पाण्याची डबकी तयार होतात, ज्याच्यामुळे डासांचे प्रमाण वाढते. त्यामुळे मलेरिया, डेंग्यूसारखे आजार उद्‌भवतात. पण पुरेशा माहितीअभावी याकडे कोणी लक्षच देत नाही व त्यावर कळस म्हणजे, नियमितपणे औषधफवारणी होत नाही.

शहरीकरणाचा अजून एक दुष्परिणाम आदिवासी लोकांमध्ये दिसून येतो. तो म्हणजे, प्लॅस्टिकचा वाढता वापर. अजूनही जेवढा वापर शहरामध्ये होतो, तितका होत नाही; पण वापर वाढतोय. त्याची विल्हेवाट लावली जात नाही. त्यामुळे जमिनीची सुपीकता कमी होत आहे; पण याला कुठेही आळा बसलेला नाही. या गोष्टी जर अशाच चालू राहिल्या तर शहराप्रमाणेच याही भागात पर्यावरणाचा ऱ्हास झाल्याशिवाय राहणार नाही. याची जाणीव सर्व स्तरांवर असते; पण त्या दृष्टीनं पावलं खूप कमी उचलली जातात.

शेतीमध्ये रासायनिक खतांचा वापर हेही आजाराचे मूळ कारण समजले जाते. हे लोक समजतात की, पूर्वीचे धान्य नैसर्गिक प्रक्रियेतून मिळायचे; पण त्याचा दर्जा चांगला असायचा; पण उत्पादन वाढविण्यासाठी रासायनिक खतांचा वापर सुरू झाला व धान्याचा दर्जा घसरला. त्यामुळे अनेक आजारांना आमंत्रण मिळाले. पूर्वी आजारी पडलं तर देवाला साकडं घातलं जायचं; पारंपरिक वैदूंकडे

जाऊन औषधं घेतली जायची. आता याचा फारसा परिणाम होत नाही, याची जाणीव लोकांना होऊ लागली आहे. तरीही दुसरा पर्याय नसल्यामुळे अजूनही आदिवासी लोकांचा यावरचा विश्वास कायम आहे. अजूनही याचे दाखले बघायला मिळतात. जास्त फरक पडेल त्यावर विश्वास, हाच तर्क त्यामागे आहे.

'आरोग्य' म्हणजे जोपर्यंत शरीर काम करत आहे, तोपर्यंत शरीराचे लाड कधीच केले जात नाहीत किंवा जास्त काळजीही घेतली जात नाही. त्यामुळे आपल्यासारख्या शहरी लोकांसारखं स्वतःच्या शरीराकडे आवर्जून लक्ष देणं त्यांना पचतही नाही आणि रुचतही नाही.

आरोग्यविषयक संशोधनासाठी वेगवेगळ्या ठिकाणी फिरणे, लोकांशी (वेगवेगळ्या जमातींतील) बोलणे, त्यांचे अनुभव ऐकणे इत्यादीतून लोकसमुदायांचे स्वरूप उलगडत गेले. एखाद्या कठीण प्रसंगी एकत्र व प्रसंगी एकटंदेखील राहण्याची त्यांची वृत्ती याचे दर्शन होत गेले.

एकदा आम्ही असेच एका गावात गटचर्चा घेण्यास चाललो होतो. एक गाव मध्ये झाडंझुडपं व शेतं, त्यानंतर काही कि.मी. नंतर दुसरं गाव, असं स्वरूप होतं. तिथं आम्हाला उत्सुकता वाटली, म्हणून आमची गाडी थांबवून आम्ही चालत झोपडीच्या दिशेने निघालो. जायला रस्ता असा नव्हता. शेतातून पायवाट होती व त्यातून पाऊस पडला होता; तर अशा निसरड्या वाटेने आम्ही निघालो. जवळपास एक झोपडी दिली. आम्ही बाहेरूनच जवळजवळ पंधरा मिनिटाने आवाज दिला, तेव्हा आतून एक पंचावन्न-साठ वर्षांची वृद्ध स्त्री बाहेर आली व तिने आम्हाला नमस्कार केला, तेव्हा आमच्या लक्षात आलं, की तिची हाताची व पायाची बोटंदेखील झडलेली होती. तिला कुष्ठरोग झाला होता. मग तिची कर्मकहाणी तिने आम्हाला सांगितली. तिला वर्षानुवर्षे कुष्ठरोग झाला होता; पण तिने औषधोपचार घेतले नाहीत. मग तो वाढत गेला. जेव्हा घरच्यांना कळलं, तेव्हा त्यांनी तिला घराबाहेर काढलं. तिला एक मुलगा व एक मुलगी होती. मुलाने घराबाहेर काढले म्हणून मुलीकडे आली; पण तिकडेही गाववाल्यांनी राहू दिले नाही. मग तिच्या गावाबाहेर थोड्या अंतरावर जिथे वस्ती नव्हती, तिथे ती वास्तव्य करू लागली. मुलगी जेवण बनवून आणून देते; पण घरातील इतर कामांमुळे तिला नियमित येणे जमत नव्हते. त्या बाईची झोपडीही व्यवस्थित बांधलेली नव्हती. दिवस पावसाळ्याचे

होते. आजूबाजूला झाडी होती. आम्हालाच प्रश्न पडला की, कसं काय या वातावरणात ही बाई रहात असेल? कुठल्या अपेक्षेनं? हा रोग तिने स्वत:हून ओढवून घेतला नव्हता. मग समाजानं हिची अशी उपेक्षा का करावी? वाटत होतं की, त्या बाईला हे सारं विचारावं; पण या प्रश्नांनी पुन्हा दु:खावर फुंकर घालण्याऐवजी मीठ चोळण्यासारखे झाले असते.

त्या बाईला मात्र आम्ही गेल्यामुळे आनंद वाटला. आमच्यासोबतची काही माणसं ही कुष्ठरोग निर्मूलनाचेही काय करत होती त्यामुळे त्यांनी त्या बाईची संपूर्ण माहिती घेतली व तिच्या पायांचे माप घेतले. (अशा कुष्ठरोगपीडितांसाठी विशेष प्रकारची चप्पल बनविली जाते.) तिला या आजाराची व त्यासाठी काय काय सोई आहेत, हे सांगितले. त्या बाईने आम्हा सर्वांना धन्यवाद दिले व आमचे हात हातात घेतले. नंतर आम्हाला म्हणाली की, ''आतापर्यंत या आजारामुळे कुणीच माझ्याजवळही फिरकत नव्हते किंवा जवळ घेत नव्हते. तुम्हीच इतक्या लांब येऊन माझी विचारपूस केलीत.'', ''इकडे पावसाळ्यात कसे दिवस काढता?'' असं विचारल्यावर ती म्हणाली की, ''दिवसा मी इथं रहाते. थोडी संध्याकाळ झाली की, माळ उतरून रस्त्यावर रहाते. तिथली दुकाने रात्र व्हायला लागली की, बंद होतात. मग मी त्या दुकानाबाहेर झोपते व सकाळी लवकर उठून घरी परतते. ही गोष्ट कुणालाही माहीत नाही. तुम्हीही कुणाला सांगू नका. नाही तर ते मला तिथं झोपू देणार नाहीत. पावसाळ्यात इथं विंचूकाट्याची भीती असते, म्हणून मी तिकडे जाते.''

हे सर्व ऐकताना आम्हाला सर्वांनाच शहारून आलं. मी विचार केला की, असंही जीवन माणसाला जगावं लागतं, तेसुद्धा आयुष्याच्या संध्याकाळी. अशी संध्याकाळ कुणाच्याही आयुष्यात न येवो, अशी प्रार्थनाही मनोमन केली; पण त्याबरोबर काही गोष्टी खटकल्या. कुष्ठरोगाबद्दल अजूनही समाजात किती गैरसमज आहेत. औषधोपचारांनी बरा होऊ शकतो ही जाणीव समाजात अजून का आलेली नाही? कितीतरी संस्था, सरकार, लोक यासाठी झटत आहेत, तरी अजूनही समाजाची मानसिकता बदललेली नाही.

काही महिन्यांनंतर या संदर्भातच एका आंतरराष्ट्रीय कुष्ठरोग निर्मूलन परिषदेत भाग घेतला. ती आंतरराष्ट्रीय असल्याने त्यावर खूप खर्च केला होता. विविध

देशांचे प्रतिनिधी या परिषदेस हजर होते. यानिमित्ताने बऱ्याच स्वयंसेवी संस्थांनी आपले काम प्रदर्शित केले. बऱ्याच देशांनी सांगितले की, त्यांचा देश कुष्ठरोग निर्मूलनाच्या जवळ आहे. भारतही त्यापैकी एक देश होता. ऐकून आनंद वाटला की, राष्ट्रीय कुष्ठरोग निर्मूलन कार्यक्रमाचे इतक्या जोमात काम सुरू आहे. हे ऐकताना दुसरीकडे त्या बाईचा चेहरा डोळ्यांसमोर येत होता.

शहरात असताना, प्रवास करताना फारशी अडचण येत नाही. कुठं जरी जायचं म्हटलं तरी हाताशी दुचाकी, रिक्षा, बस इत्यादींपैकी कुठलं तरी वाहन हजर असतं. आपला देश प्रगत झाला, दळणवळणाची साधनं दूरपर्यंत पोहोचली व खेडी एकमेकांना जोडली गेली, असं बरंच काही वर्तमानपत्रात छापून यायचं. त्यामुळे आदिवासी भागातही बऱ्यापैकी सुधारणा झालेल्या असतील, असा अंदाज होता, जो माझ्या तिथं राहण्यानं दूर केला. संशोधनानिमित्तानं बरीच गावं फिरण्याची संधी मिळाली. असंच एकदा अभ्यासासाठी गाव शोधण्यास निघालो. प्राथमिक आरोग्य केंद्रातून गावाची प्राथमिक माहिती मिळाली. त्यानुसार गाव डोंगरावर आहे; पण अर्ध्यापर्यंत गाडी जाते, अशी माहिती मिळाली. बाकीची गावं फिरेपर्यंत आम्हाला संध्याकाळचे साडेचार वाजले. आम्ही आमची बाईक गावाच्या दिशेनं वळवली. तिथं गेल्यावर आम्हाला समजलं की, थोडासा चढ चढल्यानंतर गाडी साथ देईना. म्हणून तिथंच गाडी लावून चालत जाण्याचा विचार केला. त्यानुसार मी व माझा सहकारी (जो स्थानिक होता; पण त्यालाही या गावाची फारशी माहिती नव्हती.) सुरुवातीला चांगला ट्रेक होणार म्हणून उत्साहाने चढलो; पण संध्याकाळ झाली होती. वर चढून खाली कधी येणार, असा प्रश्न आम्हाला पडला. गावकऱ्यांशी बोलणी होता होता अंधार पडला. सर्व कामं झाल्यावर त्या दाट झाडीतून, अपुऱ्या टॉर्चच्या उजेडात आम्ही कसेबसे उतरलो. उतरायला फार तर अर्धा तास लागला; पण तो अर्धा तास युगासारखा वाटला. दुसऱ्या दिवशी पुन्हा गटचर्चा तेथेच आयोजित केली होती; म्हणून सकाळी पुन्हा त्या गावकऱ्यांशी भेट झाली. मात्र त्यांनी एक किस्सा सांगितला. त्यांच्या म्हणण्याप्रमाणे, त्या झाडीत जंगली प्राणी असतात व एका माणसाला अस्वलाने काही दिवसांपूर्वी मारले. तुम्ही नशीबवान आहात. तुम्हाला कुणीच दिसलं नाही. हे ऐकून तर असं वाटलं की, खरंच आमचा दिवस चांगला होता. मग मनात खूप सारे प्रश्न आले. आपण एक दिवस येऊन आपल्याला इतका त्रास झाला, मग हे गावकरी कसं काय करतात? डोंगरावर

राहताना, कोणतीही मूलभूत सोय नसताना राहतात कसे व का? एखादी तत्काळ समस्या आली तर मग काय करतात? एवढ्या अडचणी असून हे लोक खरंच सुखी व आनंदी असतात. मग तेथील लोकांना हे सारे प्रश्न विचारले. त्यांची उत्तरे अवाक् करणारी होती.

त्यांच्या म्हणण्याप्रमाणे, या गोष्टींची सवय झालेली होती. त्यांना या गोष्टी अवघड वाटतच नव्हत्या. त्यातील बरेचसे लोक कामानिमित्त डोंगर उतरून रोज खाली येत होते. सकाळी न्याहरी करून सर्व बायका-पुरुष मिळून खाली येत व काम आटोपलं की, खालूनच बाजार करून वर घरी येत. पिण्याच्या पाण्यासाठी एक बोरिंग व एक विहीर होती. पावसाळा व हिवाळा या ऋतूंमध्ये पाण्याचा त्रास नसतो; पण उन्हाळ्यात पाणी मिळणे केवळ अशक्य. त्यामुळे उन्हाळ्याचे ४–५ महिने पाणी आणण्यासाठी डोंगर उतरून जावे लागते. मग एखादा माणूस जास्त आजारी पडल्यावर काय करता? असे विचारल्यावर ते लोक म्हणाले की, एखाद्या माणसाला जास्त झाले व चालण्याचीही शक्ती नसेल तर आम्ही बाजलं (झोपण्याची विणलेली लाकडी कॉट) चार लोक पकडतो, त्यावर पेशंटला झोपवतो व चालत सरकारी दवाखान्यात घेऊन जातो. कधी कधी पेशंट दगावतोही. कारण त्याला वेळेवर इलाज मिळालेला नसतो. अशा बऱ्याच घटना घडतात. त्या वेळेस लोक म्हणतात की, देवाची मर्जी त्याला आपण काय करणार?

"मग हे डोंगरावर राहणं सोडून खाली रहायला का जात नाही?" असं विचारल्यावर उत्तर मिळालं की, "गेलं तर चांगलं आहे; पण आता खाली कुठं चांगली जमीन मिळणार शेतीसाठी? इथं आमची शेती आहे. त्यामुळं आमची पोटं चालतात. नाही तर उपासमार व्हायची. आता जायचं ठरवलं तर जागा नाही. फॉरेस्टवाले जंगलात येऊ देत नाहीत. मग कसं जगायचं?"

या सर्व प्रश्नांची उत्तरे आमच्याकडे नव्हतीच; पण तार्किकदृष्ट्या तेही बरोबर होते. ते हतबल होते, परिस्थितीपुढे; पण निराश नव्हते. जगण्याची जी जिद्द, उमेद त्यांच्यामध्ये दिसली, त्यापासून बरंच काही शिकायला मिळालं. आहे त्या परिस्थितीशी जुळवून घेत पुढे कसं जायचं, हा धडा नक्कीच मिळाला.

या गावासारखी कित्येक गावं आम्ही फिरलो. सगळीकडून काही ना काही शिकायला मिळालं. सगळीकडे लोकांकडून आम्हाला प्रेम मिळालं. काही ठिकाणी तर लोक आम्हाला मुख्य रस्त्यापर्यंत सोडवायला येत. ज्या गावांमध्ये राहिलो;

तिथे ही खूप चांगली बडदास्त ठेवली गेली. एवढं प्रेम बघून खूपदा आम्ही भारावून जायचो. आम्ही कोण? कुठले? काहीच माहीत नसताना एक आपुलकीचं नातं आमच्यात निर्माण झालं.

प्रशांत कुलकर्णी

भारतीय शिक्षण संस्थेमार्फत मी प्राथमिक शिक्षणविषयक संशोधनासाठी निरनिराळ्या भागांत जात होते. एकदा अशाच अभ्यासासाठी गडचिरोलीला जाण्याचा योग आला.

पुणे-नागपूर प्रवासानंतर गडचिरोलीला जाताना माझ्या स्वत:भोवती भीतीचे सावट पसरू लागले. पुण्यातून निघण्याआधीच बऱ्याच जणांनी सांगितले होते, पेपरला वाचले होते, तिथे जाणे म्हणजे धोका पत्करणे आहे. प्रत्यक्ष गडचिरोलीला निघाल्यावर सर्वांना त्याचे टेन्शन आले होते. नागपूरपर्यंत काही वाटले नाही. नागपूर-गडचिरोली प्रवासात असताना दाट झाडींतून गेलेला रस्ता, निर्मनुष्य वाटा, मला एकदम असे वाटत होते की, कोठून तरी अतिरेक्यांची, नक्षलवाद्यांची टोळी आली तर मग आपले कसे होणार? पण असे काही घडलेच नाही. टेन्शनमध्येच एकदाचे गडचिरोलीला पोहोचलो.

पहिल्यांदाच तिकडे गेल्यामुळे लॉज शोधण्याशिवाय पर्याय नव्हता. लगेचच त्या दिवशी प्रत्यक्ष कामाला सुरुवात केली. जिल्हा परिषदेत गेल्यावर मला असे वाटले की, आपला कुणीतरी पाठलाग करत आहे, आपल्या वावरण्यावर कुणाचे तरी लक्ष आहे. काही वेगळाच अनुभव होता तो. परंतु तिकडे लक्ष न देता विविध लोकांना भेटी दिल्या; प्रश्न विचारले. एटापल्ली या भागात जाण्याचा पहिला प्रसंग व अनुभव होता. तेथे थोडे अंतर रिक्षाने व थोडे अंतर चालत जाऊन एका शाळेत जायचे होते व तो भाग अतिशय दुर्गम भाग होता. अचानक ४-५ जण आमच्यासमोर आले. अंगावर एकदम काटा आला. माझ्या डोक्यात असे होते की, नक्षलवादी म्हणजे कुणीतरी विचित्र पोशाख असलेले, भयंकर दिसणारे लोक. परंतु तसे काहीही नव्हते. ते आमच्यासमोर आल्यावर त्यांनी आम्हाला खूप प्रश्न विचारले. खोदून खोदून उलटतपासणी घेत प्रश्नांचा मारा आमच्यावर चालू होता. घाबरलेले असूनही तसे न भासवता आम्ही आमच्या येण्याचा हेतू, आमची पार्श्वभूमी, मर्यादा

त्यांना सांगत होतो. जरी सरकारी यंत्रणेसाठी आम्ही काम करत असलो, तरी आमचा प्रामाणिकपणा आणि कामाचा मर्यादित हेतू यातून त्यांना हे कळून चुकले की, आलेले लोक फक्त संशोधन करण्यासाठीच आलेले आहेत. ते प्रत्यक्ष शाळांना भेटी देऊन मुलांच्या प्रगतीचा आढावा घेणार आहेत. तसे झाले तर आपल्या मुलांचे कल्याणच होणार आहे. आपल्याला त्यांच्यापासून उपद्रव होणार नाही, हे कळल्यावर नक्षलवाद्यांकडून कोणताही त्रास होणार नाही, हे सांगितले आणि नंतर त्यांनी आम्हाला मदतच केली. नक्षलवाद्यांचा त्रास सर्वसामान्यांना होत नाही, असा मला आलेला अनुभव आहे.

प्रत्यक्षात एक दिवस गावात पोलिसांची जीप गोळीबारात वर उडाली होती. मी अवाक् होऊन त्याकडे पाहतच राहिले होते. भीतीच्या सावटाखाली आम्ही सर्व पहात होतो. फोन जरी आपण करायला गेलो तरी कुणीतरी ऐकत असल्याचे जाणवत होते.

महिनाभराच्या वास्तव्यात ग्रामस्थांचा पाहुणचार घेत होतो. आदिवासी भोजनाचाही आस्वाद घेता आला. झाडाच्या वाळलेल्या पानांचा, फांद्यांचा सरपण म्हणून उपयोग करून त्यावर अन्न शिजविले होते. त्याची चवही लक्षात राहण्यासारखी आहे.

आदिवासींमध्ये त्यांच्यातील होऊन राहिलो होतो. आजूबाजूला धोका असूनही आमचे काम, संशोधन, सर्वेक्षण उत्तमरीत्या झाले होते.

शिल्पा कुलकर्णी

□

संदर्भसूची

- आठवले दीपाली १९९९ – मानवशास्त्र – मेहेंदळे प्रकाशन, पुणे.
- कर्वे इरावती १९६२ – मराठी लोकांची संस्कृती –
  देशमुख प्रकाशन, पुणे.
- कुलकर्णी शौनक २००७ – संस्कृती : निसर्ग आणि जीवनशैली –
  डायमंड पब्लिकेशन्स, पुणे.
- गजबे रमेशकुमार २००५ – माना जनजाती संकलित अध्ययन –
  आनंद प्रकाशन, नागपूर
- गारे गोविंद १९९८ – आदिवासी विकास योजना – आदिवासी विकास
  प्रतिष्ठान, पुणे.
- गारे गोविंद २००६ – वारली चित्रकला – श्रीविद्या प्रकाशन, पुणे.
- गारे गोविंद २००० – भारतीय आदिवासी : समाज आणि संस्कृती –
  अमृत प्रकाशन, औरंगाबाद.
- नाडगोंडे द. गुरुनाथ २००३ – भारतीय आदिवासी –
  कॉन्टिनेन्टल प्रकाशन, पुणे.
- बोकील मिलिंद २००६ – कातकरी, विकास की विस्थापन? –
  मौज प्रकाशन, मुंबई.
- बोखारे नरेंद्र २००३ – आदिवासी कलाविष्कारातील सौंदर्य संप्रेषण,
  संज्ञापनविज्ञान व ललितकला – यशवंतराव चव्हाण, म. मु. विद्यापीठ,
  नाशिक.

- मुठे सुमन २००१ – आदिवासी स्त्रीजीवन – सुगावा प्रकाशन, पुणे.
- मेहेंदळे य. श्री. १९६९ – भारतीय समाजाचे मानवशास्त्र – मेहेंदळे प्रकाशन, पुणे.
- हाकारा महाराष्ट्र मानवविज्ञान परिषद, पुणे.
- Census of India 1961, Vol X. Maharashtra. Maharashtra Census office .
- Deshmukh B. A. 2004 - Tribal Education, Sonali Publications, New Delhi.
- Enthoven R.E. 1922 - The Castes and Tribes of Bombay Presidency, Govt. Central Press, Mumbai.
- Pandit A poorva 2006 - Tribal culture & Technology, Inter India Publications, New Delhi.
- Rao V. M. 2006 - Tribal Women in India, ABD Publishers, Jaipur.
- Singh K. S. (ed.) - People of India Maharashtra Vol. (1-3) ASI, Popular Prakashan Pvt. Ltd., Mumbai.

❏

महाराष्ट्र राज्य निर्मिती सुवर्णमहोत्सवानिमित्त डायमंड पब्लिकेशन्सचा वैविध्यपूर्ण पुस्तकांचा प्रकल्प

www.ingramcontent.com/pod-product-compliance
Lightning Source LLC
Chambersburg PA
CBHW072144270326
41931CB00010B/1883
* 9 7 8 8 1 8 4 8 3 1 9 1 7 *